ಛಂದ ಪುಸ್ತಕ

ಓದಿ ಓದಿ ಮರುಳಾಗಿ!

ಇಮೋಜಿ ಭಾಷೆ

ಪ್ರಬಂಧಗಳು

ಕರ್ಕಿ ಕೃಷ್ಣಮೂರ್ತಿ

emoji bhashe

– Collection of Essays in Kannada
by Karki Krishnamurthy
ISBN: 978-81-967248-3-2

Published by:
Chanda Pustaka
I-004, Mantri Paradise
Bannerghatta Road
Bangalore - 560076
M. 98444 22782

ಮೊದಲ ಮುದ್ರಣ: 2023

ಮುಖಪುಟ: ರಮೇಶ್ ಡಿ ಕೆ
ಕರಡು ತಿದ್ದುವಿಕೆ: ಪುನರ್ವಸು / ಕಾವ್ಯಾ ಕಡಮೆ
ಪುಟಗಳು: 126 ಬೆಲೆ: ₹ 150
ಕಾಗದ: ಎನ್‌ಎಸ್ ಮ್ಯಾಪ್ಲಿತೊ 70 ಜಿಎಸ್ಎಂ, 1/8 ಡೆಮಿ

ಪ್ರತಿಗಳಿಗಾಗಿ ಸಂಪರ್ಕಿಸಿ:
ಛಂದ ಪುಸ್ತಕ
ಐ–004, ಮಂತ್ರಿ ಪ್ಯಾರಡೈಸ್
ಬನ್ನೇರುಘಟ್ಟ ರಸ್ತೆ
ಬೆಂಗಳೂರು–560 076
ಸೆಲ್: 98444 22782
me@vasudhendra.com

ಮುದ್ರಣ:
Repro, Sun Paradise Business Plaza,
Lower Parel, Mumbai – 400 013

ಕರ್ಕಿ ಕೃಷ್ಣಮೂರ್ತಿ

ಉತ್ತರ ಕನ್ನಡ ಜಿಲ್ಲೆಯ ಹೊನ್ನಾವರ ತಾಲೂಕಿನ ಕರ್ಕಿ ಊರಿನವರು. ವೃತ್ತಿಯಲ್ಲಿ ಸಿವಿಲ್ ಇಂಜಿನಿಯರ್. ಸದ್ಯಕ್ಕೆ ಬೆಂಗಳೂರು ನಿವಾಸಿ.

'ಮಳೆ ಮಾರುವ ಹುಡುಗ', 'ಗಾಳಿಗೆ ಮೆತ್ತಿದ ಬಣ್ಣ' ಹಾಗೂ 'ದಿಬ್ಬದಿಂದ ಹತ್ತಿರ ಆಗಸಕ್ಕೆ' ಇವರ ಕಥಾಸಂಕಲನಗಳು. 'ಚುಕ್ಕಿ ಬೆಳಕಿನ ಜಾಡು' ಕಾದಂಬರಿ. ಮಾಸ್ತಿ ಕಥಾ ಪುರಸ್ಕಾರ, ಬೇಂದ್ರೆ ಗ್ರಂಥ ಬಹುಮಾನ, ಕನ್ನಡ ಸಾಹಿತ್ಯ ಪರಿಷತ್ತಿನ ಆರ್. ಎನ್. ಹಬ್ಬು ದತ್ತಿ ಪ್ರಶಸ್ತಿ, ಸ್ವಸ್ತಿ ಪ್ರಕಾಶನದ ಸನ್ಮಾನ ಪಡೆದಿದ್ದಾರೆ. ಪ್ರಜಾವಾಣಿ ದೀಪಾವಳಿ ಸ್ಪರ್ಧೆಯಲ್ಲಿ ಮೊದಲ ಸ್ಥಾನವನ್ನೂ ಒಳಗೊಂಡಂತೆ ಇವರ ಕಥೆಗಳಿಗೆ ಹಲವು ಮನ್ನಣೆಗಳು ದೊರೆತಿವೆ.

karkikrishnamurthy@gmail.com | 97311 09144

ಅರ್ಘ್ಯ

ನಿನಗೆ ಪ್ರೀತಿಯಿಂದ

ಮೊದಲಿಗೆ

ಕಳೆದೊಂದು ವರ್ಷದ ಕಾಲ 'ಮಯೂರ' ಮಾಸಪತ್ರಿಕೆಗೆ ಬರೆದ ಅಂಕಣ ಬರಹಗಳು, ಹಾಗೂ ಬೇರೆ ಬೇರೆ ಸಂದರ್ಭಕ್ಕೆಂದು ಬರೆದ ಇತರೆ ಲೇಖನಗಳು ಈ ಪುಸ್ತಕದಲ್ಲಿವೆ. ಅವುಗಳನ್ನು ಅನುಕ್ರಮವಾಗಿ ಭಾಗ ಒಂದು ಹಾಗೂ ಎರಡರಲ್ಲಿ ವಿಂಗಡಿಸಿದ್ದೇನೆ.

ಇವುಗಳನ್ನು ನಾನು ಬರೆಯಲು ಹಲವು ರೀತಿಯಿಂದ ಕಾರಣರಾದವರು ಮಿತ್ರರಾದ ಚ.ಹ.ರಘುನಾಥ. ಅದನಂತರ ಬಾಲಚಂದ್ರ ಬಿ.ಎನ್. ಹಾಗೂ ಪದ್ಮನಾಭ ಭಟ್ ಇವರೊಡನೆಯ ವಿಸ್ತೃತ ಚರ್ಚೆಗೊಳಪಡದೇ ಈ ಲೇಖನಗಳು ರೂಪುಗೊಳ್ಳುತ್ತಿರಲಿಲ್ಲ. ಈ ಮೂವರಿಗೂ ನಾನು ಋಣಿ.

ವಿವೇಕ ಶಾನಭಾಗ, ಗುರುಪ್ರಸಾದ ಕಾಗಿನೆಲೆ, ಎಂ.ಆರ್. ದತ್ತಾತ್ರಿ, ಜ.ನಾ. ತೇಜಶ್ರೀ, ನಾಗೇಶ ಹೆಗಡೆ, ಸಂದೀಪ ನಾಯಕ, ಸಚ್ಚಿದಾನಂದ ಹೆಗಡೆ ಇವರೆಲ್ಲರ ಓದು ಹಾಗೂ ಸಲಹೆಗಳು ಇಲ್ಲಿಯ ಲೇಖನಗಳಿಗೆ ಬಹುರೀತಿಯಿಂದ ಸಹಾಯ ಮಾಡಿವೆ. ಕೆ.ವಿ. ಅಕ್ಷರ ವಿಶ್ವಾಸದಿಂದ ಬೆನ್ನುಡಿ ಬರೆದು ಕೊಟ್ಟಿದ್ದಾರೆ. ಡಿ.ಕೆ. ರಮೇಶ ಸೊಗಸಾದ ಮುಖಪುಟ ರಚಿಸಿದ್ದಾರೆ. ನನ್ನ ಬರಹಗಳನ್ನು ಯಾವತ್ತೂ ಪ್ರೀತಿಯಿಂದ ಪ್ರೋತ್ಸಾಹಿಸುವ ವಸುಧೇಂದ್ರ ಇದನ್ನು ಪ್ರಕಟಿಸುತ್ತಲೂ ಇದ್ದಾರೆ. ಇವರೆಲ್ಲರಿಗೂ ನಾನು ಆಭಾರಿಯಾಗಿದ್ದೇನೆ. ಅಮ್ಮ ಉಮಾ, ಪತ್ನಿ ವನಿತಾ ಹಾಗೂ ಮಗಳು ಅರ್ಘ್ಯಳ ಸಹಕಾರವನ್ನೂ ಈ ಸಂದರ್ಭದಲ್ಲಿ ನೆನೆಯುತ್ತೇನೆ.

ಹಾಗೇ, ಪುಸ್ತಕವನ್ನು ಕೈಗೆತ್ತಿಕೊಂಡಿರುವ ನಿಮಗೂ ನನ್ನ ಕೃತಜ್ಞತೆಗಳು.

● **ಕರ್ಕಿ ಕೃಷ್ಣಮೂರ್ತಿ**

ಪರಿವಿಡಿ

ಭಾಗ 1

ದಿಲ್ 'ಮಾಂಗಾ' ಮೋರ್

ಸುಧಾ, ತರಂಗಗಳು ವಾರಕ್ಕೆ ಲಕ್ಷ ಪ್ರತಿ ಪ್ರಿಂಟಾಗುತ್ತಿವೆ. ಅವುಗಳ ಮುಂದಿನ ಸಂಚಿಕೆಗೆ ಜನ ಮುಗಿಬಿದ್ದು ಕಾಯುತ್ತಿದ್ದಾರೆ. ಅದರಲ್ಲಿ ಬರುವ ಧಾರಾವಾಹಿಗಳನ್ನು ಸಿನಿಮಾ, ಟೆಲಿಸೀರೀಸ್ ಮಾಡಲು ನಿರ್ಮಾಪಕರು ಸರತಿಯಲ್ಲಿ ನಿಲ್ಲುತ್ತಿದ್ದಾರೆ. ಕನ್ನಡ ಪುಸ್ತಕಗಳ ಪ್ರಕಾಶಕರ ಕಚೇರಿ ಎಂಜಿ ರಸ್ತೆಯ ಬಹುಮಹಡಿ ಕಟ್ಟಡದ ತುತ್ತ ತುದಿಯ ಅಂತಸ್ತಿನಲ್ಲಿದೆ. ಮುದ್ರಕರು, ವಿತರಕರು ಕಟ್ಟಡದ ಉಳಿದ ಮಾಳಿಗೆಗಳನ್ನು ತಮ್ಮದಾಗಿಸಿಕೊಂಡಿದ್ದಾರೆ. ಮುದ್ರಣ ಕ್ಷೇತ್ರದ ವಾರ್ಷಿಕ ವಹಿವಾಟು ಸಾವಿರ ಕೋಟಿ ಮೀರಿ ಬೆಳೆಯುತ್ತಿದೆ. ಕಥೆಗಾರರು, ಚಿತ್ರ ಕಲಾವಿದರೆಲ್ಲ ತಂತಮ್ಮ ಆದಾಯ ತೆರಿಗೆಯ ಲೆಕ್ಕಾಚಾರಕ್ಕೆ ಪ್ರತ್ಯೇಕ ಸಿ.ಎ.ಯನ್ನೂ, ಉಳಿದ ವ್ಯವಹಾರಗಳಿಗೆ ಸೆಕ್ರೆಟರಿಯನ್ನೂ ನೇಮಿಸಿಕೊಂಡು, ಐಷಾರಾಮಿ ಕಾರುಗಳಲ್ಲಿ ಓಡಾಡುತ್ತಿದ್ದಾರೆ. ಅವರು ಬರೆಯುವ ಕಥೆ ಕಾದಂಬರಿಗಳು ಅದೆಷ್ಟು ಜನಪ್ರಿಯವಾಗಿವೆಯೆಂದರೆ ಅವುಗಳಲ್ಲಿಯ ಪಾತ್ರಗಳ ಆಟಿಕೆಗಳು, ಕ್ಯಾಲೆಂಡರುಗಳು, ಟೀಶರ್ಟು, ವಾಚು, ಬೂಟು, ಸ್ಟೇಷನರಿಗಳು...

'ಅಬ್ಬಾ! ಸಾಕು ಮಾಡು. ಕನಸು ಸ್ವಲ್ಪ ಜಾಸ್ತಿಯೇ ಆಯಿತು' ಅನ್ನಿಸುತ್ತಿದೆಯಲ್ಲವೇ? ಹೌದು, ಕನ್ನಡ ಅಕ್ಷರ ಕ್ಷಯದ ಹಾದಿಯ ಸಹಪ್ರಯಾಣಿಕರಾದ ನಮಗೆ ಈ ಕಲ್ಪನೆಗಳೆಲ್ಲ ಬಾಲಿಶವೆನಿಸದೇ ಇರಲಾರದು. ಆದರೆ ನಮ್ಮ ಕನಸುಗಳನ್ನೇ ನಿಜ ಜೀವನದಲ್ಲಿ ಯಥಾವತ್ತಾಗಿ ಬದುಕುತ್ತಿರುವ ದೇಶವೂ ಒಂದಿದೆ. ಅದು ಜಪಾನ್. ಕನಸುಗಳನ್ನು ನನಸಾಗಿಸಿರುವುದು 'ಮಾಂಗಾ'.

ಮೇಲ್ನೋಟಕ್ಕೆ ನೋಡಲು ಕಾರ್ಟೂನೋ, ಕಾಮಿಕ್ಕೋ ಅನ್ನಿಸಬಹುದಾದ 'ಮಾಂಗಾ' ಎನ್ನುವ ಕಥೆ ಪುಸ್ತಕಗಳು ಜಪಾನಿಗರನ್ನು ಮೋಡಿ ಮಾಡಿರುವ ಪರಿ ನಿಜಕ್ಕೂ ಅಚ್ಚರಿಯ ಸಂಗತಿ. ವಾರ ಪಾಕ್ಷಿಕ ಮಾಸಿಕ ಸಂಚಿಕೆಗಳ ಜೊತೆ; ಎರಡು-ಮೂರು ದಿನಗಳಿಗೊಮ್ಮೆ ಬರುವ ನೂರಾರು ಮಾಂಗಾ ಮ್ಯಾಗಝಿನ್ನುಗಳಿವೆ ಅಲ್ಲಿ. ಮಕ್ಕಳ ಕಾಮಿಕ್ಕು, ಕ್ರೈಮು, ಥ್ರಿಲ್ಲರು, ಪ್ರಣಯ, ಹಾಸ್ಯ, ಸಾಮಾಜಿಕ ಹೀಗೆ ಎಲ್ಲ ವಯೋಮಾನದವರೂ ಓದಬಹುದಾದ ಕಥೆಗಳನ್ನು ಹೊತ್ತು ತರುತ್ತವವು. ಅವುಗಳನ್ನು ಓದದ ಜಪಾನಿಗರೇ ವಿರಳ. ಹೀಗಾಗಿ, 'ಮಾಂಗಾ' ಜಪಾನಿಗರ ನಿತ್ಯ ಜೀವನದ ಒಂದು ಭಾಗವಾಗಿದೆ ಎಂದರೆ ಅತಿಶಯೋಕ್ತಿಯಲ್ಲ.

ಕೆಲವೊಂದು ಮಾಂಗಾಗಳ ಪ್ರಭಾವ ಎಷ್ಟಿದೆಯೆಂದರೆ ಅದು ಜನರ ಅಭಿರುಚಿಯನ್ನೇ ಸಾಮೂಹಿಕವಾಗಿ ಬದಲಾಯಿಸಬಲ್ಲದು. ಉದಾಹರಣೆಗೆ– ಕೆಲ ವರ್ಷಗಳ ಹಿಂದೆ 'ಹೈಕ್ಯೂ' ಎನ್ನುವ ಮಾಂಗಾ ಧಾರಾವಾಹಿ ಅಲ್ಲಿ ಬಹಳ ಜನಪ್ರಿಯವಾಗಿತ್ತು. ಕುಳ್ಳನೆಯ ವ್ಯಕ್ತಿಯೊಬ್ಬ ತಾನು ವಾಲಿಬಾಲ್ ಆಟಗಾರನಾಗಬೇಕೆಂಬ ಕನಸು ಹೊತ್ತು ಅದಕ್ಕಾಗಿ ಪರಿಶ್ರಮಿಸುವ ಕಥಾ ಹಂದರದ ಸೀರಿಯಲ್ ಅದು. ಹಾಗೆ ನೋಡಿದರೆ ವಾಲಿಬಾಲ್ ಜಪಾನಿನಲ್ಲಿ ಅಷ್ಟೇನು ಜನಪ್ರಿಯ ಕ್ರೀಡೆಯಲ್ಲ. ಆದರೆ ಈ 'ಹೈಕೂ' ಧಾರಾವಾಹಿ ಬರಲು ಪ್ರಾರಂಭಿಸಿದ ನಾಲ್ಕೇ ವರ್ಷಗಳಲ್ಲಿ, ವಾಲಿಬಾಲ್ ಆಡುವ ಹುಡುಗರ ಸಂಖ್ಯೆ ದುಪ್ಪಟ್ಟಾಗಿ, ಇಂದು ಜಪಾನ್ ವಾಲಿಬಾಲ್ ಆಟದಲ್ಲಿ ಜಗತ್ತಿನ ಮುಂಚೂಣಿ ರಾಷ್ಟ್ರಗಳಲ್ಲಿ ಒಂದಾಗಿದೆ. ಹೀಗೆ ದೇಶಕ್ಕೆ ದೇಶವೇ ತನ್ನದಲ್ಲದ ಕ್ರೀಡೆಯೊಂದರಲ್ಲಿ ಅಚಾನಕ್ ಒಲವು ತೋರಿ ಅದರಲ್ಲಿ ನೈಪುಣ್ಯತೆ ಸಾಧಿಸುವುದರ ಹಿಂದೆ ಹಲವು ಕಾರಣಗಳಿರುತ್ತವೆ, ಅದಕ್ಕೆ ಕಥೆ ಪುಸ್ತಕವೊಂದನ್ನು ಹೊಣೆಯಾಗಿಸುವುದು ಸಲ್ಲ ಎಂಬ ವಾದವೂ ನಿಜವೇ. ಆದರೆ ಈ ಮಾಂಗಾ ಧಾರಾವಾಹಿ ಕೂಡಾ ಈ ಒಂದು ಪ್ರಕ್ರಿಯೆಯಲ್ಲಿ ಪೂರಕವಾಗಿ ಒದಗಿ ಬಂದಿರುವುದನ್ನು ಅಲ್ಲಗಳೆಯುವಂತಿಲ್ಲ.

ಈ ರೀತಿ ಜಪಾನಿನ ಸಂಸ್ಕೃತಿಯಲ್ಲಿ ಅನುರಣಿತವಾಗಿರುವ ಈ ಮಾಂಗಾಗಳ ಇತಿಹಾಸವೂ ಕುತೂಹಲಕಾರಿಯಾಗಿದೆ. ಎರಡನೇ ಮಹಾಯುದ್ಧದಲ್ಲಿ ತಾನು ತಿಂದ ಪೆಟ್ಟಿನಿಂದ ಜಪಾನ್ ಚೇತರಿಸಿಕೊಂಡ ವೇಗ ಹಾಗೂ ಅದಕ್ಕಾಗಿ ಅದು ತನ್ನ ವಿಚಾರಧಾರೆಯಲ್ಲೇ ಮಾಡಿಕೊಂಡ ಆಮೂಲಾಗ್ರ ಬದಲಾವಣೆಯನ್ನು ಜಗತ್ತು ನೋಡಿದೆ. ಅಲ್ಲಿಯ ಆ ಪರಿವರ್ತನಾ ಚರಿತ್ರೆಯ ಹಲವು ಅಂಶಗಳಲ್ಲಿ ಒಂದಾಗಿ ಮುನ್ನೆಲೆಗೆ ಬಂದಿದ್ದು ಈ ಮಾಂಗಾ ಅನ್ನುವ ಕಲಾಪ್ರಕಾರ.

ಯುದ್ಧದಲ್ಲಿ ಅನುಭವಿಸಿದ ಅಪಾರ ಹಾನಿ, ನೋವುಗಳು ಒಂದೆಡೆ; ತದನಂತರದ ಹಲವು ವರ್ಷಗಳ ಕಾಲ ವಿದೇಶೀ ಮಿಲಿಟರಿ ಪಡೆಗಳ ಆಡಳಿತದ ಹೊರೆ ಮತ್ತೊಂದೆಡೆ. ಇಂಥ ವಿಕ್ಷಿಪ್ತ ಕಾಲಘಟ್ಟದಲ್ಲಿ ಜಪಾನಿ ಕಲಾವಿದರು ತಮ್ಮದೇ ಆದ ಕಲಾ ಪ್ರಕಾರಕ್ಕೆ ಹೊಸ ಜೀವ ನೀಡತೊಡಗಿದರು. ತಮ್ಮ ಇದುವರೆಗಿನ ಸಂಕಟ ಹತಾಶೆಗಳ ಬಿಡುಗಡೆಯ ದಾರಿ ಅದರಲ್ಲಿ ಗೋಚರಿಸಿರಬೇಕು ಅವರಿಗೆ. ಜಪಾನ್ ಅನುಸರಿಸುತ್ತಿದ್ದ ಕೊಳ್ಳೆಯಾಳಿಕೆಯ ರಾಜನೀತಿ ಹಾಗೂ ಸೈನ್ಯ ಕೇಂದ್ರೀ ವಿಧೇಯತೆಯನ್ನು ವಿರೋಧಿಸುವ ಅಂಶಗಳೇ ಹೆಚ್ಚಾಗಿದ್ದ ಮಾಂಗಾ ಕಥೆಗಳು ಅಲ್ಲಿಯ ಜನರ ಮನ ಗೆಲ್ಲತೊಡಗಿದವು. ಅದೇ ಸಮಯಕ್ಕೆ, ನಿರ್ದಿಷ್ಟ ಪ್ರಕಾರದ ಕಲೆ ಸಾಹಿತ್ಯ ರಚನೆಯ ಮೇಲೆ ಇದುವರೆಗೂ ಇದ್ದ ನಿರ್ಬಂಧವನ್ನು ಕೂಡ ಸಂಪೂರ್ಣವಾಗಿ ತೆಗೆದು ಹಾಕಲಾಯಿತು. ಇದು ಮಾಂಗಾದಂತಹ ಸೃಷ್ಟಿಶೀಲ ಕಲಾ ಮಾಧ್ಯಮ ತ್ವರಿತವಾಗಿ ಬೆಳೆಯುತ್ತ ಎಲ್ಲೆಡೆ ಹರಡಲು ಅನುವು ಮಾಡಿಕೊಟ್ಟಿತು.

ಯುದ್ಧಾನಂತರ, ಜಿದ್ದಿಗೆ ಬಿದ್ದವರಂತೆ ಪುಟಿದೆದ್ದು ನಿಂತ ರಾಷ್ಟ್ರ, ಅದೇ ಅವಧಿಯಲ್ಲಿ ನಿಧಾನ ವೃದ್ಧಿಸುತ್ತ ಮನೆಮಾತಾದ ಮಾಂಗಾ; ಇವೆರಡಕ್ಕೂ

ಯಾವುದೋ ಒಂದು ತೆಳ್ಳನೆಯ ಸ್ತರದಲ್ಲಿ ಅವ್ಯಕ್ತವಾದ ಸಂಬಂಧವೊಂದಿರಬಹುದೇ? ದೇಶ ಕಟ್ಟುವಿಕೆಯಂಥಾ ಮಹತ್ತರ ಕಾರ್ಯದಲ್ಲಿ ಕಲಾಪ್ರಕಾರವೊಂದರ ಗಣನೀಯ ಪಾಲ್ಗೊಳ್ಳುವಿಕೆಯೆಂಬುದು ಕೇವಲ ಕಲಾರಾಧಕರ ಫ್ಯಾಂಟಸಿಯೇ ಅಥವಾ ನಿಜಕ್ಕೂ ಕಾರ್ಯಸಿಂಧುವೇ?

ಈ ಕುರಿತು ಯೋಚಿಸುತ್ತಿರುವಾಗ, ಕೆ.ವಿ.ಅಕ್ಷರರ 'ಸೇತುಬಂಧನ' ಎನ್ನುವ ನಾಟಕ ನೆನಪಿಗೆ ಬರುತ್ತದೆ. ಹೊಳೆಯಾಚೆ ಒಂದು ಊರಿದೆ. ಆ ಊರಿನ ಸುಲಭ ಸಂಪರ್ಕದ ಉದ್ದೇಶದಿಂದ ಸರಕಾರ ಹೊಳೆಗೆ ಸೇತುವೆಯೊಂದನ್ನು ಕಟ್ಟುತ್ತದೆ. ಆ ಹೊಸ ಸೇತುವೆ ರಾಜಕೀಯ ಕೆಸರೆರಚಾಟ, ಆರ್ಥಿಕ ಅಸಮತೋಲನ, ಮನಸುಗಳ ವಿಘಟನೆಯನ್ನು ಉದ್ದೀಪಿಸುತ್ತ ಇಡೀ ಊರಿನ ಸ್ವಾಸ್ಥ್ಯ ಪಲ್ಲಟಕ್ಕೆ ಕಾರಣವಾಗುವುದನ್ನು ಹಿಡಿದುಕೊಡುತ್ತದೆ ಆ ನಾಟಕ. ಊರಿನಲ್ಲೊಂದಿಷ್ಟು ಯುವಕರಿದ್ದಾರೆ. ಊರಿನ ಹಿತಕ್ಕಾಗಿ ಶ್ರಮಿಸುವವರು ಅವರು. ಆದರೆ ಪ್ರಬಲ ಗುಂಪುಗಾರಿಕೆ ಒಳಜಗಳದ ಮುಂದೆ ಏನೂ ಮಾಡಲಾಗದೇ ಹೈರಾಣಾಗಿ ಕೈ ಚೆಲ್ಲಿ ಕೂರುತ್ತಾರೆ. ಹೀಗಿರುವಾಗ, 'ಮುಂದೇನು ಮಾಡುವುದು?' ಎನ್ನುವ ಪ್ರಶ್ನೆಯೇಳುತ್ತದೆ. 'ಒಂದು ಯಕ್ಷಗಾನ ಮೇಳ ಕಟ್ಟೋಣ'... 'ಹೊಸ ಬಗೆಯ ಸಂಗೀತ ಶಾಲೆ ಆರಂಭಿಸೋಣ'... ಎನ್ನುವ ಆಲೋಚನೆ ಅವರಲ್ಲಿ ಬಂದು ಅದಕ್ಕೆ ಗೆಳೆಯರ ಅನುಮೋದನೆಯೂ ದೊರೆಯುವಲ್ಲಿ ನಾಟಕ ಅಂತ್ಯವಾಗುತ್ತದೆ.

ಹಾಗಾದರೆ, ಒಂದು ನಾಟಕ ಶಾಲೆ, ನೃತ್ಯ ಮಂದಿರ ಅಥವಾ ಯಾವುದೇ ಕಲಾಕ್ಷೇತ್ರ ಇಂಥವುಗಳಿಗೆ ಊರೊಂದರ ಒಳತಲ್ಲಣಗಳನ್ನು ನಿಯಂತ್ರಿಸುವ ಶಕ್ತಿಯಿದೆಯೇ? ಇದು ಮೇಲ್ನೋಟಕ್ಕೆ ವ್ಯವಹಾರ್ಯವಲ್ಲದ ಸಂಗತಿಯಾಗಿ ತೋಚುವುದು ಸಹಜ. ಆದರೆ ವಿವೇಚಿಸಿ ನೋಡಿ, ಸ್ವಸ್ಥ ಮನಸ್ಸುಗಳಿಂದ ಸ್ವಸ್ಥ ದೇಶವೂ ಅಹುದೆನ್ನುವ ಪರಿಕಲ್ಪನೆ ವಾಸ್ತವದಾಚೆಯದೇನೂ ಅಲ್ಲ, ಅಲ್ಲವೇ?

ಕಲೆ ಹಾಗೂ ದೇಶಕ್ಕೆ ಸಂಬಂಧಿಸಿದ ಇನ್ನೊಂದು ಸ್ಥಿತಿಯನ್ನು ಗಮನಿಸೋಣ. ಅಫಘಾನಿಸ್ಥಾನವನ್ನು ವಶಕ್ಕೆ ಪಡೆದಿರುವ ತಾಲಿಬಾನ್ ಪಡೆ, ಸಂಗೀತ ಚಿತ್ರಕಲೆಗಳ ಮೇಲೆ ನಿಷೇಧ ಹೇರಿರುವುದನ್ನು ಇತ್ತೀಚೆಗಷ್ಟೇ ಕೇಳಿದ್ದೇವೆ. ಹಿಂದೆಯೂ ಜರ್ಮನಿಯ ನಾಝೀ ಸರಕಾರ, ಮಾವೋವಾದಿ ಚೈನಾ, ರಷ್ಯಾದಂತ ರಾಷ್ಟ್ರಗಳು ಆಯಾ ಕಾಲಘಟ್ಟದಲ್ಲಿ ಹಲವು ಕಲಾ ಪ್ರಕಾರಗಳನ್ನು ಪ್ರತಿಬಂಧಿಸಿದ್ದವು. ಈ ಎಲ್ಲಾ ದೇಶಗಳು ಆ ಸಂದರ್ಭಗಳಲ್ಲಿ ಅನುಸರಿಸುತ್ತಿದ್ದ ರಾಜನೀತಿಯನ್ನು ಅವಲೋಕಿಸಿದಾಗ, ಸೃಜನಶೀಲ ಅಭಿವ್ಯಕ್ತಿಯನ್ನು ಹತ್ತಿಕ್ಕುವ ಹಿಂದಿರುವ ಪ್ರಭುತ್ವದ ಉದ್ದೇಶ ಮನವರಿಕೆಯಾಗುತ್ತದೆ. ಇದಕ್ಕೆ ವ್ಯತಿರಿಕ್ತವೆನಿಸುವಂತೆ, ಜಪಾನ್‌ನಂತ ದೇಶ ತನ್ನ ರಾಷ್ಟ್ರ ನಿರ್ಮಾಣದ ಪ್ರಕ್ರಿಯೆಯಲ್ಲಿ ಮಾಂಗಾದಂತಹ ಕಲೆಯನ್ನು (ಅಳಿಲು ಸೇವೆಯಂತೆ ಅಂದುಕೊಂಡರೂ) ಧನಾತ್ಮಕವಾಗಿ ಬಳಸಿಕೊಂಡಿರಬಹುದಾದ ಸಾಧ್ಯತೆಯೂ ಇದೆಯಷ್ಟೇ?

■

ಇನ್ನು, ಜಪಾನಿಗರು ಆ ಪರಿಯಾಗಿ ಓದುವ ಮಾಂಗಾದ ಕಥೆ ಕಾದಂಬರಿಗಳ ವಸ್ತುಗಳನ್ನೇ ಲಕ್ಷಿಸೋಣ. ಜನಪ್ರಿಯತೆ ಹೊಂದಿದ ಕೆಲ ಮಾಂಗಾ ಧಾರಾವಾಹಿಗಳನ್ನು ತೆಗೆದುಕೊಂಡರೆ, ನಾಯಕನ ವೈಭವೀಕರಣದಂತ ಸಿದ್ಧ ಸೂತ್ರಕ್ಕೆ ಅವು ಜೋತುಬೀಳದಿರುವುದನ್ನು ನಾವು ಕಾಣಬಹುದು. ಅಲ್ಲಿಯ ಮುಖ್ಯ ಪಾತ್ರ ಕೂಡಾ ಉಳಿದವರಂತೆ ಸಾಮಾನ್ಯನೇ ಆಗಿರುತ್ತಾನೆ. ಆತನೂ ಕಾಮ, ಕ್ರೋಧ, ಅಸಹಾಯಕತೆ, ಅಸೂಯೆ ಇತ್ಯಾದಿ ಗುಣಲೇಪಿತನೇ. 'ವನ್ ಪಂಚ್ ಮ್ಯಾನ್' ಅನ್ನುವ ಮಾಂಗಾ ಧಾರಾವಾಹಿಯ ಕಥೆಯನ್ನೇ ನೋಡಿ– ಅದರ ನಾಯಕ ಪರಿಶ್ರಮದಿಂದ ಒಂದು ವಿಶೇಷ ಶಕ್ತಿಯನ್ನು ತನ್ನದಾಗಿಸಿಕೊಂಡಿರುತ್ತಾನೆ. ಆತ ನೀಡುವ ಒಂದೇ ಒಂದು 'ಪಂಚ್' ಅದೆಷ್ಟು ಪ್ರಬಲವೆಂದರೆ, ಎದುರಾಳಿ ಸತ್ತೇ ಹೋಗಬೇಕು ಅಥವಾ ಎದ್ದೇಳಲಾರದಷ್ಟು ಜರ್ಜರಿತನಾಗಿ ಕುಸಿಯಬೇಕು. ವಿಚಿತ್ರವೆಂದರೆ, ಈ ಏಕ ಮುಷ್ಟಿ ಪ್ರಹಾರಕನಿಗೆ ತನ್ನ ಶಕ್ತಿಯ ಬಗ್ಗೆ ಖುಷಿಯಿಲ್ಲ. ಯಾವುದೇ ಜಗಳ ಹೊಡೆದಾಟವಾದರೂ ಈತನ ವಿರೋಧಿ ಒಂದೇ ಏಟಿಗೆ ಕುಸಿದು ಬೀಳುತ್ತಾನಾದ್ದರಿಂದ ಆತನಿಗೆ ಬಡಿದಾಟದ ಮಜವೇ ಸಿಗುತ್ತಿಲ್ಲ. ಎಲ್ಲರೊಡನೆ ಭರ್ಜರಿ ಸೆಣೆಸಾಡಿ ಜಯಿಸುವ ಬಯಕೆ ಆತನದು. ಆದರೆ ಅದು ಸುಲಭದಲ್ಲಿ ದಕ್ಕಿದಾಗ ನಿರಾಶೆಗೊಳಗಾಗುತ್ತಾನೆ. ಹೀಗಾಗಿ ತಾನೇ ಗಳಿಸಿದ ಅಸಮಾನ್ಯ ಸಾಮರ್ಥ್ಯವನ್ನು ಕಳೆದುಕೊಳ್ಳಲು ಆತ ಹರಸಾಹಸ ಪಡುತ್ತಾನೆ. ಕೈಯ್ಯನ್ನು ಬೆನ್ನ ಹಿಂದೆ ಹಗ್ಗದಿಂದ ಕಟ್ಟಿಕೊಂಡು ಓಡಾಡುತ್ತಾನೆ. ಖಿನ್ನತೆಗೂ ಒಳಗಾಗಿ ವೈದ್ಯರಲ್ಲಿ ಹೋಗುತ್ತಾನೆ... ಹೀಗೆ.

ಕಳೆದ ಹದಿನೈದು ವರ್ಷಗಳಿಂದ ಸತತವಾಗಿ ಬರುತ್ತಿರುವ 'ಏಸ್ ಆಫ್ ಡೈಮಂಡ್' ಎನ್ನುವ ಬೇಸ್‌ಬಾಲ್ ಕ್ರೀಡೆಯ ಕುರಿತಾದ ಧಾರಾವಾಹಿಯಲ್ಲಿರುವುದು ಕೇವಲ ಸೋಲುವ ತಂಡದ ಕಥೆಗಳೇ. ಅವರು ಪಟ್ಟ ಪಾಡು, ಹೋರಾಟ, ನಿರಾಶೆ, ಅವಮಾನ ಇತ್ಯಾದಿಗಳ ಚಿತ್ರಣವೇ ಇದೆ ಅದರಲ್ಲಿ. ಗೆಲ್ಲುವ ತಂಡದ ಬಗ್ಗೆ ಅಲ್ಲಿಯ ಓದುಗರಿಗೆ ಹೆಚ್ಚಿನ ಆಸ್ಥೆಯಿದ್ದಂತಿಲ್ಲ. ಫುಟ್ಬಾಲ್ ಆಟದಲ್ಲಿ ಹೀರೋ ಆಗಿ ಮೆರೆಯುವ ಗೋಲು ಗಳಿಸುವ ವ್ಯಕ್ತಿಗಿಂತ, ಚೆಂಡನ್ನು ಅತ್ತಿಂದಿತ್ತ ತಳ್ಳುವ ಸಹ ಆಟಗಾರನನ್ನು ಕೇಂದ್ರವಾಗಿಸಿ ಹೆಣೆದ ಮಾಂಗಾ ಕಥೆಗಳು ಅಲ್ಲಿ ಜನಮನ್ನಣೆ ಗಳಿಸುತ್ತವೆ. ಈ ಉದಾಹರಣೆಗಳೆಲ್ಲಾ ಯಾಕೆ? ಭಾರತದಲ್ಲೂ ಸಾಕಷ್ಟು ಪ್ರಚಲಿತವಿರುವ 'ಡೋರೇಮೊನ್' ಎನ್ನುವ ಮಕ್ಕಳ ಕಾರ್ಟೂನನ್ನೇ ತೆಗೆದುಕೊಳ್ಳಿ. ಅದರಲ್ಲಿಯ ಮುಖ್ಯ ಪಾತ್ರವಾದ ನೊಬೀತಾ ಎನ್ನುವ ಹುಡುಗ, ಶಕ್ತಿಮಾನನಾಗಿ ಗುಡ್ಡ ಕುಟ್ಟಿ ಪುಡಿಗೈಯ್ಯುವುದಿಲ್ಲ. ಏನೋ ಮಾಡಹೋಗಿ ಮತ್ತೇನೋ ಎಡವಟ್ಟು ಮಾಡಿಕೊಂಡು ಪೇಚಿಗೆ ಸಿಲುಕಿಕೊಳ್ಳುತ್ತಲೇ ಇರುತ್ತಾನೆ.

ಹಾಗಾದರೆ, ಜಗತ್ತಿನ ಅತಿ ಮುಂದುವರಿದ ರಾಷ್ಟ್ರಗಳಲ್ಲಿ ಒಂದಾದ ಜಪಾನ್, ತನ್ನ ಅಂತರಂಗದಲ್ಲಿ ಬಯಸುತ್ತಿರುವುದಾದರೂ ಏನು? ಕಣ್ಣು ಕೋರೈಸುವ ಬೆಳಕು, ಎತ್ತೆತ್ತರದ ಕಟ್ಟಡಗಳು, ಅತೀವ ವೇಗ, ಅಸೀಮ ತಂತ್ರಜ್ಞಾನ, ಸರಿಸಾಟಿಯಿಲ್ಲದ ಸಂಶೋಧನೆಗಳ ನಡುವಲ್ಲಿ ಸುಪ್ತವಾಗಿ ಹರಿಯುತ್ತಿರುವ ಭಾವವಾಹಿನಿಯಾದರೂ

ಯಾವುದು? ಒಂದೇ ಪೆಟ್ಟಿಗೆ ವೈರಿಯನ್ನು ಹೊಡೆದುರುಳಿಸುವ ವ್ಯಕ್ತಿಯ ಅಟ್ಟಹಾಸಕ್ಕಿಂತ, ಆತನ ನಿಸ್ಸಹಾಯಕತೆಯ ಅಂಶವೇ ಅವರಿಗೆ ಇಷ್ಟವಾಗುತ್ತಿರುವುದೇಕೆ? ವ್ಯಕ್ತಿಯನ್ನು ಅವನ ಸಹಜ ದೌರ್ಬಲ್ಯಗಳೊಂದಿಗೇ ಒಪ್ಪಿಕೊಳ್ಳುವುದರಲ್ಲಿ, ಸೋಲನ್ನು ಸ್ವೀಕರಿಸುವುದರಲ್ಲಿ ತಪ್ಪಿಲ್ಲ ಎಂದು ಅವರಿಗೆ ಅನ್ನಿಸುತ್ತಿರಬಹುದೇ? ಆಹಾ-ಓಹೋಗಳ ಕೇಕೆ ಅಬ್ಬರದಿಂದ ವಿಮುಖವಾದ ಹಾದಿಯ ತಲಾಶಿನಲ್ಲಿರಬಹುದೇ ಅವರು? ಇವೆಲ್ಲ ಭೀಕರ ಯುದ್ಧವೊಂದು ಕಲಿಸಿ ಹೋದ ಪಾಠವಿರಬಹುದೇ? ಅಥವಾ, ನಾಯಕನೂ ಸಾಮಾನ್ಯನಾದಾಗ, ಸಾಮಾನ್ಯನೂ ನಾಯಕನಾಗುವ ಸಾಧ್ಯತೆಯಲ್ಲಿ ಹುರುಳನ್ನವರು ಕಂಡಿರಬಹುದೇ? ಇವುಗಳಲ್ಲಿ ಯಾವುದೇ ಒಂದರ ಉತ್ತರ ಹೌದೆಂದಾದರೂ, ಅದು ಪ್ರತಿ ದೇಶದ ಇಂದಿನ ತುರ್ತು ಕೂಡಾ ಅಹುದಲ್ಲವೆ?

■

ಇವೆಲ್ಲವುಗಳ ಜೊತೆಗೇ, ನಾವು ಗಮನಿಸಬೇಕಾದ ಮತ್ತೊಂದು ಪ್ರಮುಖ ಅಂಶವೂ ಇದೆಯಿಲ್ಲಿ. ಬೆಂಗಳೂರಿನಲ್ಲಿ ಎಲೆಕ್ಟ್ರಾನಿಕ್ ಸಿಟಿ ಸಾಫ್ಟ್‌ವೇರ್ ಕೇಂದ್ರವಿದ್ದಂತೆ, ನ್ಯೂಯಾರ್ಕಿನಲ್ಲಿ ಆರ್ಥಿಕ ವಹಿವಾಟುಗಳ ವಾಲ್‌ಸ್ಟ್ರೀಟ್ ಇದ್ದಂತೆ, ಟೋಕಿಯೋದಲ್ಲಿ ಈ ಮಾಂಗಾ ಸಂಬಂಧಿ ಚಟುವಟಿಕೆಗಳಿಗೆಂದೇ ಒಂದು ಇಡೀ ಪ್ರದೇಶ ಮೀಸಲಾಗಿದೆ. ಅಲ್ಲಿ ಮಾಂಗಾ ಪ್ರಕಾಶಕರ ಗಗನಚುಂಬಿ ಕಟ್ಟಡಗಳಿವೆ. ಕಥೆಗಾರರ ಕಚೇರಿಗಳು, ವಿತರಕರ ಕೂಟ, ಪ್ರಿಂಟಿಂಗ್ ಪ್ರೆಸ್ಸುಗಳು, ಪ್ರದರ್ಶನ ಮಳಿಗೆಗಳು, ಅನಿಮೆ ಸ್ಟುಡಿಯೋಗಳು... ಹೀಗೆ ಈ ಎಲ್ಲವುಗಳ ಆಗರ ಆ ಪ್ರದೇಶ. ಇಷ್ಟೇ ಹೇಳಿ ನಿಲ್ಲಿಸಿದರೆ ಅದು ಕೇವಲ ಏಕಮುಖೀ ನೋಟವಾದೀತು. ಸಾಕಷ್ಟು ಬರಹಗಾರರು, ಕಲಾಕಾರರು, ತಂತ್ರಜ್ಞರು ಅಲ್ಲಿ ತುಳಿತಕ್ಕೂ ಒಳಗಾಗುತ್ತಿದ್ದಾರೆ. ಕಡಿಮೆ ಸಂಬಳ ಹೆಚ್ಚು ದುಡಿಮೆಯ ಅನಿವಾರ್ಯತೆ ಇದೆ ಅವರಿಗೆ. ಬೆಳಗಾಗುವುದರೊಳಗೆ ಹೊಸ ಎಪಿಸೋಡಿಗೆ ಕಥೆ ಬರೆದು, ಚಿತ್ರ ರಚಿಸಿಕೊಡುವ ಒತ್ತಡಕ್ಕೂ ಸಿಲುಕಿದವರಿದ್ದಾರೆ. ಬಿಡುಗಡೆಯ ಸಾಧನವಾಗಿ ಹುಟ್ಟಿಕೊಂಡ ಕಲೆ, ಶೋಷಣೆಯ ಆಯುಧವೂ ಆಗಬಹುದಾದ ದುರಂತದ ನಿದರ್ಶನಗಳೂ ಯಥೇಚ್ಛ ಸಿಗುತ್ತವಲ್ಲಿ. ಸೃಜನಶೀಲ ಪ್ರಕಾರವೊಂದಕ್ಕೆ ವಾಣಿಜ್ಯದ ಸೋಂಕು ತಗುಲಿ, ಬಂಡವಾಳಶಾಹಿ ವ್ಯವಸ್ಥೆಯ ತೆಕ್ಕೆಗೆ ಸಿಲುಕಿದಾಗ ಒದಗಬಹುದಾದ ಆಪತ್ತೇ ಇದು? ಹಾಗಾಗದ ಪಕ್ಷದಲ್ಲಿ, ಕಲಾ ನಮೂನೆಯೊಂದು ತನ್ನ ಅಸ್ಮಿತೆಯನ್ನೂ ಕಾದುಕೊಂಡು, ತನ್ನೊಡಲ ಪುಳಕವನ್ನೂ ಉಳಿಸಿಕೊಂಡು, ಆರ್ಥಿಕವಾಗಿಯೂ ವಿಜೃಂಭಿಸಬಹುದಾದ ಮಾರ್ಗವಾದರೂ ಯಾವುದು?

ಕನಸು ನನಸಾಗುವವರೆಗೂ ತನ್ನ ಬೆನ್ನನ್ನು ಕಾಣಗೊಡುವುದಿಲ್ಲ. ಬೆನ್ನು ಕಾಣದಿರುವುದರಲ್ಲಿಯೇ ಸುಖವಿದೆ.

ನವಂಬರ್ 2021

ಮಾಯೆ ಎಂದರೇನು ಪ್ರಭುವೇ?

ಲೋಕಸಂಚಾರದಲ್ಲಿದ್ದಾಗಲೊಮ್ಮೆ ನಾರದನು ವಿಷ್ಣುವನ್ನೊಂದು ಪ್ರಶ್ನೆ ಕೇಳಿದನಂತೆ– "ಈ ಮಾಯೆಯೆಂದರೆ ಏನು ಪ್ರಭುವೇ?"

ಪ್ರಶ್ನೆಗೆ ಉತ್ತರಿಸುವ ಬದಲು ವಿಷ್ಣು,

"ಬಹಳ ಬಾಯಾರಿಕೆಯಾಗುತ್ತಿದೆ ನಾರದಾ, ಕುಡಿಯಲು ತುಸು ನೀರು ತಂದುಕೊಡುವೆಯಾ?" ಎಂದು ಕೋರಿದನಂತೆ.

ಅಲ್ಲಿಂದ ಹೊರಟು, ನೀರಿಗಾಗಿ ಅರಸುತ್ತಿರುವಾಗ ನಾರದನಿಗೆ ಗುಡಿಸಲೊಂದು ಕಾಣುತ್ತದೆ. ಆ ಗುಡಿಸಲಿನಲ್ಲೊಂದು ಸುಂದರ ತರುಣಿಯಿರುತ್ತಾಳೆ. 'ನೀರು ಬೇಕು' ಎಂದು ಕೇಳುವ ಬದಲು, 'ನೀನು ಬೇಕು' ಎಂದು ನಾರದ ಆಕೆಯನ್ನು ಕೇಳುವುದರಿಂದ ಆರಂಭಗೊಂಡು, ಅವರಿಬ್ಬರ ನಡುವೆ ಪ್ರೇಮಾಂಕುರ, ಮದುವೆ, ಸಂಸಾರ, ಮಕ್ಕಳು ಇತ್ಯಾದಿಗಳೆಲ್ಲಾ ಆಗಿ ವರ್ಷಗಳುರುಳುತ್ತವೆ. ಹೀಗಿರುವಾಗಲೊಂದು ದಿನ ಆ ಊರಲ್ಲಿ ಭೀಕರ ಪ್ರವಾಹ ಬಂದು ಊರಿಗೆ ಊರೇ ಮುಳುಗಿ ಹೋಗುತ್ತದೆ. ನೀರಿನ ರಭಸಕ್ಕೆ ಕೊಚ್ಚಿ ಹೋಗುತ್ತಿರುವ ಹೆಂಡತಿ ಮಕ್ಕಳನ್ನು ಉಳಿಸಿಕೊಳ್ಳಲು ಹರ ಸಾಹಸ ಮಾಡಿ ವಿಫಲನಾಗುತ್ತಾನೆ ನಾರದ. ನಡುವಲ್ಲಿ ಸಿಕ್ಕ ಮರದ ಬೊಡ್ಡೆಯೊಂದರ ಆಸರೆ ಪಡೆದು, ತಾನೊಬ್ಬ ಹೇಗೋ ಬಚಾವಾಗಿ ದಡಕ್ಕೆ ಬಂದು ಬಿದ್ದು ಏದುಸಿರು ಬಿಡುತ್ತಿರುವಾಗ, ಹಿಂದಿನಿಂದ ಮೆಲುದನಿಯೊಂದು ಕೇಳುತ್ತದೆ–

"ನಾರದಾ ಕುಡಿಯಲು ನೀರು ತಂದೆಯಾ?"

ಪುರಾಣದ ಪ್ರಚಲಿತ ಕಥೆ ಇದು. ಕಾಲದ ಪರಿಧಿಯೊಳಗೆ ಹಿಡಿದಿಡಲಾಗದ ಈ ಕಥೆಯನ್ನು ಸದ್ಯಕ್ಕೆ ಬದಿಗಿಟ್ಟು, ವರ್ತಮಾನಕ್ಕೇ ಬರೋಣ. ಸುಮಾರು ಇಪ್ಪತ್ತೈದು ವರ್ಷಗಳ ಹಿಂದೆ 'ದ ನೆಟ್' ಅನ್ನುವ ಇಂಗ್ಲೀಷ್ ಸಿನೆಮಾವೊಂದು ಬಂದಿತ್ತು. ಅದರ ನಾಯಕಿ ಸಾಫ್ಟ್‌ವೇರ್ ತಜ್ಞೆ. ಮನೆಯಲ್ಲೇ ಕಂಪ್ಯೂಟರಿನ ಎದುರು ಕುಳಿತು ತನ್ನ ಕಚೇರಿಯ ಕೆಲಸವಷ್ಟೇ ಅಲ್ಲ, ಉಳಿದೆಲ್ಲ ಬಾಹ್ಯ ಚಟುವಟಿಕೆಗಳನ್ನೂ ನಿರ್ವಹಿಸುತ್ತಿರುತ್ತಾಳೆ. ಬ್ಯಾಂಕ್ ವ್ಯವಹಾರವಾಗಲೀ, ದಿನಸಿ ಕೊಳ್ಳುವುದಾಗಲೀ, ವೈದ್ಯರ ಭೇಟಿಯಾಗಲೀ ಯಾವುದಕ್ಕೂ ಆಕೆ ಮನೆಯ ಹೊಸ್ತಿಲು ದಾಟಿದ್ದಿಲ್ಲ.

ಮುಂದೊಂದು ದಿನ ಮನೆಯಿಂದ ಹೊರಬಂದು ನೋಡಿದರೆ, ಅವಳದೇ ಗುರುತು ಹೊತ್ತ ಹಲವರು ಅವಳು ಮಾಡುವ ಕೆಲಸವನ್ನೂ, ಮಾಡಬಾರದ ಕೆಲಸವನ್ನೂ ಮಾಡುತ್ತಿರುತ್ತಾರೆ.

ಅಪಾರ ಜನಮನ್ನಣೆ ಗಳಿಸಿದ ಇನ್ನೊಂದು ಸಿನೆಮಾ 'ಮೇಟ್ರಿಕ್ಸ್' ಬಂದದ್ದು ಕೂಡಾ ಅದೇ ದಶಕದಲ್ಲಿ. ಮಾನವ ಹಾಗೂ ಯಂತ್ರ ಮಾನವರ ನಡುವಿನ ಸಂಘರ್ಷದ ಕಥೆಯಿತ್ತು ಅದರಲ್ಲಿ. ಮನುಷ್ಯನ ಮೆದುಳನ್ನು ಸಿಮ್ಯುಲೇಟ್ ಮಾಡಿ ಆತನಿಗೊಂದು ಭ್ರಮಾಲೋಕವನ್ನು ಕಟ್ಟಿಕೊಡುತ್ತವೆ ಯಂತ್ರಗಳು. ಮನುಷ್ಯ ಆ ಮಿಥ್ಯಾಲೋಕದಲ್ಲಿ ವಿಹರಿಸುತ್ತಾ ಆರಾಮದಲ್ಲಿ ಜೀವಿಸುತ್ತಿದ್ದೇನೆ ಎನ್ನುವ ಭ್ರಮೆಯಲ್ಲಿದ್ದರೆ; ಇತ್ತ ಅದೇ ಯಂತ್ರಗಳು ಆತನ ದೇಹದಲ್ಲಿನ ಶಕ್ತಿಯನ್ನೆಲ್ಲಾ ಅವನರಿವಿಗೆ ಬಾರದಂತೆ ಹೀರಿ ಬಳಸಿಕೊಳ್ಳುತ್ತಿರುತ್ತವೆ. ಆ ಕಾಲಕ್ಕೆ ಕೇವಲ ರೋಚಕ ಸೈನ್ಸ್ ಫಿಕ್ಷನ್‌ಗಳೆನಿಸಿದ್ದ ಈ ಚಲನಚಿತ್ರಗಳು ಇವತ್ತಿಗೆ ವಾಸ್ತವಕ್ಕೆ ಹತ್ತಿರದ ಸಂಗತಿಗಳಾಗಿ ಗೋಚರಿಸುತ್ತಿವೆ. ನಾರದನ ಮಾಯಾಲೋಕವನ್ನೂ, 'ಮ್ಯಾಟ್ರಿಕ್ಸ್'ನ ವರ್ಚುಅಲ್ ರಿಯಾಲಿಟಿಯನ್ನೂ ಒಟ್ಟಿಗೇ ಇಟ್ಟು ನೋಡಬಹುದಾದ ಸಾಧ್ಯತೆಗಳೂ ಸ್ಪಷ್ಟವಾಗುತ್ತವೆ.

ಇಂದು, ರಿಯಲ್ ಹಾಗೂ ವರ್ಚುಅಲ್ ಜಗತ್ತಿನ ನಡುವಿನ ಗೆರೆ ದಿನದಿಂದ ದಿನಕ್ಕೆ ಸಣ್ಣದಾಗುತ್ತಿರುವ ಸೋಜಿಗವನ್ನು ನಾವು ಗಂಭೀರವಾಗಿ ಗಮನಿಸಬೇಕಿದೆ. ಇನ್ನೊಂದು ಅರ್ಥದಲ್ಲಿ ಇದು ಫಿಸಿಕಲ್ ಲೋಕದ ಜೊತೆ ಡಿಜಿಟಲ್ ಲೋಕ ನಡೆಸುತ್ತಿರುವ ಪೈಪೋಟಿ. ಈ ಡಿಜಿಟಲ್ ಲೋಕದ ಮೋಡಿಯೇ ಅಂಥದ್ದು. ಅಲ್ಲಿ ನಿಜದ ಜಗತ್ತಿನಂತೆ ಕೇವಲ ಒಂದೇ ಲೋಕವಿಲ್ಲ. ನಿಮಗೆ ಬೇಕಾದಷ್ಟು ಲೋಕವನ್ನು ನಿಮ್ಮಿಷ್ಟಕ್ಕೆ ಅನುಸಾರ ಕಟ್ಟಿಕೊಳ್ಳಬಹುದು. ಅಲ್ಲಿ ಕೃಷ್ಣನ ಅವತಾರವನ್ನು ವಿಷ್ಣುವೇ ಎತ್ತಬೇಕಂತಿಲ್ಲ. ಯಾರ ಅವತಾರವನ್ನು ಯಾರೂ ಧರಿಸಬಹುದು. ಆ ಅವತಾರಕ್ಕೆ ಆದಿ ಅಂತ್ಯ ಎಂಬುದೂ ಇಲ್ಲ. ವೈರುಧ್ಯವೆಂದರೆ, ವಾಸ್ತವ ಜಗತ್ತಿನಲ್ಲಿ ವ್ಯಕ್ತಿಯೊಬ್ಬನಿಗೆ ಸಿಗದೇ ಇರುವ 'ಅಥೆಂಟಿಸಿಟಿ'ಯನ್ನು ಆ ಲೋಕ ಸೃಷ್ಟಿಸಿಕೊಡುತ್ತದೆ. ಹಲವು ಪರಿಕರಗಳ ಮೂಲಕ ನೀನು ನೀನೇ ಎಂಬ ಖಚಿತತೆಯನ್ನು ಅದು ಪ್ರತಿಯೊಬ್ಬನಿಗೂ, ಪ್ರತಿ ಅವತಾರಕ್ಕೂ ನೀಡುತ್ತದೆ. ನಿಮಗೊಂದು ಸಮುದಾಯವನ್ನೂ, ಅಲ್ಲೊಂದು ಪ್ರಾಮುಖ್ಯತೆಯನ್ನೂ ದಕ್ಕಿಸಿಕೊಡುತ್ತದೆ. ಅಷ್ಟೇ ಯಾಕೆ, ನಿಮ್ಮಲ್ಲೊಂದು ಸಾಮರ್ಥ್ಯವಿದೆ, ಅನೇಕರು ನಿಮ್ಮನ್ನೇ ಹಿಂಬಾಲಿಸುತ್ತಿದ್ದಾರೆ, ಅವಲಂಬಿಸಿದ್ದಾರೆ ಎನ್ನುವಂಥ ಇನ್ನೂ ಅನೇಕ ಹೆಗ್ಗಳಿಕೆಯ ಭಾವವೂ ನಿಮಗಲ್ಲಿ ದಂಡಿಯಾಗಿ ಸಿಗಬಹುದು. ಇನ್ನೇನು ಬೇಕು? ಆದರೆ ಅದು ಅಷ್ಟೇ ಅಲ್ಲ.

ಅವನು ಅವನೇ ಎಂಬ ಖಚಿತತೆಯ ನಡುವೆ, ಆ ಅವನು ಯಾರೋ ಆಗಿರಬಹುದಾದ ಸಾಧ್ಯತೆಯೂ ಇದೆಯಲ್ಲವೇ ಆ ಜಗದಲ್ಲಿ?

ಇನ್ನೊಂದು ಪ್ರಶ್ನೆ ಮೌಲ್ಯದ್ದು. ಹುಟ್ಟು ಮತ್ತು ಸಾವನ್ನು ಯಾವುದು ಹೊಂದಿದೆಯೋ ಅದಕ್ಕಿರುವ ಮೌಲ್ಯ, ಆದಿ ಅಂತ್ಯವಿಲ್ಲದಿರುವುದಕ್ಕೆ ಇಲ್ಲ. ಎಲ್ಲವೂ

ಪುನರ್‌ಸೃಷ್ಟಿಗೊಳ್ಳುತ್ತ ಅನಂತವಾಗಿರುವುದರ ಮೌಲ್ಯ ನಿರ್ಧರಿಸಲಾದೀತೇ? ಅಸಲಿಗೆ ಅದಕ್ಕೆ ಮೌಲ್ಯವೆಂಬುದುಂಟೇ? ಮಿಥ್ಯಾ ವಾಸ್ತವದ ಡಿಜಿಟಲ್ ಪ್ರಪಂಚ ನಿಂತಿರುವುದೂ ಈ ಇನ್ಫಿನಿಟಿ ನಿಯಮದ ಆಧಾರದ ಮೇಲೆಯೇ. ಅಲ್ಲಿರುವ ಪ್ರತಿಯೊಂದು ವಸ್ತು(?)ವಿಗೂ ಇರುವ ಬೆಲೆಯೆಷ್ಟು, ಅಥವಾ ಬೆಲೆಯಿದೆಯೇ ಎಂಬುದನ್ನು ನಿರ್ಧರಿಸುವುದು ಕಷ್ಟ. ಯಾಕೆಂದರೆ, ಡಿಜಿಟಲ್ ಜಗತ್ತೆಂಬುದು ಕೇವಲ ಒಂದು ಸ್ಥಿತಿ, ಅಸ್ತಿತ್ವವಲ್ಲ.

ಆ ಜಗದ ಅಪಾರ ಸಾಧ್ಯತೆಗಳಲ್ಲಿ ಒಂದಾದ ದುಡ್ಡಿನ ಚಲಾವಣೆಯನ್ನೇ ನೋಡೋಣ. ದುಡ್ಡು ಅನ್ನುವ ಕಾನ್ಸೆಪ್ಟ್ ಶುರುವಾದದ್ದೇ ನಂಬಿಕೆ ಎನ್ನುವ ತಳಹದಿಯ ಮೇಲೆ. 'ನಾನು ನಿನಗೆ ಈ ಕಾಗದದ ಮುಖೇನ ಇಷ್ಟು ರೂಪಾಯಿಯ ಮೌಲ್ಯವನ್ನು ಕೊಡುತ್ತಿರುವೆ' ಎಂಬ ಪ್ರಮಾಣವಿದೆ ಅಲ್ಲಿ. ಅಲ್ಲಿರುವ ಆ ಭೌತಿಕ ಸ್ಪರ್ಶಕ್ಕೆ, ಯಾರೋ ಒಬ್ಬ ಅನಾಮಿಕನ ಪ್ರಮಾಣವನ್ನೂ ಪುಷ್ಟೀಕರಿಸುವ ಶಕ್ತಿಯಿದೆ. ಆದರೆ ಈ ಡಿಜಿಟಲ್ ವಹಿವಾಟಿನಲ್ಲಿ, ಹಣ ನಿಮ್ಮ ಸ್ಪರ್ಶ ಹಾಗೂ ನೋಟಕ್ಕೆ ದಕ್ಕುವುದೇ ಇಲ್ಲ. ಯಾರೋ ಅದನ್ನು ನಿಮಗೆ ಕೊಟ್ಟು, ಅದನ್ನು ನೀವೆಲ್ಲೋ ಇಟ್ಟು, ಮುಂದೆ ಮತ್ಯಾರಿಗೋ ನೀಡಿ, ಆತ ಅದನ್ನು ಅವನದಾಗಿಸಿಕೊಳ್ಳುತ್ತ ನೂರಾರು ಕೈ ದಾಟಿದರೂ ಯಾರ ಬೆರಳಿಗೂ ಅದು ತಾಕುವುದಿಲ್ಲ. ಆದರೂ ಅದರ ಇರುವಿಕೆಯ ಬಗ್ಗೆ ನಮಗೆ ನಂಬಿಕೆಯಿದೆ.

ಅದಿರಲಿ, ಇತ್ತೀಚೆಗೆ ಮುನ್ನೆಲೆಗೆ ಬರುತ್ತಿರುವ ಕ್ರಿಪ್ಟೋ ಕರೆನ್ಸಿಯನ್ನೇ ತೆಗೆದುಕೊಳ್ಳಿ. ಯಾವುದೇ ನೆಲೆಯಲ್ಲಿಯೂ ಅದಕ್ಕೆ ಒಂದು ಭೌತಿಕ ಅಸ್ತಿತ್ವವೆಂಬುದೇ ಇಲ್ಲ. ಈ ಕ್ರಿಪ್ಟೋ ನಾಣ್ಯಗಳನ್ನು ಡಿಜಿಟಲ್ ಗಣಿಗಾರಿಕೆಯ ಮುಖೇನವೇ ಉತ್ಪಾದಿಸಲಾಗುತ್ತದೆ. ಅದರ ಕೊಡು ಕೊಳ್ಳುವಿಕೆ ಸಂಪೂರ್ಣ ಡಿಜಿಟಲ್ ರೂಪದಲ್ಲೇ ನಡೆಯುತ್ತದೆ. ಕೊನೆಗೆ ಅದನ್ನು ನಮ್ಮಿಂದ ಯಾರೂ ಕದಿಯಕೂಡದೆಂದು ಸುರಕ್ಷಿತವಾಗಿ ಇಡುವ ಲಾಕರ್ ಕೂಡ ಡಿಜಿ ವ್ಯಾಲೆಟ್ಟೇ ಆಗಿದೆ. ಅಚ್ಚರಿಯೆಂದರೆ, ಜಗತ್ತಿನಲ್ಲಿ ಇಂದು ಅತಿ ದೊಡ್ಡ ಮೊತ್ತದ ಹಣದ ವರ್ಗಾವಣೆ ಆಗುತ್ತಿರುವುದು ಈ ಅಮೂರ್ತ ನಾಣ್ಯಗಳ ಮುಖೇನವೇ.

ಒಂದು ಸಂಗತಿಯನ್ನು ನಾವಿಲ್ಲಿ ಗಮನಿಸಬೇಕು, ದುಡ್ಡಿಗೆ ಮೌಲ್ಯವೆಂಬುದು ಬರುವುದು ಅದನ್ನು ಸ್ವೀಕರಿಸುವವನಿಂದಲೇ ಹೊರತು ಕೊಡುವವನಿಂದ ಅಲ್ಲ. ಸೂಕ್ಷ್ಮವಾಗಿ ನೋಡಿ, ಭೌತಿಕ ವಹಿವಾಟಿನಲ್ಲಿರುವಂತೆ, ಕೊಟ್ಟಿದ್ದನ್ನು ತಿರಸ್ಕರಿಸುವ ಸ್ವಾತಂತ್ರ್ಯವನ್ನು ನಿಮಗೆ ಡಿಜಿಟಲ್ ಲೋಕ ಕರುಣಿಸುವುದಿಲ್ಲ. ಅದಕ್ಕಾಗಿ ನೀವು ಒತ್ತಾಯಿಸ ಹೊರಟರೆ ನಿಮಗಲ್ಲಿ ಜಾಗವಿಲ್ಲ. ಆ ಹಕ್ಕನ್ನು ಕಳೆದುಕೊಂಡೂ ನಾವಲ್ಲಿ ಬದುಕುವ ಅನಿವಾರ್ಯತೆಗೆ ಒಡ್ಡಿಕೊಳ್ಳುತ್ತೇವೆಂದರೆ ಅದೆಂಥ ಮಾಯೆಯಿರಬಹುದು ಅಲ್ಲಿ! ನಮ್ಮ ಹಿರೀಕರು ಅದ್ಯಾವುದೋ ಅರ್ಥದಲ್ಲಿ 'ದುಡ್ಡೆಂದರೆ ಮಾಯೆ ಕಣಾ' ಎಂದರು, ಅದು ಮತ್ತೊಂದು ರೀತಿಯಲ್ಲಿ ಇಂದು ಅರ್ಥಪೂರ್ಣವಾಗಿದೆ.

■

ನನ್ನನ್ನು ಬಹು ಮುಖ್ಯವಾಗಿ ಕಾಡಿದ ಎರಡು ಸಂಗತಿಗಳನ್ನು ಪ್ರಸ್ತಾವಿಸುತ್ತೇನೆ. ಕೆಲ ತಿಂಗಳುಗಳ ಹಿಂದೆ ಭಾರತೀಯ ಮೂಲದ ವಿಗ್ನೇಶ್ ಸುಂದರೇಸನ್ ಅನ್ನುವ ವ್ಯಕ್ತಿ ಸುಮಾರು ಆರುನೂರು ಕೋಟಿ ರೂಪಾಯಿಗಳನ್ನು ನೀಡಿ ಡಿಜಿಟಲ್ ಪೇಂಟಿಂಗ್ ಒಂದನ್ನು ಖರೀದಿಸಿದ್ದು ಸುದ್ದಿಯಾಯಿತು. ಆತ ಅದನ್ನು ಕೊಂಡುಕೊಂಡದ್ದೂ ಅಗೋಚರ ಕ್ರಿಪ್ಟೋ ನಾಣ್ಯಗಳನ್ನು ನೀಡಿಯೇ ಎಂಬುದನ್ನು ಹೇಳಬೇಕಿಲ್ಲ. ಕುತೂಹಲದ ಸಂಗತಿಯೆಂದರೆ, ಆತ ಆ ಚಿತ್ರಕಲೆಯನ್ನು ಪ್ರದರ್ಶನಕ್ಕೆ ಇಡುವವನಿದ್ದಾನಂತೆ. ಅದಕ್ಕೆಂದೇ ಒಂದು ಅದ್ದೂರಿ ಮಳಿಗೆಯನ್ನು ಕಟ್ಟಿಸುವ ಯೋಚನೆ ಇದೆಯಂತೆ. ಅದಕ್ಕಾಗಿ ಈಗಾಗಲೇ ಜಾಗ ಖರೀದಿಸಿಯಾಗಿದೆ. ಪೇಂಟಿಂಗನ್ನು ವೀಕ್ಷಿಸಲು ಬರುವ ಜನ ನೀಡುವ ಪ್ರವೇಶ ಶುಲ್ಕದಿಂದಲೇ ತನ್ನ ಹೂಡಿಕೆಯನ್ನು ವಾಪಸ್ ಪಡೆಯುವ ಇಂಗಿತ ಆತನದು. ಅಂದಹಾಗೆ ಇವೆಲ್ಲ ನಡೆಯುವುದು ವರ್ಚುಅಲ್ ಜಗತ್ತಿನಲ್ಲಿ! ವಿಚಿತ್ರವೆಂದರೆ, ಶತಕೋಟ್ಯಧಿಪತಿಗಳ ಗುಂಪಿಗೆ ಸೇರುವ ಈ ವಿಗ್ನೇಶ್ ಸುಂದರೇಸನ್ ವಾಸಿಸುತ್ತಿರುವುದು ಹತ್ತಡಿಯ ಬಾಡಿಗೆ ಮನೆಯಲ್ಲಿ. ಆತನಿಗೆ ಸ್ವಂತದ್ದೊಂದು ಕಾರು ಕೂಡಾ ಇಲ್ಲ. ಅವನ ಕೆಲಸ, ಸಂಪಾದನೆ, ಆಸ್ತಿಗಳೇನೇ ಇದ್ದರೂ ಅವೆಲ್ಲ ಮಿಥ್ಯಾವಾಸ್ತವ ಪ್ರಪಂಚದಲ್ಲೇ ಇವೆ. ಭವಿಷ್ಯವೆಂಬುದು ಆ ಲೋಕದಲ್ಲೇ ಇದೆ, ಭೂಮಿಯೆಂಬ ಈ ಲೋಕದಲ್ಲಿ ಏನೂ ಇಲ್ಲ ಎಂಬುದು ಆತನ ಬಲವಾದ ನಂಬಿಕೆ.

ಇನ್ನೊಂದು ಸಂಗತಿ ನನ್ನ ಕಾಲ ಬುಡದಲ್ಲೇ ಜರುಗಿದ್ದು. ಪ್ರೈಮರಿ ಓದುತ್ತಿರುವ ನನ್ನ ಮಗಳಿಗೆ ಮನೆಯಲ್ಲಿ ನಾಯಿಯೊಂದನ್ನು ಸಾಕಬೇಕೆಂಬ ಆಸೆ. ಆ ಕುರಿತು ಪದೇ ಪದೇ ಆಕೆ ಪೀಠಿಕೆ ಹಾಕುತ್ತಿದ್ದರೂ, ಹಲವು ಕಾರಣಗಳನ್ನು ನೀಡಿ ಅವಳ ಬೇಡಿಕೆಯನ್ನು ನಾವು ತಳ್ಳಿಹಾಕುತ್ತಲೇ ಬಂದಿದ್ದೆವು. ಇತ್ತೀಚಿನ ಆರೆಂಟು ತಿಂಗಳಲ್ಲಿ ಆಕೆ ನಾಯಿಯ ಬಗ್ಗೆ ಪ್ರಸ್ತಾವಿಸುವುದನ್ನು ಸಂಪೂರ್ಣವಾಗಿ ನಿಲ್ಲಿಸಿದ್ದಳು. ಹೀಗೇ ಮೊನ್ನೆ ಕುತೂಹಲಕ್ಕೆಂದು ಆಕೆಯ ನಾಯಿ ಸಾಕುವ ಬಯಕೆಯ ಬಗ್ಗೆ ನಾನು ವಿಚಾರಿಸಿದಾಗ,

"ಅದಕ್ಕೆರಡು ಕ್ಯೂಟ್ ಮರಿಗಳಾಗಿವೆ ಈಗ" ಎಂದು ಉತ್ತರಿಸಿದಳು.

ಅಚ್ಚರಿಗೊಂಡು ನಾವು ಹೆಚ್ಚಿನ ವಿವರಗಳನ್ನು ಕೆದಕಿದಾಗ ತಿಳಿದದ್ದಿಷ್ಟು–

ಆಕೆ ಒಂದು ಊರಿನಲ್ಲಿ ವಾಸಿಸುತ್ತಿದ್ದಾಳೆ. ಅಲ್ಲೊಂದು ಆಕೆಗೆ ಪುಟ್ಟ ಮನೆಯಿದೆ. ಸುತ್ತ ಮುತ್ತ ಸಾಕಷ್ಟು ಗೆಳತಿಯರಿದ್ದಾರೆ. ಮನೆಯಲ್ಲಿ ಚೆಂದದೊಂದು ನಾಯಿಯನ್ನೂ ಸಾಕಿಕೊಂಡಿದ್ದಾಳೆ. ನಾಯಿಯೊಡಗೂಡಿ ಆಕೆ ಶಾಲೆಗೂ ಹೋಗುತ್ತಾಳೆ. ಒಮ್ಮೆ ಆ ನಾಯಿಗೆ ಏನೋ ಅನಾರೋಗ್ಯವಾಗಿ ವೈದ್ಯರಲ್ಲಿ ಹೋಗಿದ್ದಳಂತೆ; ಅದರ ತಪಾಸಣೆಗೆ ಹಣ ಬೇಕು ಎಂಬುದು ಆಗ ಆಕೆಗೆ ಅರಿವಾಗಿದೆ. ಅದರ ಬೆನ್ನಲ್ಲೇ ಹಣ ಸಂಪಾದಿಸುವ ಉಪಾಯವೂ ಹೊಳೆದಿದೆ. ಊರ ಕೆರೆಯಲ್ಲಿ ಮೀನು

ಹಿಡಿದು ಅದನ್ನು ಮಾರುತ್ತಾಳಾಕೆ. ಹೆಚ್ಚು ಮೀನು ಮಾರುವುದರಿಂದ ಹೆಚ್ಚು ಹಣ ಗಳಿಸಬಹುದಾದ್ದರಿಂದ ಸಮಯ ಸಿಕ್ಕಾಗಲೆಲ್ಲ ಆಕೆ ಮೀನುಗಾರಿಕೆ ಮಾಡುತ್ತಾಳೆ. ಅವಳ ಆ ಊರಿಗೆ ಪ್ರವೇಶವಿರುವುದು ಕಂಪ್ಯೂಟರ್ ಪರದೆಯ ಮೂಲಕ.

ಆಕೆ ತನ್ನ ಕಂಪ್ಯೂಟರಿನ ಗರ್ಭದೊಳಕ್ಕೆ ಕಟ್ಟಿಕೊಂಡಿರುವ ಆ ಇನ್ನೊಂದು ಜಗತ್ತಿನ ಅನಾವರಣದೊಂದಿಗೇ ಅವಳ ಇತ್ತೀಚಿನ ಕೆಲವು ವರ್ತನೆಗಳಿಗೆಲ್ಲ ಹೊಸ ಅರ್ಥ ದೊರಕತೊಡಗಿತು. ಕೆಲದಿನಗಳ ಹಿಂದಷ್ಟೇ ನಡೆದ ಪ್ರಸಂಗದಲ್ಲಿ ಆಕೆ ಗೌರೀ ಪೂಜೆಯ ಕುಂಕುಮಕ್ಕೆ ಹೋದಾಗ ಪಡೆದ ದಕ್ಷಿಣೆಯ ಹಣವನ್ನು ಅಮ್ಮನಿಗೆ ನೀಡಿದ್ದಳು. "ಯಾಕೆ, ನಿನ್ನ ಪಿಗ್ಗಿ ಬ್ಯಾಂಕಿನಲ್ಲಿ ಕೂಡಿಡಲು ಬೇಡವೇ?" ಎಂದು ಕೇಳಿದಾಗ, "ನನ್ನ ಹತ್ತಿರ ತುಂಬಾ ಹಣವಿದೆ. ಇದರ ಅಗತ್ಯವಿಲ್ಲ" ಎಂದಿದ್ದಳು. ನಾವು ಆಕೆಯ ಮಾತನ್ನು ಹುಡುಗಾಟಿಕೆ ಎಂದು ತಿಳಿದು ಅಲಕ್ಷಿಸಿದ್ದೆವು.

■

ಹೀಗೇ ಸಾಗುತ್ತ ಮುಂದಕ್ಕೆ, ವರ್ಚುಅಲ್ ಲೋಕದಲ್ಲಿ ಜಾಗಿಂಗ್ ಮಾಡಿಯೂ ತೂಕ ಇಳಿಸಬಹುದಾದ, ಅಲ್ಲಿ ತಿಂದು ಇಲ್ಲಿ ಹಸಿವನ್ನು ನೀಗಿಸಿಕೊಳ್ಳಬಹುದಾದ ದಿನಗಳೂ ಬರಬಹುದು. ಅದೇನೇ ಆದರೂ ಆ ಪ್ರಪಂಚದಲ್ಲಿ ಸ್ಪರ್ಶದ ಮಿಡಿತವಿಲ್ಲ. ತರಹೇವಾರಿ ನಾಯಿಯನ್ನು ಸಾಕಬಹುದು, ಆದರೆ ಅದರ ಮೈಯ್ಯ ರೋಮವನ್ನು ಸವರುವ ಅನುಭೂತಿ ಸಿಗಲು ಸಾಧ್ಯವೇ? ಇತ್ಯಾದಿಗಳನ್ನೆಲ್ಲಾ ನಮ್ಮ ಸಮಾಧಾನಕ್ಕೆ ನಾವು ಕೇಳಿಕೊಳ್ಳಬಹುದು. ಅಲ್ಲಿ ಕೂಡಿಕೆ ಮಾಡಿ ಇಲ್ಲಿ ಬಸಿರಾಗುವ ಸೌಲಭ್ಯವನ್ನೂ ಒದಗಿಸಬಲ್ಲ ಆ ಸಂಶೋಧನೆಗೆ ಸ್ಪರ್ಶವೊಂದನ್ನು ಸೃಷ್ಟಿಸಿಕೊಡಲು ಸಾಧ್ಯವಿಲ್ಲವೇ? ಖಂಡಿತ ಇದೆ. ಡಿಜಿಟಲ್ ಪ್ಲಾಟ್‌ಫಾರ್ಮಿನಲ್ಲಿ ಸ್ಪರ್ಶದ ಅನುಭವ ಕಟ್ಟಿಕೊಡುವ ಎಲ್ಲ ಹಂತದ ಪ್ರಯೋಗಗಳೂ ಯಶಸ್ವಿಯಾಗಿವೆ. ಅದು ಜನಬಳಕೆಯಲ್ಲಿ ಬರುವ ದಿನಗಳು ದೂರವೇನಿಲ್ಲ. 'ಆದರೆ ನಮಗೆ ಅದರ ಅಗತ್ಯವಿದೆಯೇ?' ಎಂಬುದು ಕೇಳಿಕೊಳ್ಳಬೇಕಾದ ಪ್ರಶ್ನೆ. ದಿನದ ಮೂರೂ ಹೊತ್ತು ಯಂತ್ರಗಳ ಜೊತೆಗೇ ಕಳೆದು ಯಂತ್ರವೇ ಆಗಿಹೋಗಿರುವ ಮನಕ್ಕೆ ಸ್ಪರ್ಶದ ಹಂಗಿದ್ದೀತೇ?

ಈ ಸಂದರ್ಭದಲ್ಲಿ, ವಿಜ್ಞಾನಿ ಐನ್‌ಸ್ಟೀನ್ ಹೇಳಿದ 'Reality is merely an illusion, albeit a very persistent one' ಎನ್ನುವ ಮಾತು ಹೊಸ ಹೊಳಹನ್ನೇ ಸೂಚಿಸುತ್ತದೆ. ಇಸ್ರೇಲೀ ಸಂಶೋಧಕ ಯುವಲ್ ಹರಾರಿ ತನ್ನ 'ಹೋಮೋ ಡಿಅಸ್; ಅ ಬ್ರೀಫ್ ಹಿಸ್ಟರಿ ಆಫ್ ಟುಮಾರೋ' ಎನ್ನುವ ಕೃತಿಯಲ್ಲಿ– 'ಭವಿಷ್ಯದಲ್ಲಿ ಈ ಮಿಥ್ಯಾವಾಸ್ತವ ಜಗತ್ತಿನ ಸಾಧ್ಯತೆ ಹಾಗೂ ಆಯ್ಕೆಗಳು ಅದೆಷ್ಟು ಪ್ರಬಲ ಹಾಗೂ ಅಗಾಧವಾಗಿರುತ್ತವೆಯೆಂದರೆ, ಈ ಕುಬ್ಜ ನಿಜ ಜಗತ್ತಿನ ಬದುಕು ನಮ್ಮ ಆದ್ಯತೆಯೇ ಆಗಿರುವುದಿಲ್ಲ' ಎನ್ನುತ್ತಾನೆ. ನಾನು ಕಾಣುತ್ತಿರುವುದೆಲ್ಲ ಒಂದು ಕನಸೇ? ನಾನು ಈಗಷ್ಟೇ ಮಾತನಾಡಿದ ವ್ಯಕ್ತಿ ಆ ಕನಸಿನ ಪಾತ್ರವೇ ಆಗಿರಬಹುದೇ? ನನ್ನ ಸುತ್ತಲಿನದೆಲ್ಲ

ಯಾವುದರದ್ದೋ ಪ್ರತ್ಯನುಕರಣೆಯೇ? ನಾನು ಅನುಭವಿಸುತ್ತಿರುವುದೆಲ್ಲ ನನ್ನ ಮೆದುಳು ಯಾವುದೋ ಎಲೆಕ್ಟ್ರಾನಿಕ್ ತರಂಗಗಳ ಮೂಲಕ ಉದ್ದೀಪನಗೊಂಡು ಕಾಣುತ್ತಿರುವುದೇ ಆಗಿರಬಹುದೇ. ಹೀಗಾಗಿಯೇ ನನ್ನದು ನಿಜ ಜಗತ್ತೇ ಅಥವಾ ಮಿಥ್ಯಾಸ್ಮೃತಿಯ ಜಗತ್ತೇ ಎಂಬುದನ್ನು ಪ್ರತ್ಯೇಕಿಸಿ ನೋಡಲಾಗುತ್ತಿಲ್ಲವೇ... ಹೀಗೆ, ಪ್ರತಿ ಮನುಷ್ಯನೂ ಇಂತಹ ಸಂಶಯ ಕೂಪದಲ್ಲಿ ಬಿದ್ದು ಒದ್ದಾಡುವ ದಿನಗಳು ಈ ವೈಜ್ಞಾನಿಕ ಸಿದ್ಧಾಂತದಡಿಯಲ್ಲಿ ಹೆಚ್ಚು ದೂರವಿಲ್ಲ ಅನ್ನುತ್ತಾನೆ ಹರಾರಿ. ಹಾಗೇ ಮುಂದುವರಿದು– 'ಅಥವಾ ಅದು ಈಗಾಗಲೇ ಆಗಿಬಿಟ್ಟಿದೆಯೇ?' ಎನ್ನುವ ಸಂದೇಹವನ್ನೂ ವ್ಯಕ್ತಪಡಿಸುತ್ತಾನೆ.

ಇವನ್ನೆಲ್ಲಾ ಯೋಚಿಸುತ್ತಿದ್ದರೆ, ಶಂಕರಾಚಾರ್ಯರ 'ಬ್ರಹ್ಮಸತ್ಯಂ ಜಗನ್ಮಿಥ್ಯಂ' ಎನ್ನುವ ಹೇಳಿಕೆಯನ್ನು ಕಾರ್ಯರೂಪದಲ್ಲಿ ಅರ್ಥೈಸಿಕೊಳ್ಳಬಹುದಾದ ಹೊಸ್ತಿಲಲ್ಲಿ ನಾವಿದ್ದೇವೆ ಅನ್ನಿಸುತ್ತದೆ.

ಅಂದಹಾಗೆ, ಪ್ರವಾಹದಿಂದ ಪಾರಾಗಿ ಬಂದ ನಾರದನೇನಾದರೂ ನನ್ನೆದುರಿಗೆ ಸಿಕ್ಕರೆ ಅವನಿಗೊಂದು ಪ್ರಶ್ನೆ ಕೇಳಲಿಕ್ಕಿದೆ ನನಗೆ–

"ಗುಡಿಸಲಿನ ತರುಣಿಯೊಂದಿಗೆ ಸಂಸಾರ ನಡೆಸಿದ್ದು 'ನೀನೇ' ಎಂಬುದು ಖಾತ್ರಿಯುಂಟೇ, ನಾರದಾ?"

ಡಿಸೆಂಬರ್ 2021

ಬಿಗ್ ಬಾಸ್ ಈಸ್ ವಾಚಿಂಗ್ ಯು

ಟೀವಿಯಲ್ಲಿ ಎಂಭತ್ತರ ದಶಕದ ಸಿನೆಮಾವೊಂದನ್ನು ನೋಡುತ್ತಿದ್ದೆ. ಅದರಲ್ಲಿಯ ಖಳನಾಯಕ ಬಲು ಪ್ರಚಂಡ. ಆದರೆ ತನ್ನ ಮುಖ ಮಾತ್ರ ಎಲ್ಲಿಯೂ ತೋರಗೊಡುವುದಿಲ್ಲ. ಆತನ ಸಹಚರರಿಗೂ ಕೂಡಾ ಆತ ಅಲಭ್ಯ. ಬಹಳ ಆಧುನಿಕ ತಂತ್ರಜ್ಞಾನ ಹೊಂದಿದ ಆತನ 'ಕೋಟೆ'ಯಲ್ಲಿ ಗೋಡೆಯ ಮೇಲಿನ ಕೆಂಪು ದೀಪವೊಂದು ಹೊತ್ತಿಕೊಂಡು ಸದ್ದು ಮಾಡಿದರೆ ಆ ಖಳನಾಯಕನಿಂದ ಸಂದೇಶ ಬರುತ್ತಿದೆ ಎಂದು ಅರ್ಥ. ಸಹಚರರೆಲ್ಲರೂ ತಡಬಡಾಯಿಸಿ ಎದ್ದು ಕೈ ಕಟ್ಟಿ ನಿಂತು ಕೆಂಪು ದೀಪವನ್ನೇ ದಿಟ್ಟಿಸುತ್ತಾರೆ. ಆಗ ಎಲ್ಲಿಂದಲೋ ದನಿಯೊಂದು ಕೇಳಿ ಬರುತ್ತದೆ. ಕಠೋರ ಕಂಠದಲ್ಲಿ ಅದು ಸಹಾಯಕರಿಗೆ ಆದೇಶ ನೀಡುತ್ತದೆ. ಇವರೆಲ್ಲ 'ಯಸ್ ಬಿಗ್ ಬಾಸ್' ಎನ್ನುತ್ತ ಆಜ್ಞೆ ಸ್ವೀಕರಿಸುತ್ತಾರೆ. ಹೀಗೆ ಇಡೀ ಚಿತ್ರದುದ್ದಕ್ಕೂ ಮುಖ್ಯ ವಿಲನ್ ಅಶರೀರವಾಣಿಯ ಮುಖೇನವೇ ತನ್ನ ವ್ಯವಹಾರ ನಡೆಸುತ್ತಾನೆ. ಪೋಲೀಸರನ್ನೂ ಒಳಗೊಂಡು ಇಡೀ ಸರಕಾರವೇ ಆತನನ್ನು ಬಂಧಿಸಲು ಹೆಣಗಾಡುತ್ತಿದ್ದರೂ, ಆತ ಮಾತ್ರ ಅಗೋಚರ. ಅಂತೂ ಚಿತ್ರದ ಕ್ಲೈಮಾಕ್ಸಿನಲ್ಲಿ ನಾಯಕ ಅಪ್ರತಿಮ ಸಾಹಸ ತೋರಿ ಆ ಕೋಟೆ ಭೇದಿಸಿ ಖಳನನ್ನು ಸಂಹರಿಸುತ್ತಾನೆ ಹಾಗೂ ಬಿಗ್ ಬಾಸ್‌ನ ದರ್ಶನವೂ ಆಗುತ್ತದೆ.

ಸಿನೆಮಾ ನಂತರದ ಕಾರ್ಯಕ್ರಮ, ನಟ ಸುದೀಪ್ ನಡೆಸಿಕೊಡುವ 'ಬಿಗ್ ಬಾಸ್' ಹೆಸರಿನ ರಿಯಾಲಿಟಿ ಶೋ. ಅದರಲ್ಲಿಯೂ 'ಬಿಗ್ ಬಾಸ್'ನ ದನಿ ಮಾತ್ರ ಕೇಳುತ್ತದೆ. ಆತ ಯಾರು-ಎಂತ ಎಂಬುದು ಯಾರಿಗೂ ಗೊತ್ತಿಲ್ಲ. ಆತನ ಆಣತಿಯಂತೆ ಪ್ರತಿಯೊಬ್ಬರೂ ನಡೆದುಕೊಳ್ಳಬೇಕು. ವ್ಯತ್ಯಾಸವೆಂದರೆ, ಇಲ್ಲಿಯ ಬಿಗ್ ಬಾಸ್ ಮಾತ್ರ ಕೊನೆಯವರೆಗೂ ಅದೃಶ್ಯನಾಗಿಯೇ ಇರುತ್ತಾನೆ.

ಕಳೆದ ಮೂರ್ನಾಲ್ಕು ದಶಕಗಳಲ್ಲಿ ನಮ್ಮ ಜೀವನ ಕ್ರಮದಲ್ಲಾದ ಸ್ಥಿತ್ಯಂತರವನ್ನು ಗಮನಿಸಿದರೆ, ಈ ಬಿಗ್ ಬಾಸ್ ಎಂಬ ಗ್ರಹಿಕೆ ಕೂಡಾ ಮೇಲಿನ ಎರಡು ದೃಷ್ಟಾಂತದಲ್ಲಿ ಬದಲಾದಂತೆ ವಾಸ್ತವದಲ್ಲೂ ಬದಲಾಗಿದೆ ಎಂದೇ ಅನಿಸುತ್ತದೆ ನನಗೆ. ಅಂದರೆ– ಮೊದಲೆಲ್ಲಾ ಈ 'ಬಿಗ್ ಬಾಸ್' ಅನ್ನುವವ ಕೈಗೆ ಸಿಗುತ್ತಿದ್ದ. ಆದರೆ ಇಂದು ಆತನಿಗೊಂದು ಮೂರ್ತರೂಪವೆಂಬುದೇ ಇಲ್ಲ.

ಇದಕ್ಕೆ ಪೂರಕವೆನಿಸುವ ಉದಾಹರಣೆಯೊಂದನ್ನು ನೋಡೋಣ. ನನ್ನ ಮಿತ್ರನೊಬ್ಬ ಸಣ್ಣ ಉದ್ಯಮಿ. ಒಂದು ಹೆಸರಾಂತ ಬಹುರಾಷ್ಟ್ರೀಯ ಕಂಪನಿಯಿಂದ ಆತನಿಗೆ ಒಂದು ಲಕ್ಷ ಚಿಲ್ಲರೆ ಹಣ ಸಂದಾಯವಾಗಬೇಕಿದೆ. ಕಳೆದ ಎರಡು ವರ್ಷಗಳಿಂದ ಆತ ಈ ಲಘು ಮೊತ್ತ ಅವರಿಂದ ಪಡೆಯುವುದಕ್ಕಾಗಿ ಹೆಣಗಾಡುತ್ತಿದ್ದಾನೆ. ಆ ಕಚೇರಿಯಲ್ಲಿರುವವರೆಲ್ಲರೂ ನೌಕರರು. ಅವರ ಕೈಲೇನೂ ಇಲ್ಲ. ಅವರ ರೀಜನಲ್ ಡೈರಕ್ಟರನನ್ನು ಸಂಪರ್ಕಿಸಿದರೂ ಯಾವುದೇ ಪ್ರತಿಕ್ರಿಯೆಯಿಲ್ಲ. ಹಾಗೆ ನೋಡಿದರೆ, ಡೈರಕ್ಟರನಿಗೂ ಪೂರ್ಣ ಅಧಿಕಾರವಿಲ್ಲ. ಆ ಕಂಪನಿಯ ಮಾಲೀಕನನ್ನು ಹುಡುಕಿ ಹೊರಟರೆ ಅಲ್ಲಿ 'ಇವನೇ ಮಾಲೀಕ' ಎಂಬುವನೂ ಇಲ್ಲ. ಹತ್ತಾರು ಬೋರ್ಡ್ ಮೆಂಬರುಗಳಿದ್ದಾರೆ. ಅವರೆಲ್ಲರನ್ನು ಒಂದೆಡೆ ನಿಲ್ಲಿಸಿ ಕೇಳಬಹುದೇ? ಅದೂ ಸಾಧ್ಯವಿಲ್ಲ, ಯಾಕೆಂದರೆ ಅವರೆಲ್ಲ ಸೇರಿದಮೇಲೂ ಆ ಕಂಪನಿಯ ಉಳಿದರ್ಧ ಪಾಲನ್ನು ಯಾವುದೋ ವಿದೇಶೀ ಬ್ಯಾಂಕೊಂದು ಖರೀದಿಸಿದೆ. ಆ ಬ್ಯಾಂಕಿನಲ್ಲಿಯೋ ಜಗತ್ತಿನ ಸಹಸ್ರಾರು ಜನರ ಹೂಡಿಕೆಯಿದೆ!

ಇಂತಿಪ್ಪ ಆ ಬಹುರಾಷ್ಟ್ರೀಯ ಕಂಪನಿ, ಎಲ್ಲೆಲ್ಲಿಂದಲೋ ಸಾವಿರಾರು ಕೋಟಿ ರೂಪಾಯಿ 'ಫಂಡ್ ರೈಸ್' ಮಾಡಿರುವ ಸುದ್ದಿಯನ್ನು ನನ್ನ ಮಿತ್ರ ಪತ್ರಿಕೆಯಲ್ಲಿ ಓದುತ್ತಾನೆ. ಆದರೆ ಆತನ ಲಕ್ಷ ರೂಪಾಯಿಗೆ ಬಾಧ್ಯಸ್ಥನಾಗಬಹುದಾದ ವ್ಯಕ್ತಿ ಮಾತ್ರ ಆತನಿಗೆ ದೊರಕುತ್ತಿಲ್ಲ.

ಇಲ್ಲೊಂದೇ ಅಂತಲ್ಲ, ಯಾವುದೇ ಮಲ್ಟಿ ಸ್ಪೆಶಾಲಿಟಿ ಆಸ್ಪತ್ರೆಯಾಗಲೀ, ದೊಡ್ಡ ರೀಟೇಲ್ ಅಂಗಡಿಯಾಗಲಿ, ಡಿಜಿಟಲ್ ಬ್ಯಾಂಕಿಂಗ್ ಆಗಲಿ, ವಿಮಾ ಕಂಪನಿಯಾಗಲಿ ನಿಮಗಾದ ಕುಂದು ಕೊರತೆ ಅಥವಾ ನಷ್ಟವನ್ನು ನೀವು ಕೆಳಮಟ್ಟದಲ್ಲೇ ನಿವಾರಿಸಿಕೊಂಡರೆ ವಾಸಿ. ಇಲ್ಲಾಗದಿದ್ದರೆ ಮೇಲಿನ ಹಂತದಲ್ಲಿ ಇತ್ಯರ್ಥ ಮಾಡಿಕೊಳ್ಳುವೆನೆಂದು ಹೊರಟರೆ, ನಿಮಗಲ್ಲಿ ಆ ಮೇಲಿನ ವ್ಯಕ್ತಿ ಎಂಬವನನ್ನು ಎದುರುಗೊಳ್ಳಲೇ ಸಾಧ್ಯವಾಗಲಿಕ್ಕಿಲ್ಲ. ಅಲ್ಲಿ ವೈಯಕ್ತಿಕವಾಗಿ ಯಾರೂ ಯಾವುದಕ್ಕೂ ಪೂರ್ಣ ಜವಾಬ್ದಾರರಲ್ಲ. ಜವಾಬ್ದಾರನಾಗಬೇಕಿದ್ದ 'ಬಿಗ್ ಬಾಸ್' ಯಾರೆಂದು ಕಂಡುಹಿಡಿಯಲಾಗುವುದಿಲ್ಲ; ಅಥವಾ ಆತನಿಗೊಂದು ವ್ಯಕ್ತಿಗತ ರೂಪವೇ ಇಲ್ಲ.

ಹಿಂದಾದರೆ ಹಾಗಿರಲಿಲ್ಲ ನೋಡಿ. ನಮಗೆ ಅನ್ಯಾಯವೆಸಗಿದ ಜಮೀನ್ದಾರನನ್ನೋ, ಊರ ಒಡೆಯನನ್ನೋ, ಕಷ್ಟಪಟ್ಟಾದರೂ ಕೊರಳ ಪಟ್ಟಿ ಹಿಡಿದು ನಿಲ್ಲಿಸುವ ಕ್ಷಣಿಕ ಸಾಧ್ಯತೆಯಾದರೂ ಇತ್ತು. ಕಾದು ಕೂತು ಫ್ಯಾಕ್ಟರಿಯ ಮಾಲೀಕನ ಕಾರನ್ನು ಅಡ್ಡಗಟ್ಟಬಹುದಿತ್ತು. ಏನೂ ಸಾಧ್ಯವಾಗದಿದ್ದರೂ ಅವರೆದುರು ಕೂಗಾಡಿ ಕೊನೇಪಕ್ಷ ಆಕ್ರೋಶವನ್ನಾದರೂ ಹೊರಗೆಡವಬಹುದಿತ್ತು. ಹಾಕಿದ ಶಾಪ ಆತನಿಗೇ ತಟ್ಟುತ್ತದೆಂಬ ಭ್ರಮೆಯಲ್ಲಾದರೂ ಬದುಕಬಹುದಿತ್ತು. ಇಂದು– ನಾವು ಎಷ್ಟೇ ಅರಚಾಡಿದರೂ ಗಾಜಿನ ಪರದೆಯ ಆಚೆಯ ನೌಕರ ತನ್ನ ಲ್ಯಾಪ್‌ಟಾಪಿನಲ್ಲಿ ಕಣ್ಣು ಹುದುಗಿಸಿ ಕುಳಿತು ಕೇಳಿಸಿಕೊಂಡಾನೇ ಹೊರತೂ ಮತ್ತೇನೂ ಆಗಲಿಕ್ಕಿಲ್ಲ.

ನಮ್ಮ ಆಕ್ರೋಶಕ್ಕೊಂದು ತಂಗುದಾಣವೂ ಇರದ ಸ್ಥಿತಿ.

ವಿಚಿತ್ರವೆಂದರೆ, ನಮ್ಮ ಕೈಗೆಲ್ಲೂ ಸಿಗದ, ಕಣ್ಣಿಗೂ ಕಾಣದ ಈ 'ಬಿಗ್ ಬಾಸ್', ಅನೇಕ ಸಂಗತಿಗಳಲ್ಲಿ ನಮ್ಮನ್ನು ಆತನ ತಾಳಕ್ಕೆ ತಕ್ಕಂತೆ ಕುಣಿಸುತ್ತಿದ್ದಾನೆ. ಸೂಕ್ಷ್ಮವಾಗಿ ಯೋಚಿಸಿ ನೋಡಿ– ನೀವು ಪರ ಊರಿಗೆ ಹೋದಾಗ ಯಾವ ಹೊಟೇಲಿನಲ್ಲಿ ಉಳಿಯಬೇಕು, ನಿಮ್ಮ ಮಗುವನ್ನು ಯಾವ ಶಾಲೆಗೆ ಸೇರಿಸಬೇಕು, ನಿಮ್ಮ ಕುಟುಂಬಕ್ಕೆ ಯೋಗ್ಯವಾದ ಇನ್‌ಶುರನ್ಸ್ ಪ್ಲಾನ್ ಯಾವುದು ಇತ್ಯಾದಿಗಳ ಆಯ್ಕೆ ಹಾಗೂ ನಿರ್ಣಯ ಸಂಪೂರ್ಣವಾಗಿ ನಿಮ್ಮೊಳಗೇ ಹುಟ್ಟಿದ್ದೇ? ಅಥವಾ ಹಲವು ಹತ್ತು ಪರಿಕರಗಳ ಮೂಲಕ ನೀವು ಆ ನಿರ್ಣಯ ತೆಗೆದುಕೊಳ್ಳುವಂತೆ ಮಾಡಲಾಗಿದೆಯೇ? ಅಂತಹ ಪರಿಕರಗಳನ್ನು ಸಕಾಲಿಕ ಹಾಗೂ ಸಮರ್ಪಕವಾಗಿ ಪೂರೈಸುವಲ್ಲಿ ನಾವರಿಯದ ಆ 'ಬಿಗ್ ಬಾಸ್'ನ ಕೈವಾಡ ಇರಬಹುದೇ?

ಹೀಗೇ– ನಾವು ಯಾವ ರೆಸ್ಟೋರೆಂಟಿನಲ್ಲಿ ತಿನ್ನಬೇಕು, ಯಾವ ಫೋನ್ ಬಳಸಬೇಕು ಇತ್ಯಾದಿಗಳನ್ನು ನಿಯಂತ್ರಿಸುವ ಸಂಗತಿ ಬದಿಗಿರಲಿ; ನಿಮ್ಮ ಸಂಗಾತಿಗೆ ಯಾವ ಬಣ್ಣದ ಒಳ ಉಡುಪು ಇಷ್ಟ ಎನ್ನುವುದನ್ನು ನಿಮಗಿಂತಲೂ ನಿಖರವಾಗಿ ಬಲ್ಲ ಆತ. ಹಾಗೂ ಅದನ್ನೇ ಕೊಳ್ಳುವಂತೆ ನಿಮ್ಮನ್ನು ಪುಸಲಾಯಿಸಬಲ್ಲ.

■

ವರ್ಷದ ಹಿಂದೆ, ಭಾರತದಲ್ಲಿ ಹೂಡಿಕೆ ಮಾಡಲು ಆಸಕ್ತಿ ಹೊಂದಿದ್ದ ಅಮೇರಿಕನ್ ಮೂಲದ ಆಸ್ಪತ್ರೆಗಳ ಸಮೂಹವೊಂದರ ಅಧ್ಯಕ್ಷನೊಡನೆ ಮೀಟಿಂಗ್ ಒಂದರಲ್ಲಿ ಪಾಲ್ಗೊಳ್ಳುವ ಪ್ರಮೇಯ ನನ್ನದಾಗಿತ್ತು. ಬೆಂಗಳೂರಿನ ಉತ್ತರ ಭಾಗದಲ್ಲಿ ಆತನ ಆಸ್ಪತ್ರೆಗಾಗಿ ಕಟ್ಟಡ ಕಟ್ಟಿಸಿಕೊಡುವ ಡೆವಲಪ್ಪರನ ಪ್ರತಿನಿಧಿಯಾಗಿ ನಾನು ಅಲ್ಲಿದ್ದೆ. ಬೆಂಗಳೂರಿನಲ್ಲಿ ಆಸ್ಪತ್ರೆ ಆರಂಭಿಸುವ ಸಲುವಾಗಿ ಆ ಕಂಪನಿ ಮಾಡಿಕೊಂಡ ಪೂರ್ವಾನ್ವೇಷಣೆ ಹಾಗೂ ಮುಂದಿನ ತಯಾರಿಗಳ ಬಗ್ಗೆ ಅಲ್ಲಿ ಚರ್ಚೆಯಾಯಿತು. ಯಾವುದೋ ವಿದೇಶೀ ಏಜೆನ್ಸಿಯ ಮುಖೇನ ಬೆಂಗಳೂರು ಉತ್ತರದಲ್ಲಿ ವಾಸಿಸುವ ಜನರ ಸರ್ವೇ ಮಾಡಲಾಗಿದೆ. ಅಲ್ಲಿರುವವರಿಗೆಲ್ಲ ಯಾವ್ಯಾವ ರೋಗವಿದೆ, ಮುಂದೆ ಯಾವ ರೋಗ ಬರುವ ಸಾಧ್ಯತೆಯಿದೆ ಇತ್ಯಾದಿ. ಅಷ್ಟೇ ಅಲ್ಲ, ಜನರಿಗೆ ಯಾವ ರೋಗದ ಬಗ್ಗೆ ಹೆಚ್ಚಿನ ಭಯವಿದೆ ಎಂಬ ಡಾಟಾ ಕೂಡಾ ಸಂಗ್ರಹಿಸಲಾಗಿದೆ. ಜೊತೆಗೆ, ಸುತ್ತಮುತ್ತ ಈಗಾಗಲೇ ಇರುವ ದವಾಖಾನೆಗಳು ಹಾಗೂ ಅಲ್ಲಿ ಉಪಲಭ್ಯವಿರುವ ಚಿಕಿತ್ಸೆಗಳ ಸಮೀಕ್ಷೆಯೂ ಆಗಿದೆ. ಇವೆಲ್ಲವುಗಳ ಅಧ್ಯಯನದ ನಂತರ, ತಾವು ಹೂಡಿಕೆ ಮಾಡುತ್ತಿರುವ ಆಸ್ಪತ್ರೆಯನ್ನು ಕ್ಯಾನ್ಸರ್ ಸ್ಪೆಷಾಲಿಟಿ ಹಾಸ್ಪಿಟಲ್ ಆಗಿಸುವ ನಿರ್ಧಾರ ಮಾಡಿದೆ ಆ ಅಮೇರಿಕನ್ ಸಂಸ್ಥೆ.

ಸಾಕಷ್ಟು ಪ್ರಸಂಟೇಷನ್ನುಗಳು, ಸುದೀರ್ಘ ಚರ್ಚೆ ಇವುಗಳ ನಡುವೆ, ಆಸ್ಪತ್ರೆಗಳ ಸಮೂಹದ ಅಧ್ಯಕ್ಷ–

"ಎಲ್ಲಾ ಸರ್ವೆ ಆಗಿದೆ, ಮುಂದಿನ ದಿನಗಳಲ್ಲಿ ಕ್ಯಾನ್ಸರ್ ಪೀಡಿತರೇ ಹೆಚ್ಚಾಗುವುದರಿಂದ ನಾವು ಅದೇ ಆಸ್ಪತ್ರೆ ತೆಗೆಯುವುದು ಲಾಭದಾಯಕ ಎನ್ನುವುದೆಲ್ಲಾ ಸರಿ. ಅವೆಲ್ಲವುದಕ್ಕಿಂತ ಮಹತ್ವದ ಕೆಲಸವೇನೆಂದರೆ– ಮುಂದಿನ ಇಪ್ಪತ್ತು ವರ್ಷಗಳಲ್ಲಿ ಬೆಂಗಳೂರಿನಲ್ಲಿ ಕ್ಯಾನ್ಸರಿನಿಂದ ಪೀಡಿತರಾಗಿ ಸಾಯುವ ರೋಗಿಗಳು ಅತೀ ಹೆಚ್ಚಿರುತ್ತಾರೆ ಎಂಬುದನ್ನು ಜನರು ನಂಬುವಂತೆ ಮಾಡುವುದು. ಅದೇನೂ ಕಷ್ಟವಲ್ಲ. ಅದಕ್ಕೆ ತಕ್ಕ ಸ್ಟ್ರಾಟಜಿ ರೂಪಿಸಿಕೊಳ್ಳಬೇಕು ಅಷ್ಟೇ..." ಎಂಬುದಾಗಿ ತಣ್ಣನೆ ಹಾಗೂ ನಿಖರ ದನಿಯಲ್ಲಿ ಹೇಳುತ್ತ , ಪಕ್ಕದಲ್ಲಿಯ ತನ್ನ ಸಹಾಯಕಿಗೆ ಮುಂದಿನ ವಾರ ಸ್ಟ್ರಾಟಜಿ ಟೀಮಿನೊಂದಿಗೆ ಮೀಟಿಂಗ್ ವ್ಯವಸ್ಥೆ ಮಾಡುವಂತೆ ಸೂಚಿಸಿದ.

ಹಾಗಾದರೆ, ನಮಗೆ ಯಾವ ರೋಗ ಬರಬೇಕು ಎಂಬುದನ್ನೂ ಬೇರೆ ಯಾರೋ ನಿರ್ಧರಿಸುತ್ತಾರೆ ಎಂದಾಯಿತಲ್ಲವೇ?

ಇದರರ್ಥ, ನಮ್ಮ ಭವಿಷ್ಯದ ರೋಗ ನಿರ್ಧರಿಸುವ ಹಕ್ಕು ಯಾವುದೋ ದೊಡ್ಡ ಆಸ್ಪತ್ರೆಯ ಮಾಲೀಕನದು ಅಂತಲ್ಲ. ಅದು ಏಕವ್ಯಕ್ತಿ ಯಾ ಸಂಸ್ಥೆಯ ನಿರ್ಣಯವೂ ಅಲ್ಲ. ಹಾಗೆ ನೋಡಿದರೆ, ನಾವು ಉಜ್ಜುವ ಟೂತ್‌ಪೇಸ್ಟು, ಸೇವಿಸುವ ಏಸಿ ಗಾಳಿ, ತಿನ್ನುವ ಆಹಾರದಲ್ಲಿ ಬಳಸಿದ ಪದಾರ್ಥ, ತುಟಿ ಒಡಕಿಗೆ ಹಚ್ಚುವ ಬಾಮ್... ಹೀಗೇ ಹಲವಾರು ವಸ್ತುಗಳಿಗೂ, ಆ ವಸ್ತುವನ್ನು ಉತ್ಪಾದಿಸುವ ಮಂಡಳಿಗಳಿಗೂ ಇಂಥಹ ನಿರ್ಧಾರದಲ್ಲಿ ಪಾಲಿದೆ. ಹಾಗಾದರೆ ಇವರೆಲ್ಲ ಒಟ್ಟಿಗೇ ಕೂತು ಏನಾಗಬೇಕೆಂದು ತೀರ್ಮಾನ ತೆಗೆದುಕೊಳ್ಳುತ್ತಾರೆಯೇ? ಅದು ಕಾರ್ಯತಃ ಸಾಧ್ಯವೆನಿಸುವುದಿಲ್ಲ. ಅಂತಾದರೆ, ಯಾರು ಇದನ್ನೆಲ್ಲ ನಿರ್ಧರಿಸುವುದು? ಗೊಂಬೆಗಳನ್ನಾಡಿಸುವ ದಾರದ ಕೈ ಇರುವುದಾದರೂ ಎಲ್ಲಿ? ಈ ಮೊದಲು ಹೇಳಿದ ಎಲ್ಲಾ ವಸ್ತು, ವ್ಯಕ್ತಿಗಳಲ್ಲಿ ಪ್ರವಹಿಸುತ್ತಿರುವ ಅಂತಃವಾಂಛೆಯೊಂದು ತಣ್ಣನೆ ಹರಿದು ಬಂದು ಒಂದೆಡೆ ಸೇರಿ ಬೃಹದ್ ಶಕ್ತಿಯೊಂದು ಸೃಷ್ಟಿಯಾಗಿರಬಹುದೇ? ಅದಲ್ಲದೇ ದೇಶದ ಶತ ಕೋಟಿ ಜನರ ಯಾವುದೋ ಅಂಶ ಅಣು ಅಣುವಾಗಿ ಸ್ರವಿಸುತ್ತ ಅದರ ಜೊತೆಗೂಡಿರಬಹುದೇ? ಅಹುದೆಂದಾದರೆ, ಈ ಶಕ್ತಿಯ ಸೃಷ್ಟಿಯಲ್ಲಿ ಹೆಚ್ಚಿನ ಪಾಲುದಾರಿಕೆ ಯಾರದು? ಉತ್ತರಿಸುವುದು ಕಷ್ಟ.

ದಿಟವೇನೆಂದರೆ, ಆ ಶಕ್ತಿಗೆ ನಿಖರ ಹೆಸರೆಂಬುದಿಲ್ಲ. ಲಿಂಗವಂತೂ ಮೊದಲೇ ಇಲ್ಲ. ಇದೊಂದು 'ಮಾಫಿಯಾ', 'ಲಾಬಿ' ಎಂದೆಲ್ಲಾ ಗುರುತಿಸ ಹೊರಟರೆ, ಅದಷ್ಟು ನೇರವೂ ಅಲ್ಲ. ಅದರ ಸಂಕೀರ್ಣತೆ ಸುಲಭಕ್ಕೆ ದಕ್ಕುವುದೂ ಇಲ್ಲ. ಹೆಸರಿಲ್ಲದ, ಮೂರ್ತವಲ್ಲದ ಈ 'ಇರುವಿಕೆ'ಯನ್ನು ನಾನು (ತುಸು ಬಾಲಿಶವೆನಿಸಬಹುದೆಂಬ ಅಳುಕಿಟ್ಟುಕೊಂಡೇ) 'ಬಿಗ್ ಬಾಸ್' ಎಂದು ಕರೆಯುತ್ತಿದ್ದೇನೆ.

'ಇದು ಮತ್ತೇನಲ್ಲ, ಬಂಡವಾಳಶಾಹಿ ವ್ಯವಸ್ಥೆಯೊಂದು ಇದನ್ನೆಲ್ಲ ನಿಯಂತ್ರಿಸುತ್ತಿರುವುದು' ಎಂದರೆ, ಅದು ಮೇಲು ಮೇಲಣ ಮಾತಾದೀತು. ಈ

ಬಂಡವಾಳಶಾಹಿ ಅರ್ಥಿಕ ವ್ಯವಸ್ಥೆಯ ಬಗ್ಗೆ ಶತಮಾನಗಳ ಹಿಂದೆಯೇ ತರಹೇವಾರಿ ಅಧ್ಯಯನ, ಚಿಂತನೆಗಳು ನಡೆದಿವೆ. ಹದಿನೆಂಟನೇ ಶತಮಾನದ ತತ್ವಶಾಸ್ತ್ರಜ್ಞ ಆಡಮ್ ಸ್ಮಿತ್ ಅರುಹಿದ 'ಇನ್‌ವಿಸಿಬಲ್ ಹ್ಯಾಂಡ್' ಎಂಬ ಎಕನಾಮಿಕ್ ಥಿಯರಿಯನ್ನೇ ಈ 'ಬಿಗ್ ಬಾಸ್' ಎನ್ನುವ ಗ್ರಹಿಕೆ ಕೂಡಾ ಪ್ರತಿಪಾದಿಸುತ್ತದೆ ಎಂದೂ ನಮಗೆ ಅನ್ನಿಸಬಹುದು. ಆದರೆ ವಾಸ್ತವದಲ್ಲಿ ಎರಡರ ನಡುವೆ ಸಾಕಷ್ಟು ಫರಕ್ಕಿದೆ.

ವ್ಯಕ್ತಿಯೊಬ್ಬ ಏನನ್ನು ಕೊಳ್ಳಬೇಕೆನ್ನುವ ಆಯ್ಕೆಯ ಸ್ವಾತಂತ್ರ್ಯವನ್ನು ಆತನಿಗೇ ನೀಡುವುದು, ಸರಕಾರದ ಮಧ್ಯಸ್ಥಿಕೆಯನ್ನು ದೂರವಿಡುವುದು, ಮುಕ್ತ ಮಾರುಕಟ್ಟೆ ಇತ್ಯಾದಿಗಳ ಮುಖೇನ ಸಂಪತ್ತನ್ನು ಸೃಷ್ಟಿಸುವ ಬಗ್ಗೆ ಹೇಳುತ್ತಾನೆ ಸ್ಮಿತ್. ಯಾರೊಬ್ಬನ ವೈಯಕ್ತಿಕ ಇಚ್ಛೆಯಿಲ್ಲದೇ ಎಲ್ಲವೂ ಅದಾಗೇ ಅದು ನಡೆಯುತ್ತದೆ ಎಂಬುದು 'ಕಾಣದ ಕೈ' ಸಿದ್ಧಾಂತದ ಮೂಲ ತತ್ವ. ಆದರೆ ಬಿಗ್‌ಬಾಸ್-ಶಾಹಿಯಡಿಯಲ್ಲಿ ಆಯ್ಕೆಯ ಸ್ವಾತಂತ್ರ್ಯ, ಎಲ್ಲವೂ ಅದಾಗೇ ಅದು ನಡೆಯುತ್ತಿದೆ ಎಂಬುದೆಲ್ಲ ಹುಸಿ ಸತ್ಯವಷ್ಟೇ. ಆಡಮ್ ಸ್ಮಿತ್ ತನ್ನ ಸಿದ್ಧಾಂತವನ್ನು ಮಂಡಿಸುವಾಗ, ಮುಂಬರುವ ತಂತ್ರಜ್ಞಾನದ ಅಪಾರ ಸಾಧ್ಯತೆಗಳನ್ನು ಊಹಿಸಿರಲಿಕ್ಕಿಲ್ಲ. ಇಂದು ತಂತ್ರಜ್ಞಾನವನ್ನು ಸಂಪೂರ್ಣವಾಗಿ ತನ್ನ ವಶಕ್ಕೆ ತೆಗೆದುಕೊಂಡಿದೆ ಬಿಗ್ ಬಾಸ್. ಅದರ ಅಡಿಯಲ್ಲಿಯ ಕೊಡು-ಕೊಳ್ಳುವಿಕೆಯ ವ್ಯವಹಾರಕ್ಕೆ ಯಾವುದೇ ಸೀಮಿತ ಚೌಕಟ್ಟಿಲ್ಲ. ಅಲ್ಲಿಯ ಆಯಾಮಗಳು ನಮ್ಮ ಕಲ್ಪನೆಗೂ ಮೀರಿದ್ದಾಗಿದೆ. ನಮ್ಮ ಯೋಚನಾ ಕ್ರಮವನ್ನೇ ತಿರುಚಬಲ್ಲ, ನಮ್ಮ ಜೀವನ ಶೈಲಿಯನ್ನೇ ಬದಲಾಯಿಸಬಲ್ಲ, ನಮ್ಮ ಪ್ರಮುಖ ನಿರ್ಧಾರಗಳನ್ನೆಲ್ಲ ತಾನೇ ತೆಗೆದುಕೊಳ್ಳುವಷ್ಟು ಶಕ್ತಿಶಾಲಿಯಾಗಿ ಬೆಳೆದಿದೆ ಅದು.

ಇದನ್ನೆಲ್ಲಾ ಗಮನಿಸುತ್ತಿದ್ದರೆ-

'ಈ ಜಗದಲ್ಲಿ ಯಾವುದೋ ಅಗೋಚರ ಶಕ್ತಿಯೊಂದಿದೆ. ಅದು ಎಲ್ಲವನ್ನೂ ನಿಯಂತ್ರಿಸುತ್ತದೆ' ಎಂದು ನಮ್ಮ ಹಿರಿಯರು ಹೇಳುತ್ತಿದ್ದ ಮಾತು; 'ನಡೆವುದು, ನುಡಿವುದು, ಕೊಡುವುದು, ಕೊಂಬುವುದು, ಒಡೆಯನ ಪ್ರೇರಣೆ' ಎಂದು ದಾಸರು ಹಾಡಿದ್ದು ಎಲ್ಲವೂ ನೆನಪಾಗುತ್ತದೆ. ಸ್ಪಷ್ಟ ಪಾರಮಾರ್ಥಿಕ ಅರ್ಥದಲ್ಲಿ ಅರುಹಿದ ಆ ನುಡಿಗಳೆಲ್ಲ ಈ ರೂಪದಲ್ಲಿ ಇಂದು ನಮ್ಮೆದುರಿಗೇ ನಿಂತಿರುವುದ ಕಂಡು ದಿಗ್ಭ್ರಮೆಯಾಗುತ್ತದೆ. ಈ ಕ್ಷಣಕ್ಕೆ, ನಾನು ಟೈಪಿಸುತ್ತಿರುವ ಈ ಲ್ಯಾಪ್‌ಟಾಪು, ಕುಳಿತಿರುವ ಕುರ್ಚಿ ಇವೆಲ್ಲ ಯಾರದೋ ಬಯಕೆಯ ಭಾಗವಾಗಿ ಖರೀದಿಸಿದ್ದೋ ಅನ್ನಿಸುತ್ತ; ನಾಳೆ ನನ್ನ ಶವಪೆಟ್ಟಿಗೆಯ ಲ್ಯಾಮಿನೇಷನ್ ಯಾವ ಕಂಪನಿಯದಾಗಿರಬೇಕು ಎಂಬುದನ್ನು ಆ ಬಿಗ್ ಬಾಸೇ ನಿರ್ಧರಿಸುತ್ತದೋ ಎಂಬ ಯೋಚನೆಗೆ ತಬ್ಬಿಬ್ಬಾಗುತ್ತೇನೆ.

ಜನವರಿ 2022

ಪ್ಯಾಶನ್

ಅಮೇರಿಕಾದಲ್ಲಿ ನೆಲೆಸಿರುವ ನನ್ನ ಕಾಲೇಜು ಮಿತ್ರನೊಬ್ಬ ಹಲವು ವರ್ಷಗಳ ನಂತರ ಫೋನ್ ಮಾಡಿದ್ದ. ಹೀಗೆ ಅದು-ಇದು ಮಾತುಕತೆಗಳ ನಡುವೆ ಮಕ್ಕಳ ವಿಷಯವೂ ಬಂತು. ನನ್ನ ಮಗಳೂ ಆತನ ಮಗಳೂ ಹೆಚ್ಚುಕಮ್ಮಿ ಒಂದೇ ವಯಸ್ಸು. ಪ್ರೈಮರಿಯಲ್ಲಿದ್ದಾರೆ.

"ಯಾವುದರಲ್ಲಿ ಆಸಕ್ತಿ ನಿನ್ನ ಮಗಳಿಗೆ?" ಆತ ಕೇಳಿದ

"ಎಲ್ಲದರಲ್ಲೂ ಇದೆ. ಓದುವುದೊಂದು ಬಿಟ್ಟು" ನಾನು ಹೇಳಿದೆ

"ಅಲ್ಲ ಹಾಗಲ್ಲ. ಯಾವುದರಲ್ಲಿ ಹೆಚ್ಚು ಆಸಕ್ತಿ ತೋರುತ್ತಾಳೆ? ಐ ಮೀನ್ ವಾಟ್ ಈಸ್ ಹರ್ ಪ್ಯಾಶನ್ (passion)?"

"ಯಾವುದರಲ್ಲಿ ಆಕೆಗೆ ವಿಶೇಷ ಆಸಕ್ತಿ ಅಂತಾ ಗೊತ್ತಾಗ್ತಾ ಇಲ್ಲ ಮಾರಾಯಾ. ಹಾಗೆ ನೋಡಿದ್ರೆ ಆಟ ಆಡೋದೇ ಅವಳಿಗೆ ಎಲ್ಲಕ್ಕಿಂತ ಹೆಚ್ಚು ಪ್ರಿಯ"

"ಓಹ್... ಯಾವುದೂ ಸೂಚನೆ ಕೊಡ್ತಾ ಇಲ್ಲ ಅನ್ಸುತ್ತೆ. ನನ್ನ ಮಗಳೂ ಹಾಗೇ. ಆದರೆ ಅದನ್ನು ಕಂಡು ಹಿಡಿಯಲು ಒಂದು ಚೆಕ್-ಲಿಸ್ಟ್ ಇದೆ. ಇಲ್ಲಿಯ ಸಾಕಷ್ಟು ತಜ್ಞರು ಸೇರಿ ತಯಾರಿಸಿದ್ದು. ಅದರ ಪ್ರಕಾರ ನಾನು ಮಗಳನ್ನು ಗಮನಿಸತೊಡಗಿದ ಮೇಲೆ, ಸ್ವಲ್ಪ ಸ್ವಲ್ಪ ಕುರುಹು ಸಿಗುತ್ತಿದೆ. ನಿನಗೆ ಬೇಕಾದರೆ ಆ ಚೆಕ್-ಲಿಸ್ಟ್ ಕಳಿಸಿ ಕೊಡುವೆ"

"ಅದರಿಂದ ಅಂತಾ ಏನು ಉಪಯೋಗ ಇದೆ ಮಾರಾಯಾ?"

"ಮಗಳಿಗೆ ಯಾವುದು ಇಷ್ಟ ಅನ್ನೋದನ್ನ ಕಂಡುಹಿಡಿಯ ಬೇಕಲ್ಲವಾ? ಅವಳು ಅದೇ ಕ್ಷೇತ್ರದಲ್ಲಿ ತನ್ನ ಕೆರಿಯರ್ ರೂಪಿಸಿಕೊಳ್ಳೋದು ಮುಖ್ಯ ಅಲ್ವಾ? ತಮ್ಮ ಪ್ಯಾಶನ್ ಏನನ್ನೋದು ಅವರಿಗೇ ಗೊತ್ತಾಗಬೇಕು. ಗೊತ್ತಾಗಲಿಲ್ಲ ಅಂದ್ರೆ, ಈ ಚೆಕ್-ಲಿಸ್ಟ್ ಅದನ್ನು ಕಂಡುಹಿಡಿಯಲು ಸಹಾಯ ಮಾಡುತ್ತೆ"

"ನಮ್ಮ ಕಾಲೇಜಿನ ಕೊನೇ ವರ್ಷದ ಬೀಳ್ಕೊಡುಗೆ ಸಮಾರಂಭದಲ್ಲಿ, ಎಚ್.ಓ.ಡಿ ಮಾಡಿದ ಭಾಷಣ ನೀನು ಸೀರಿಯಸ್ಸಾಗಿ ತಗೊಂಡ ಹಾಗಿದೆ ಮಾರಾಯ. 'ಫಾಲೋ

ಯುವರ್ ಪ್ಯಾಶನ್' ಅಂದಿದ್ದರಲ್ಲ ಅವರು? ಅದೇ ದಿನ ರಾತ್ರಿ ನಾವೆಲ್ಲ ನಮ್ಮ ಬಯೋಡಾಟಾದ ತಲಾ ಇಪ್ಪತ್ತೈದು ಪ್ರತಿ ಫೋಟೋ ಕಾಪಿ ಮಾಡಿಸಿ ಸಿಕ್ಕ ಸಿಕ್ಕ ಕಂಪನಿಗೆ ಕಳಿಸಲು ಸಿದ್ಧಮಾಡಿಕೊಂಡಿದ್ದೆವಲ್ಲ, ನೆನಪಿದ್ಯಾ?" ಆತನನ್ನು ಕೆಣಕುವ ರೀತಿಯಲ್ಲಿ ಕೇಳಿದೆ ನಾನು.

"ಹೂಂ... ಹೌದು" ಅನ್ನುತ್ತ ಗಹಗಹಿಸಿ ನಕ್ಕ ಆತ.

"ಹೋಗಲಿ ಬಿಡು. ಇಷ್ಟು ವರ್ಷ ಆಯ್ತು ಕಾಲೇಜು ಬಿಟ್ಟು. ನಿನಗೆ ನಿನ್ನ ಪ್ಯಾಶನ್ ಏನು ಅನ್ನೋದು ಗೊತ್ತಾಗಿದೆಯಾ? ನೀನು ಅಮೇರಿಕಾ ಪಾಲಾಗಿರುವುದು ಅದೇ ಪ್ಯಾಶನ್ನಿನ ಬೆನ್ನು ಹತ್ತಿ ಅನ್ನಿಸುತ್ತಿದೆಯಾ?"

"ನಾನು ಮಾಡಿದ ತಪ್ಪನ್ನು ನಮ್ಮ ಮಕ್ಕಳೂ ಮಾಡಬಾರದು ಅಂತಾ ಈ ಪ್ರಯತ್ನ" ಆತ ಸಮಜಾಯಿಷಿ ನೀಡತೊಡಗಿದ.

■

ಹೌದು. ನಿಮ್ಮ ಹೃದಯದ ಕರೆಗೆ ಓಗೊಡಿ. ನಿಮಗೇನು ಇಷ್ಟವೋ ಅದನ್ನೇ ನಿಮ್ಮ ವೃತ್ತಿಯನ್ನಾಗಿ ಆಯ್ದುಕೊಳ್ಳಿ. ಆಗ ಜೀವನದಲ್ಲಿ ಯಶ ಸಾಧಿಸುತ್ತೀರಿ. ಇಂಥ ಹೇಳಿಕೆಗಳು ಕ್ಲೀಷೆಯೆನಿಸುವಷ್ಟು ನಮಗೆ ಸಿಗುತ್ತವೆ. ಅದು ಯಾವ ಮಟ್ಟಿಗೆಂದರೆ, ಕ್ರಿಕೆಟ್ಟಿನಲ್ಲಿ ಆಸಕ್ತಿಯುಳ್ಳ ಹುಡುಗ ಅದರಲ್ಲೇ ಮುಂದುವರಿದರೆ ಮುಂದೊಂದು ದಿನ ಸಚಿನ್ ತೆಂಡುಲ್ಕರ್ ಆಗಬಹುದು. ಸಂಗೀತವನ್ನೇ ನೆಚ್ಚಿ ಹೊರಟವ ಏಆರ್ ರೆಹಮಾನ್ ಲೆವೆಲ್ಲಿಗೆ ಏರಲೂ ಬಹುದು ಅನ್ನುವಷ್ಟು. ಸ್ಟೀವ್ ಜಾಬ್ಸ್ ನಿಂದ ಹಿಡಿದು ನಾರಾಯಣ ಮೂರ್ತಿಯವರೆಗೂ ಯಾರನ್ನೇ ಕೇಳಿದರೂ ಇದೇ ಮಾತನ್ನು ತಿರುಗಿ ಮುರುಗಿ ಹೇಳಿದವರೇ.

ಈ ಸ್ಫೂರ್ತಿದಾಯಕ ಹೇಳಿಕೆಗಳ ಮಜವೇ ಅಂಥದ್ದು. ಕೇಳಲು ಬಹು ಆಕರ್ಷಕವೂ, ರೊಮಾಂಟಿಕ್ ಆಗಿಯೂ ಇರುತ್ತದೆ, ಆದರೆ ಅದನ್ನು ನಿಜಕ್ಕೂ ಕಾರ್ಯಗತ ಗೊಳಿಸುವುದು ಹೇಗೆಂದು ಮಾತ್ರ ಗೊತ್ತಾಗುವುದಿಲ್ಲ. 'ನಿನ್ನ ಜೀವನವನ್ನು ಬಿಡಿಸುವ ಕಲಾವಿದ ನೀನೇ. ಬೇರೆ ಯಾರ ಕೈಗೋ ಕುಂಚ ಕೊಡಬೇಡ' ಎಂದು ಯಾರೋ ಅಂದರೆ; 'ನಿನ್ನೊಳಗಿನ ಕಿಡಿಯನ್ನು ಆರದಂತೆ ಕಾಪಿಟ್ಟುಕೋ' ಎಂದು ಮತ್ಯಾರೋ ನುಡಿದರೆ, ಈ ಕುಂಚ, ಕಿಡಿಗಳನ್ನು ಹೇಗೆ ಪತ್ತೆ ಹಚ್ಚೋಣ? 'ನಿನ್ನ ಇಷ್ಟವನ್ನು ಬೆನ್ನತ್ತಿ ಹೋಗು' ಅನ್ನುವ ಮಾತು ಕೂಡಾ ಅದೇ ಸಾಲಿಗೆ ಸೇರುವಂಥದ್ದು ಅನ್ನಿಸುತ್ತದೆ ನನಗೆ.

ಇಂಗ್ಲೀಷಿನಲ್ಲಿ ಸಿಕ್ಕಾಪಟ್ಟೆ ಬಳಕೆಯಾಗುವ ಪ್ಯಾಶನ್ ಎಂಬ ಪದಕ್ಕೆ ಕನ್ನಡದಲ್ಲಿ ಏಕಮಾತ್ರ ಪರ್ಯಾಯ ಪದ ಸಿಗುತ್ತಿಲ್ಲ. 'ಉತ್ಕಟಾಕಾಂಕ್ಷೆ' ಅನ್ನಬಹುದೇನೋ. ಆ ನಮ್ಮ ಉತ್ಕಟಾಕಾಂಕ್ಷೆ ಏನೆಂಬುದನ್ನು ಪತ್ತೆ ಹಚ್ಚಿ ಅದನ್ನೇ ನಮ್ಮ ಜೀವನದ ಪ್ರಥಮ

ಆದ್ಯತೆಯನ್ನಾಗಿಸಿಕೊಳ್ಳಬೇಕು ಎಂಬುದನ್ನೇ ತಾನೆ ಎಲ್ಲರೂ ಹೇಳುತ್ತಿರುವುದು? ಹಾಗಾದರೆ, ನಮಗಾವುದರಲ್ಲಿ ಅತೀವ ಆಸಕ್ತಿ? ಆ ಆಸಕ್ತಿಯೆಂಬುದು ಕೇವಲ ಒಂದೇ ಸಂಗತಿಯಲ್ಲಿ ಇರಬೇಕೆಂದಿದೆಯೇ? ಅದು ಕಾಲ ಕಾಲಕ್ಕೆ ಬದಲಾಗಬಾರದೇಕೆ? ನಮ್ಮಿಷ್ಟದ ಸಂಗತಿಯಲ್ಲಿಯೇ ನಮಗೆ ಕೌಶಲವೂ ಇರಬೇಕೆಂದುಂಟೇ? ಈ ಎಲ್ಲ ಪ್ರಶ್ನೆಗಳಿಗೆ ಹೌದು ಯಾ ಇಲ್ಲ ಎನ್ನುವ ನಿಖರ ಉತ್ತರವಿಲ್ಲ. ಹೀಗಿರುವಾಗ ನನ್ನ ಅಮೇರಿಕಾದ ಗೆಳೆಯನ 'ಚೆಕ್ ಲಿಸ್ಟ್' ಇದ್ದರೂ ನನ್ನ ಉತ್ಕಟಾಕಾಂಕ್ಷೆ ಯಾವುದೆಂದು ಕಂಡು ಹಿಡಿಯುವುದು ಕಷ್ಟದ ಸಂಗತಿಯೇ ಆದೀತು.

ನನಗೆ ಬಾಲ್ಯದಲ್ಲೊಂದು ಹವ್ಯಾಸವಿತ್ತು. ವಿವಿಧ ಬ್ರಾಂಡಿನ, ಬೇರೆ ಬೇರೆ ಚಿತ್ರದ ಬೆಂಕಿಪೊಟ್ಟಣಗಳನ್ನು ಸಂಗ್ರಹಿಸುವುದು. ಅದೆಷ್ಟು ಹುಚ್ಚಿತ್ತೆಂದರೆ ಅವುಗಳ ಸಂಗ್ರಹಕ್ಕಾಗಿ ನಾನು ಮಾಡಿದ ಸಾಹಸಗಳದ್ದೇ ಒಂದು ಕಥೆಯಾದೀತು. ಸರಿಸುಮಾರು ಕಾಲೇಜು ತಲುಪುವವರೆಗೂ ಇದ್ದ ಆ ಖಯಾಲಿ ಕಾಲಕ್ರಮೇಣ ನಿಂತು ಹೋಯಿತು. ನಾನು ಆಗಾಗ ಯೋಚಿಸಿದ್ದಿದೆ. ನನ್ನ ಬೆಂಕಿಪೊಟ್ಟಣ ಪ್ರೀತಿಯನ್ನೇ ವೃತ್ತಿಯಾಗಿಸಿಕೊಂಡಿದ್ದರೆ ಇಂದು ನಾನು ಏನಾಗಬೇಕಿತ್ತು? ಬೆಂಕಿಪೊಟ್ಟಣ ತಯಾರಿಕೆಯ ಕೈಗಾರಿಕೆ ತೆರೆಯಬೇಕಿತ್ತೇ? ಅಥವಾ ಹಲವಾರು ಕಂಪನಿಯ ಬೆಂಕಿಪೊಟ್ಟಣಗಳನ್ನು ಮಾರುವ ಟ್ರೇಡರ್ ಆಗಬೇಕಿತ್ತೇ? ಅಥವಾ ಅವುಗಳ ಕವರ್ ಡಿಸೈನ್ ಮಾಡುವ ವಿನ್ಯಾಸಕಾರನಾಗಬೇಕಿತ್ತೆ? ಇಲ್ಲಾ, ದಶಲಕ್ಷ ಅಪರೂಪದ ಬೆಂಕಿಪೊಟ್ಟಣಗಳನ್ನು ಸಂಗ್ರಹಿಸಿ ಲಿಮ್ಕಾ ಪುಸ್ತಕದಲ್ಲಿ ದಾಖಲೆ ಬರೆಯಬೇಕಿತ್ತೇ? ಇದರ ಬಗ್ಗೆ ಹೀಗೇ ಒಮ್ಮೆ ಚರ್ಚಿಸುತ್ತಿರುವಾಗ, ನನ್ನ ಗೆಳೆಯರಲ್ಲೊಬ್ಬ, "ಅದನ್ನೇ ನಿನ್ನ ಕೆರಿಯರ್ ಮಾಡಿಕೊಳ್ಳಬೇಕೆಂದಿದ್ದರೆ, ಕಸ ಆಯುವ ಕೆಲಸ ನಿನಗೆ ಬೆಸ್ಟ್ ಸೂಟ್ ಆಗ್ತಿತ್ತು ನೋಡು" ಎಂದು ಕಾಲೆಳೆದಿದ್ದ.

ಆ ವಿಷಯ ಹಾಗಿರಲಿ, ಇವತ್ತಿಗೂ ನನಗೆ ಹೊಸ ಬಗೆಯ ಬೆಂಕಿಪೊಟ್ಟಣದ ಕವರ್ ಎಲ್ಲಾದರೂ ರಸ್ತೆಯ ಬದಿಯಲ್ಲಿ ಕಂಡರೆ ಎತ್ತಿಕೊಳ್ಳೋಣ ಅನ್ನಿಸುವುದು ಸುಳ್ಳಲ್ಲ.

■

ನನಗಿಲ್ಲಿ ಎರಡು ಸಂಗತಿಗಳು ನೆನಪಾಗುತ್ತಿವೆ. ನನ್ನ ಹಿರಿಯ ಮಿತ್ರರೊಬ್ಬರು ಹೇಳುತ್ತಿದ್ದರು. ಅವರ ಮಗನಿಗೆ ಕಾಲೇಜು ಅಂತಿಮ ವರ್ಷದಲ್ಲಿರುವಾಗ ಅದು ಹೇಗೊ ಸ್ಟೇನ್‌ಲೆಸ್ ಸ್ಟೀಲ್ ತಗಡು ಬಳಸಿ ಕರಕುಶಲ ವಸ್ತುಗಳನ್ನು ಮಾಡುವ ಹುಚ್ಚು ಹತ್ತಿಕೊಂಡಿತಂತೆ. ಅದೇ ನನ್ನ ಆಸಕ್ತಿಯ ವಿಷಯ ಎಂದು ಜ್ಞಾನೋದಯವಾದವನಂತೆ ಘೋಷಿಸಿಯೂ ಬಿಟ್ಟನಂತೆ ಆತ. ಮಗನ ಆಸಕ್ತಿಗೆ ಅಡ್ಡ ಬರಬಾರದೆಂದು ಇವರೂ ಸುಮ್ಮನಿದ್ದರು. ಅದಕ್ಕಾಗಿ ಯಾವುದೋ ವಿಶೇಷ ಕೋರ್ಸು ಸೇರಿ, ಹೋಗುತ್ತಿದ್ದ ಕಾಲೇಜನ್ನೂ ಬಿಟ್ಟು, ಏನೇನೋ ಹುಡುಕಿಕೊಂಡು ಗುಜರಾತ ದೆಹಲಿ ಎಂದೆಲ್ಲಾ ಸುತ್ತಾಡಿದ ಆತ. ಅವನ ಕೋಣೆ ಹೆಚ್ಚು ಕಮ್ಮಿ ಗುಜರಿ ಅಂಗಡಿಯೇ ಆಗಿತ್ತು.

ಜೊತೆಗೆ ಅದೇನೇನೋ ಕೊರೆಯುವ, ತುಂಡರಿಸುವ ಯಂತ್ರಗಳು. ಮೈಕೈಗೆ ಆದ ಗಾಯಗಳು ಲೆಕ್ಕಕ್ಕಿಲ್ಲ. ಒಮ್ಮೆಯಂತೂ ಕಿರುಬೆರಳ ತುದಿಯೇ ತುಂಡಾಗಿ ಪಟ್ಟ ಪಾಡು ಅಷ್ಟಿಷ್ಟಲ್ಲ. ನಂತರ ಅದೇ ಕ್ಷೇತ್ರಕ್ಕೇ ಸಂಬಂಧಿಸಿದ ಸಿ.ಎನ್.ಸಿ ಕಟಿಂಗ್ ಡಿಸೈನ್ ಕಂಪನಿಯೊಂದರಲ್ಲಿ ನೌಕರಿಗೆ ಸೇರಿ, ಹಗಲು ರಾತ್ರಿಯೆನ್ನದೇ ಕೆಲಸದಲ್ಲಿ ತೊಡಗಿಸಿಕೊಂಡಿದ್ದ.

"ಹೀಗೇ ಮೂರ್ನಾಲ್ಕು ವರ್ಷಗಳು ಕಳೆದಿರಬೇಕು. ಧುತ್ತನೊಂದು ದಿನ ನನ್ನೆದುರಿಗೆ ಬಂದು, 'ನಾನು ತಪ್ಪು ಫೀಲ್ಡನ್ನು ಆರಿಸಿಕೊಂಡೆ. ನನಗೆ ಈ ಕೆಲಸ ಒಂಚೂರೂ ಇಷ್ಟವಾಗುತ್ತಿಲ್ಲ' ಅಂದುಬಿಟ್ಟ ಮಗರಾಯ" ಎಂದರು ಅವರು.

"ಅಯ್ಯೋ ಹೌದಾ? ನೀವೇನು ಹೇಳಿದಿರಿ?" ಕುತೂಹಲಕ್ಕೆ ಕೇಳಿದೆ ನಾನು.

"ಏನಂತ ಹೇಳುವುದು? ದೇವ್ರೇ! ನಾಲ್ಕು ವರ್ಷಗಳ ಹಿಂದೆಯೇ ನಿನಗಿದು ಗೊತ್ತಾಗಿದ್ದಿದ್ದರೆ... ಎನ್ನುತ್ತ ನಿಟ್ಟುಸಿರು ಬಿಟ್ಟೆ" ಎನ್ನುತ್ತ ಮತ್ತೊಮ್ಮೆ ನಿಟ್ಟುಸಿರೆಳೆದುಕೊಂಡರು ಆ ನನ್ನ ಹಿರಿಯ ಮಿತ್ರರು.

ಎರಡನೆಯ ಸಂಗತಿ– ನಾನು ಟಿವಿಯಲ್ಲಿ ನೋಡಿದ ಪ್ರಸಿದ್ಧ ನಟಿಯೊಬ್ಬಳ ಸಂದರ್ಶನ. ಆಕೆ ಕಾಲೇಜಿನಲ್ಲಿರುವಾಗ ಯಾವುದೋ ಸಿನೆಮಾದ ಶೂಟಿಂಗ್ ನೋಡಲು ಹೋಗಿದ್ದಳಂತೆ. ಗುಂಪಿನಲ್ಲಿದ್ದ ಈಕೆಯನ್ನು ನೋಡಿದ ಆ ಸಿನೆಮಾ ನಿರ್ದೇಶಕ ತನ್ನ ಮುಂದಿನ ಚಿತ್ರದಲ್ಲಿ ಪಾತ್ರವೊಂದನ್ನು ಮಾಡುವ ಆಫರ್ ನೀಡಿದನಂತೆ. ಚಿತ್ರರಂಗದ, ನಟನೆಯ ಲವಲೇಶದ ಹಿನ್ನೆಲೆಯೂ ಇಲ್ಲದ ಆಕೆ ಅಳುಕಿನಿಂದಲೇ ಆ ಪ್ರಸ್ತಾವವನ್ನು ಒಪ್ಪಿಕೊಂಡಳಂತೆ. "ಇಂದು ನಟನೆ ನನ್ನ ಉಸಿರೇ ಆಗಿದೆ. ಸಾಯುವವರೆಗೂ ನಟಿಸಬೇಕೆಂಬುದೊಂದೇ ನನ್ನ ಇಚ್ಛೆ" ಎನ್ನುತ್ತಿದ್ದಳು ಆ ನಟಿ.

ಇಂಥ ಹಲವು ಉದಾಹರಣೆಗಳನ್ನು ಗಮನಿಸಿದಾಗ– ಯಾವುದಾದರೂ ಒಂದು ವಿಷಯದಲ್ಲಿ ಈ ಉತ್ಕಟಾಕಾಂಕ್ಷೆ ಅನ್ನುವುದು ಮನುಷ್ಯನಿಗೆ ಹುಟ್ಟಿನಿಂದಲೇ ಇರುತ್ತದೆ, ಅದು ಸುಪ್ತವಾಗಿರುವುದರಿಂದ ಕಾಲಾಂತರದಲ್ಲಿ ಆತ ಅದನ್ನು ಕಂಡುಕೊಳ್ಳಬೇಕು ಎನ್ನುವ ನಂಬಿಕೆ ನಿಜವೋ; ಅಥವಾ ಯಾವ ಪ್ಯಾಶನ್ ಕೂಡಾ ಹುಟ್ಟಿನಿಂದ ಇರುವುದಿಲ್ಲ, ಅದು ತುಂಬಾ ಆರ್ಗಾನಿಕ್ ಆಗಿ ವ್ಯಕ್ತಿಯನೊಡಗೂಡಿ ಬರಬೇಕು, ಒಮ್ಮೆ ಅದರ ಅರಿವಾದ ಮೇಲೆ ಇನ್ನಷ್ಟು ಪರಿಶ್ರಮದಿಂದ ಆತ ಅದನ್ನು ಮೈಗೂಡಿಸಿಕೊಳ್ಳಬೇಕು ಅನ್ನುವ ವಾದವೇ ಹೆಚ್ಚು ಸಮಂಜಸವೋ ಎನ್ನುವ ಪ್ರಶ್ನೆ ಮೂಡುತ್ತದೆ.

ಯುರೋಪಿನ ಪ್ರಖ್ಯಾತ ಶಿಕ್ಷಣ ತಜ್ಞ ಹಾಗೂ ಚೆಸ್ ಆಟಗಾರ 'ಲಾಸ್ಲೋ ಪೊಲ್ಗರ್' ಮಾಡಿದ ಪ್ರಯೋಗವೊಂದು ಇಲ್ಲಿ ಪ್ರಸ್ತುತವೆನಿಸುತ್ತದೆ. ತನ್ನ ಮೂವರು ಹೆಣ್ಣು ಮಕ್ಕಳಿಗೆ ಅವರ ಎರಡನೇ ವರ್ಷದಿಂದಲೇ ಚದುರಂಗದಾಟವನ್ನು

ಕಲಿಸಲು ಶುರು ಮಾಡಿದ ಆತ, ಅತ್ಯುತ್ತಮ ತರಬೇತಿ, ಬೇಕಾದ ಸೌಲಭ್ಯಗಳನ್ನೆಲ್ಲ ಒದಗಿಸಿಕೊಟ್ಟ. ಮುಂದೆ ಆ ಮೂವರು ಹೆಣ್ಣು ಮಕ್ಕಳಲ್ಲಿ ಒಬ್ಬಳು ಜಗತ್ತಿನ ಶ್ರೇಷ್ಠ ಮಹಿಳಾ ಚೆಸ್ ಆಟಗಾರ್ತಿಯಾದರೆ, ಉಳಿದಿಬ್ಬರು ಟಾಪ್-ಟೆನ್ ಆಟಗಾರ್ತಿಯರ ಪಟ್ಟಿಗೆ ಸೇರಲ್ಪಟ್ಟರು. ಈ ಮುಖೇನ- ಯಾರಲ್ಲೂ ಯಾವುದೇ ಕಲೆ ಹುಟ್ಟಿನಿಂದಲೇ ಬಂದಿರುವುದಿಲ್ಲ. ಶ್ರದ್ಧೆ, ಸತತ ಶ್ರಮ ಹಾಗೂ ಯೋಗ್ಯ ತರಬೇತಿಯಿಂದ ಯಾವ ಮಗುವೂ ಯಾವ ಕಲೆಯನ್ನೂ ತನ್ನದಾಗಿಸಿಕೊಳ್ಳಬಹುದು ಎಂದು ಸಾಧಿಸಿ ತೋರಿಸುವುದು ಅವನ ಉದ್ದೇಶವಾಗಿತ್ತು. ಒಂದು ವೇಳೆ ಚದುರಂಗದ ಬದಲು ಸಂಗೀತವನ್ನೇ ನಾನವರಿಗೆ ಹೇಳಿಕೊಟ್ಟಿದ್ದಿದ್ದರೆ ಅವರು ಅತ್ಯುತ್ತಮ ಸಂಗೀತಗಾರ್ತಿಯರಾಗುತ್ತಿದ್ದರು ಎಂಬುದು ಪೋಲ್ಗರ್‌ನ ಪ್ರತಿಪಾದನೆ. ದಾರ್ಶನಿಕ ಪ್ಲೇಟೋ ಕೂಡಾ, "Excellence is not a gift, but a skill that takes practice" ಎನ್ನುವ ಮಾತನ್ನು ಇದೇ ಅರ್ಥದಲ್ಲಿ ಹೇಳಿರಬಹುದು.

■

ಇಷ್ಟೆಲ್ಲಾ ಯಾಕೆ ಬರೆದೆನೆಂದರೆ- ಮೊನ್ನೆ ಬೆಳಿಗ್ಗೆ ಎಂದಿನಂತೆ 'ಅಯ್ಯೋ ಆಫೀಸಿಗೆ ಹೋಗಬೇಕಲ್ಲಾ' ಎಂದು ಕೊರಗುತ್ತ ಸಿದ್ಧನಾಗುತ್ತಿರುವಾಗ ನನ್ನ ಶ್ರೀಮತಿ ಮೂಟೆಯೊಂದನ್ನು ಹಿಡಿದು ತಂದಳು. ಸ್ಟೋರ್ ರೂಮ್ ಸ್ವಚ್ಛಗೊಳಿಸುವಾಗ ಸಿಕ್ಕಿತೆಂದೂ. ಬಹಳ ದಿನಗಳಿಂದ ಗಮನಿಸಿರಲಿಲ್ಲವೆಂದೂ, ಬಿಚ್ಚಿ ನೋಡಿದರೆ ಬೂಸ್ಟು ಹಿಡಿದ ಬೆಂಕಿಪೊಟ್ಟಣಗಳನ್ನು ತುಂಬಿಟ್ಟಿದ್ದಾರೆ ಇದರಲ್ಲಿ ಎಂದಳು. ಅದೆಲ್ಲಿಂದ ಬಂದಿರಬಹುದೆಂದು ಊಹಿಸಲು ನನಗೆ ಕಷ್ಟವಾಗಲಿಲ್ಲ. ತಂದೆಯವರು ತೀರಿಕೊಂಡ ಮೇಲೆ ಊರು ಬಿಟ್ಟು ಬೆಂಗಳೂರಿನ ನನ್ನ ಮನೆಗೆ ಸ್ಥಳಾಂತರವಾಗಿದ್ದರು ನನ್ನ ಅಮ್ಮ. ಊರಿನ ಮನೆಯಲ್ಲಿನ ಹೆಚ್ಚಿನ ಸಾಮಾನು ಸರಂಜಾಮುಗಳನ್ನೆಲ್ಲಾ ಅಲ್ಲೇ ವಿಲೇವಾರಿ ಮಾಡಿ ಕೆಲ ಅಗತ್ಯ ವಸ್ತುಗಳನ್ನು ಮಾತ್ರ ಇಲ್ಲಿಗೆ ತಂದಿದ್ದರು. ಮಗನ ಈ ಅಮೂಲ್ಯ ಸಂಗ್ರಹವನ್ನು ಅಲ್ಲೇ ಬಿಸಾಡಲು ಮನಸು ಬಂದಿರಲಿಕ್ಕಿಲ್ಲ ಅಮ್ಮನಿಗೆ. ಹೀಗಾಗಿ ಅದು ಇಲ್ಲಿಯ ಸ್ಟೋರ್ ರೂಮ್ ಸೇರಿರಬೇಕು. ನನ್ನ ಗಮನದಲ್ಲಂತೂ ಇರಲಿಲ್ಲ. ಅಮ್ಮನಿಗಂತೂ ನೆನಪೇ ಇರಲಿಕ್ಕಿಲ್ಲ.

ತೇವವಾಗಿ, ಕಪ್ಪಾಗಿ, ಅರ್ಧಕ್ಕರ್ಧ ಹರಿದು ಚಿಂದಿಯಾಗಿದ್ದವು ಮೂಟೆಯಲ್ಲಿನ ಬೆಂಕಿ ಪೊಟ್ಟಣಗಳು. ಕೆಲವು ಮುರುಟಿ, ಒಂದಕ್ಕೊಂದು ಅಂಟಿಕೊಂಡು ರೂಪು, ಬಣ್ಣ ಕಳೆದುಕೊಂಡಿದ್ದ ಅವುಗಳಿಂದ ಮುಗ್ಗಿದ ವಾಸನೆ ಬರುತ್ತಿತ್ತು. ಅದನ್ನು ನೋಡಿ ನನ್ನ ಮುಖಭಾವದಲ್ಲಾದ ಬದಲಾವಣೆಯನ್ನು ಅದಾವ ರೀತಿಯಲ್ಲಿ ಅರ್ಥೈಸಿಕೊಂಡಳೋ ನನ್ನ ಹೆಂಡತಿ. "ಏನ್ಮಾಡೋದು. ಬಿಸಾಡೋದೇ ತಾನೆ?" ಎಂದು ಕೇಳಿದಳು. ನಾನು ಏನು ಉತ್ತರಿಸುವುದೆಂದು ಯೋಚಿಸುತ್ತಿರುವುದಕ್ಕೂ, ರಸ್ತೆಯಲ್ಲಿ ಕಸ ಸಂಗ್ರಹದ ಗಾಡಿ ಬರುವುದಕ್ಕೂ ಸರಿ ಹೋಯಿತು. ಗಡಿಬಿಡಿಯಿಂದ ಹೋಗಿ ಮೂಟೆಯನ್ನು ಗಾಡಿಯಲ್ಲಿ ಹಾಕಿ ಬಂದು ಆಕೆ ಕೈ ತೊಳೆದುಕೊಂಡಳು.

ದೊಡ್ಡದಾಗಿ ಸಿನೆಮಾ ಹಾಡು ಹಾಕಿಕೊಂಡು ಬರುವ ಕಸದ ಗಾಡಿಯಲ್ಲಿ ಆ ಸಮಯಕ್ಕೆ–

'ಅನಿಸಿದ್ದು ಮಾಡುವವನು ಮಾತ್ರ ಪುಣ್ಯಾತ್ಮ. ಆದರೆ ಮಾಡೋದು ಏನು ಅಂತ ನಮಗೆ ಗೊತ್ತಿಲ್ವೆ...' ಎನ್ನುವ ಯೋಗರಾಜ ಭಟ್ ವಿರಚಿತ ಹಾಡು ಬಿತ್ತರವಾಗುತ್ತಿದ್ದುದು ಮಾತ್ರ ಕಾಕತಾಳೀಯವೇ ಇರಬೇಕು.

ಫೆಬ್ರವರಿ 2022

ಸಮೂಹ ಸನ್ನಿ

ನಾನೊಮ್ಮೆ ಹುಬ್ಬಳ್ಳಿಗೆ ಕಾರಿನಲ್ಲಿ ಹೋಗುತ್ತಿರುವಾಗ ಹೆದ್ದಾರಿಯಲ್ಲಿ ನಡುವೆ ಟ್ರಾಫಿಕ್ ಜಾಮ್ ಆಗಿತ್ತು. ವಾಹನ ದಟ್ಟಣೆಯ ಸಾಧ್ಯತೆ ಇಲ್ಲದ ರಸ್ತೆ ಅದು. ಅಪಘಾತವೇನಾದರೂ ಆಗಿರಬೇಕು ಎಂದು ನಾನು ಊಹಿಸಿದೆ. ಸುಮಾರು ಅರ್ಧ ಗಂಟೆ ಆಮೆಯ ವೇಗದಲ್ಲಿ ಕಾರು ಸಾಗಿದ ನಂತರ, ಸೇತುವೆಯೊಂದರ ಮೇಲೆ ಸಾಕಷ್ಟು ಜನರು ಗುಂಪು ಸೇರಿದ್ದು ಕಂಡಿತು. ಎಲ್ಲರೂ ಮುಗಿಬಿದ್ದು ಸೇತುವೆಯಿಂದ ಕೆಳಕ್ಕೆ ಬಗ್ಗಿ ನೋಡುತ್ತಿದ್ದರು. ನಾನೂ ಕುತೂಹಲ ತಡೆಯಲಾರದೆ, ಕಾರನ್ನು ಬದಿಗೆ ಹಾಕಿ ಅತ್ತ ಧಾವಿಸಿದೆ. ಏನಾಯ್ತು ಎಂದು ಅನೇಕರನ್ನು ಕೇಳಿದರೂ ಯಾರೂ ತಮಗೆ ಗೊತ್ತಿಲ್ಲವೆಂದರು. ನಾನೇ ಜನರ ನಡುವೆ ನುಸುಳಿ ಹೋಗಿ ಕೆಳಗೆ ಬಗ್ಗಿ ನೋಡಿದೆ. ಬತ್ತಿದ ನದಿಯೊಂದರಲ್ಲಿ ಬೆಳೆದ ಗಿಡಗಂಟಿಗಳ ನಡುವೆ ನನಗೇನೂ ಗೋಚರಿಸಲಿಲ್ಲ.

"ಏನು?" ಎಂದು ಪಕ್ಕದವನನ್ನು ಕೇಳಿದೆ.

"ಗೊತ್ತಿಲ್ಲ, ನಾನೂ ಏನಿರಬಹುದೆಂದು ನೋಡುತ್ತಿರುವೆ" ಎಂದು ಉತ್ತರಿಸಿದ ಆತ.

ವಾಪಸ್ಸು ಬಂದು ಕಾರು ಶುರು ಮಾಡುತ್ತಿರುವಂತೆ, ಜೊತೆಯಲ್ಲಿದ್ದ ಹೆಂಡತಿ "ಏನಾಗಿದೆ?" ಎಂದು ಪ್ರಶ್ನಿಸಿದಳು. "ಯಾರಿಗೂ ಗೊತ್ತಿಲ್ಲ. ಎಲ್ಲರೂ ಸುಮ್ಮನೇ ಬಗ್ಗಿ ನೋಡುತ್ತಿದ್ದಾರೆ. ಈಡಿಯಟ್ಸ್. ಅನವಶ್ಯಕ ಹೆದ್ದಾರಿ ಜಾಮ್ ಮಾಡಿದ್ದಾರೆ" ಎಂದೆ ಅಸಹನೆಯಲ್ಲಿ. "ಇಂತ ವಿಷಯಗಳಲ್ಲಿ ನಮ್ಮ ಜನರ ಮೆಂಟಾಲಿಟಿ ಹೇಗೆ ವರ್ಕ್ ಆಗುತ್ತೆ ನೋಡು..." ಎನ್ನುತ್ತ ಮಾತು ಮುಂದುವರಿಸಿದೆ. ನಮ್ಮ ಆಫೀಸಿನಲ್ಲಿ ನಡೆದ ಟ್ರೇನಿಂಗ್ ಪ್ರೋಗ್ರಾಮ್ ಒಂದರ ಉದಾಹರಣೆ ನನ್ನ ಮಾತಿಗೆ ಪೂರಕವಾಗಿ ದೊರೆಯಿತು.

ಹಿಂದೊಮ್ಮೆ ನಮ್ಮ ಕಚೇರಿಯಲ್ಲಿ ಲೀಡರ್‌ಶಿಪ್ ತರಬೇತಿಯ ಭಾಗವಾಗಿ ಒಂದು ಸಣ್ಣ ಪ್ರಯೋಗ ಮಾಡಿಸಿದ್ದರು. ಟ್ರೇನಿಂಗಿನಲ್ಲಿ ಭಾಗಿಯಾಗಿದ್ದ ನೌಕರರನ್ನು

ಎರಡು ಗುಂಪುಗಳಾಗಿ ವಿಂಗಡಿಸಲಾಯಿತು. ಸಂಕೋಚ ಪ್ರವೃತ್ತಿಯವರಾಗಿದ್ದು ಅಂತರ್ಮುಖಿ ಗುಣದವರು ಒಂದೆಡೆ, ಎಲ್ಲರೊಡನೆ ಬೆರೆಯುವ ಬಹಿರ್ಮುಖಿ ಸ್ವಭಾವದವರು ಇನ್ನೊಂದು ಬದಿಯಲ್ಲಿ. ಅವರವರೇ ನಿರ್ಧರಿಸಿ ಪ್ರತ್ಯೇಕಿಸಿಕೊಂಡ ಎರಡೂ ಗುಂಪಿನಲ್ಲಿಯೂ ತಲಾ ಏಳೆಂಟು ಜನರಿದ್ದರು. ಪ್ರತಿ ಪಂಗಡದವರೂ ತಮ್ಮೊಳಗೇ ಚರ್ಚಿಸಿ ತಮ್ಮ ವಿರುದ್ಧ ಗುಂಪಿನ ಸ್ವಭಾವದ ಜನರ ವರ್ತನೆಗಳು ಹೇಗಿರುತ್ತವೆ ಎಂಬುದನ್ನು ಪಟ್ಟಿಮಾಡಬೇಕು ಎಂಬುದು ಅವರುಗಳಿಗೆ ನೀಡಿದ ಟಾಸ್ಕು. ಎಲ್ಲರಿಗೂ ತಿಳಿದಿರುವ ಪ್ರಚಲಿತ ಗುಣಗಳ ಪಟ್ಟಿ ಮಾಡದೇ, ಅತಿ ವಿಶೇಷವೆನಿಸುವ, ಸೂಕ್ಷ್ಮ ಸಂಗತಿಗಳನ್ನು ಗುರುತಿಸಿ ಹೇಳಬೇಕು ಎಂದು ತಾಕೀತು ಮಾಡಲಾಗಿತ್ತು. ಸಮೂಹವೊಂದರಲ್ಲಿ ಏಕೀಭಾವವೆನ್ನುವುದು ಯಾವ ರೀತಿ ರೂಪುಗೊಳ್ಳುತ್ತದೆ. ಅದರ ಸತ್ಯಸತ್ಯತೆಗಳೇನು, ಅದರಿಂದ ಕಂಪನಿಯ ವ್ಯವಹಾರದ ಮೇಲಾಗುವ ಪರಿಣಾಮ ಹಾಗೂ ಅಂಥವುಗಳನ್ನು ಸಮರ್ಥವಾಗಿ ಎದುರಿಸುವುದು ಹೇಗೆ ಎಂಬುದನ್ನು ತಿಳಿಹೇಳುವುದು ಆ ಟ್ರೇನಿಂಗಿನ ಉದ್ದೇಶ.

ಕೆಲ ಸಮಯದ ಚರ್ಚೆಯ ನಂತರ ಎರಡೂ ಗುಂಪು ತಾವು ಕಂಡುಕೊಂಡ ವಿಷಯವನ್ನು ಅರುಹಿದವು. ಅವರು ಹಾಗೆ, ಇವರು ಹೀಗೆ ಎನ್ನುವ ವಿಚಾರ ವಿನಿಮಯದಲ್ಲಿ, 'ಅಂತರ್ಮುಖಿ ಜನರಲ್ಲಿ ಇತರರನ್ನು ಕೊಲೆಗೈಯ್ಯುವ ಸ್ವಭಾವ ದಟ್ಟವಾಗಿರುತ್ತದೆ' ಎನ್ನುವ ಅಭಿಪ್ರಾಯವೂ ಸೇರಿತ್ತು. ಇದಕ್ಕೆ ಅಂತರ್ಮುಖಿ ಗುಂಪು ಆಕ್ಷೇಪ ವ್ಯಕ್ತಪಡಿಸಿದರೆ, ಸಂಗತಿಯನ್ನು ಮಂಡಿಸಿದ ಗುಂಪು ತಮ್ಮ ನಿಲುವನ್ನು ಒಮ್ಮತವಾಗಿ ಪ್ರತಿಪಾದಿಸಿತ್ತು. ಸಣ್ಣ ವಿರಾಮದ ನಂತರ, ಆ ಪಂಗಡದ ಒಂದೊಂದೇ ಸದಸ್ಯರನ್ನು ಪ್ರತ್ಯೇಕವಾಗಿ ಕರೆದು ಸಮಾಲೋಚಿಸಲಾಗಿ, ತಾವು ಮಂಡಿಸಿದ ವಾದಕ್ಕೆ ಯಾವುದೇ ಪುಷ್ಟಿಯಿಲ್ಲವೆಂದು ಹೆಚ್ಚು ಕಡಿಮೆ ಎಲ್ಲರೂ ಒಪ್ಪಿಕೊಂಡರು. 'ಹಾಗಾದರೆ ನೀವ್ಯಾಕೆ ಕೆಲ ಹೊತ್ತಿನ ಮುಂಚೆ ವ್ಯತಿರಿಕ್ತವಾದುದನ್ನು ಸಮರ್ಥಿಸಿಕೊಂಡಿರಿ?' ಎಂಬ ಪ್ರಶ್ನೆಗೆ ಅವರಲ್ಲಿ ಸಮಂಜಸ ಉತ್ತರವಿರಲಿಲ್ಲ.

ನಾನು ಅನೇಕ ಬಾರಿ ಯೋಚಿಸಿದ್ದಿದೆ. ಯಾವುದೋ ದೇಶದ, ಕಂಡರಿಯದ ಭಾಷೆಯ ಮ್ಯೂಸಿಕ್ ಬ್ಯಾಂಡ್ ಒಂದು ಇಲ್ಲಿಯ ಯುವ ಜನರನ್ನು ಅದೇಕೆ ಹುಚ್ಚಿನಂತೆ ಕಾಡುತ್ತದೆ? (ಉದಾಹರಣೆಗೆ- ಕೋರಿಯನ್ ಬಿಟಿಎಸ್ ಹಾಡುಗಳ ಇತ್ತೀಚಿನ ಜನಪ್ರಿಯತೆ), ಯಾವುದೋ ಒಂದು ಗುಲ್ಲಿಗೆ ಷೇರು ಮಾರುಕಟ್ಟೆಯೇಕೆ ಒಮ್ಮೆಲೇ ಗಗನಕ್ಕೇರುತ್ತದೆ ಅಥವಾ ಕುಸಿಯುತ್ತದೆ? ವಾಟ್ಸಾಪಿನಲ್ಲಿ ಬರುವ ಸುಳ್ಳು ಸುದ್ದಿಗಳೇಕೆ ವೈರಸ್ಸಿನಂತೆ ಹಬ್ಬುತ್ತವೆ? ಇನ್ನೂ ಮುಂದುವರಿದು- ನಾಯಕನ ಮಾತಿಗೆ ಮರುಳಾಗಿ ದೇಶವೊಂದರಲ್ಲಿ ಸಾವಿರಕ್ಕೂ ಅಧಿಕ ಜನ ಸಾಮೂಹಿಕ ಆತ್ಮಹತ್ಯೆ ಯಾಕೆ ಮಾಡಿಕೊಳ್ಳುತ್ತಾರೆ? ಮತ್ತೊಂದೆಡೆ, ತನ್ನ ನೆಲಕ್ಕೆ ಯಾರಿಂದಲೋ ಅಪಾಯವಿದೆಯೆಂದು ದೇಶಕ್ಕೆ ದೇಶವೇ ಹೇಗೆ ಸನ್ನಿಗೊಳಗಾಗುತ್ತದೆ?

ಇದೆಲ್ಲವುದಕ್ಕೆ ಉತ್ತರ, ಇತರರನ್ನು ಅನುಕರಿಸುವ ಮನುಷ್ಯನ ಮೂಲ

ಸ್ವಭಾವದಲ್ಲಿಯೇ ಇದೆ ಅನ್ನಿಸುತ್ತದೆ. ಬೇರೆಯವರು ಏನು ಮಾಡುತ್ತಿದ್ದಾರೆ ಎನ್ನುವುದರ ಮೇಲೆ ತಾನೇನು ಮಾಡಬೇಕೆಂಬುದನ್ನು ನಿರ್ಧರಿಸುತ್ತಾನೆ ಮನುಷ್ಯ. ಅದೂ, ಯಾವುದು ಸರಿ ಯಾವುದು ತಪ್ಪು ಎನ್ನುವ ನಿಖರತೆ ನಮ್ಮಲ್ಲಿಲ್ಲದಾಗ ನಮ್ಮ ಸುತ್ತಲಿನ ಸಮುದಾಯದ ಅಭಿಪ್ರಾಯದ ಮೇಲೆ ನಾವು ಹೆಚ್ಚಿನ ವಿಶ್ವಾಸವಿಡುತ್ತೇವೆ. ಯಾವುದೋ ಒಂದು ವಿಚಾರವನ್ನು ಅತಿ ಹೆಚ್ಚು ಜನರು ಸರಿ ಎಂದು ನಂಬಿದ್ದರೆ ಅದು ಸರಿಯಾಗೇ ಇರುತ್ತದೆ ಎಂಬುದು ನಮ್ಮ ವಿಚಾರ. ನಮ್ಮ ಮೆದುಳು ಕೂಡಾ ಆದಷ್ಟು ಕಡಿಮೆ ಶ್ರಮವನ್ನೇ ಬಯಸುತ್ತದೆ. ಯೋಚಿಸಿ ತಲೆ ಕೆಡಿಸಿಕೊಳ್ಳುವುದಕ್ಕಿಂತ ಸಿದ್ಧಪಡಿಸಿಟ್ಟ ಸಂಗತಿಗಳನ್ನೇ ಒಪ್ಪಿಕೊಳ್ಳುವ ಸುಲಭ ವಿಧಾನಕ್ಕೆ ಮಣಿಯುತ್ತದೆ. ಅಮೇರಿಕದ ಪತ್ರಕರ್ತ ವಾಲ್ಟರ್ ಲಿಪ್‌ಮನ್ ಹೇಳಿದಂತೆ–

"We all think alike, no one thinks very much"

■

ಹಿಟ್ಲರನ ಸರಕಾರದಲ್ಲಿ ಮಂತ್ರಿಯಾಗಿದ್ದ ಜೊಸೆಫ್ ಗೋಬೆಲ್ಸ್‌ನ ಭಾಷಣದ ತುಣುಕೊಂದು ಯೂಟ್ಯೂಬಿನಲ್ಲಿ ಲಭ್ಯವಿದೆ. ಲಕ್ಷಾಂತರ ಜನ ಸೇರಿರುವ ಸಭೆಯಲ್ಲಿ ಆತ, 'ನೀವು ಹಿಂದೆಂದೂ ಕಾಣದಂತ, ಕಲ್ಪಿಸಲೂ ಸಾಧ್ಯವಿಲ್ಲದಂತ ತೀವ್ರವಾದ ಯುದ್ಧಕ್ಕೆ ಸಿದ್ಧರಿದ್ದೀರಾ?' ಎಂದು ರೋಷಾವೇಷದಿಂದ ಕೇಳುತ್ತಾನೆ. ಸಭಿಕರೆಲ್ಲ ಎದ್ದು ನಿಂತು ಚಪ್ಪಾಳೆ ತಟ್ಟುತ್ತ 'ಯಸ್.. ಯಸ್..' ಎಂದು ಕೂಗುತ್ತಾರೆ. ಆ ವಿಡಿಯೋ ನೋಡಿ ನಾನು ಅಚ್ಚರಿಪಟ್ಟಿದ್ದಿದೆ; ಅದು ಹೇಗೆ ಅಷ್ಟೊಂದು ಜನ ಸಾಮೂಹಿಕವಾಗಿ ತಮಗೆ ಹಿತವಲ್ಲದ್ದನ್ನು ಒಪ್ಪಿಕೊಳ್ಳಲು ಸಾಧ್ಯ? ಅದರಲ್ಲಿ ಯಾರೊಬ್ಬನಿಗಾದರೂ ತಾನೊಂದು ಭೀಕರ ಸಂಗತಿಗೆ ಸಮ್ಮತಿ ಸೂಚಿಸುತ್ತಿರುವೆ ಅನ್ನಿಸಿರಲಿಕ್ಕಿಲ್ಲವೇ? ಅಥವಾ ಅನ್ನಿಸಿದರೂ ವ್ಯಕ್ತಪಡಿಸಲು ಆಗುತ್ತಿರಲಿಲ್ಲವೇ?...ಇತ್ಯಾದಿ. ಇವೆಲ್ಲಾ ಯೋಚಿಸುತ್ತಿರುವಾಗ ತೊಂಭತ್ತರ ದಶಕದಲ್ಲಿ ದೇಶಾದ್ಯಂತ ಸಂಚಲನ ಮೂಡಿಸಿದ್ದ ಘಟನೆಯೊಂದು ನೆನಪಾಗುತ್ತದೆ.

ನನ್ನ ಕಾಲೇಜಿನ ದಿನಗಳವು. ಹೀಗೊಂದು ದಿನ ಧುತ್ತನೆ, ಗಣಪನ ವಿಗ್ರಹ ಹಾಲು ಕುಡಿಯುತ್ತದೆಂಬ ಸುದ್ದಿ ದೇಶದೆಲ್ಲೆಡೆ ಕಾಳ್ಗಿಚ್ಚಿನಂತೆ ಹಬ್ಬಿ ಬಿಟ್ಟಿತ್ತು. ಪ್ರತಿ ಬೀದಿಯ ಒಂದಿಲ್ಲೊಂದು ಮನೆ ಅಥವಾ ದೇವಸ್ಥಾನದಲ್ಲಿ ಜನ ಮುಗಿಬಿದ್ದು ಗಣೇಶನಿಗೆ ಹಾಲು ಕುಡಿಸುತ್ತಿರುವ ಸಂಗತಿ ಮಾಮೂಲಿಯಾಗಿತ್ತು. (ಸದ್ಯ, ಇವತ್ತಿನ ಈ ಬಗೆಯ ಟೀವಿ ಮಾಧ್ಯಮವೊಂದಿರಲಿಲ್ಲ ಆಗ!) ನಾವೊಂದಿಷ್ಟು ಜನ ಗೆಳೆಯರು ಸೇರಿ ಅದೆಲ್ಲ ಭ್ರಮೆ, ವಿಗ್ರಹ ಹಾಲು ಕುಡಿಯಲು ಸಾಧ್ಯವೇ ಇಲ್ಲ ಎಂದು ಎಂದು ವಾದಿಸುತ್ತ ಎಲ್ಲರ ದೃಷ್ಟಿಯಲ್ಲಿ ವಿಲನ್‌ಗಳಾದೆವು. ನಮ್ಮ ಉದ್ಧಟತನಕ್ಕೆ ಮುನಿಸಿಕೊಂಡ ಗುಂಪೊಂದು, ನಾನಿರುವ ವಠಾರದ ಪಕ್ಕದ ಮನೆಯಲ್ಲಿಯೇ ಗಣೇಶ ಹಾಲು ಸೇವಿಸುತ್ತಿರುವುದಾಗಿಯೂ, ನಾನೇ ಖುದ್ದಾಗಿ ಬಂದು ಕೈಯಾರೆ

ಕುಡಿಸಿ ನೋಡಬೇಕೆಂದು ತಾಕೀತು ಮಾಡಿತು. ಇಂಥ ಆಹ್ವಾನ ನನಗೂ ಬೇಕಾಗಿತ್ತಾದ್ದರಿಂದ ಎದೆಯುಬ್ಬಿಸಿ ನಾನೂ ಅಲ್ಲಿಗೆ ಹೋದೆ.

ಆಗಲೇ ಸಾಕಷ್ಟು ಜನ ನೆರೆದಿದ್ದರು. ಅಲ್ಲಿ ಅದೆಂತಹಾ ಉತ್ಕಟ ಭಾವ ಪರವಶತೆಯ ಸನ್ನಿವೇಶ ಸೃಷ್ಟಿಯಾಗಿತ್ತೆಂದರೆ, ಗಣಪನ ಸೊಂಡಿಲೆದುರು ಹಾಲಿನ ಚಮಚ ಹಿಡಿದ ನನ್ನ ಕೈ ಸಣ್ಣಗೆ ಕಂಪಿಸತೊಡಗಿತ್ತು. "ನೋಡು ಚಮಚೆಯಲ್ಲಿನ ಹಾಲು ಖಾಲಿಯಾಗುತ್ತಿದೆ..." ಯಾರೋ ಒಬ್ಬ ಆವೇಶದಿಂದ ಹೇಳಿದ. ಹೌದು ಹೌದೆಂದರು ಉಳಿದವರು. ಹಾಲು ಚೆಲ್ಲಿ ವಿಗ್ರಹದ ಮೈಮೇಲೆ ಹರಿದು ಹೋಗುತ್ತಿರುವುದು ಕಣ್ಣೆದುರೇ ಕಾಣುತ್ತಿದ್ದರೂ, ಯಾರೂ ನಂಬುವ ಸ್ಥಿತಿಯಲ್ಲಿರಲಿಲ್ಲ. 'ಸ್ವಲ್ಪ ಪ್ರಮಾಣವಷ್ಟೇ ಹೊರಗೆ ಚೆಲ್ಲಿರಬಹುದು, ಆದರೆ ಚಮಚದಲ್ಲಿದ್ದ ಅರ್ಧಕ್ಕೂ ಹೆಚ್ಚು ಹಾಲನ್ನು ವಿಗ್ರಹ ಹೀರಿದೆ' ಎನ್ನುವ ಅಭಿಮತವೇ ಎಲ್ಲರದೂ ಆಗಿತ್ತಲ್ಲಿ.

ಆ ಕ್ಷಣಕ್ಕೆ ನನಗೂ ಹಾಗೇ ಅನ್ನಿಸಿತೋ ಗೊತ್ತಿಲ್ಲ, ಆದರೆ ಅವರೆದುರು ನನ್ನ ವಾದ ಮಂಡಿಸುವ ಧೈರ್ಯವಂತೂ ಬರಲಿಲ್ಲ. ಈ ಘಟನೆಗೂ, ಗೋಬೆಲ್ಸ್‌ನ ವಿಡಿಯೋದಲ್ಲಿರುವ ಸಂಗತಿಗೂ ಯಾವುದೇ ನೇರ ಸಂಬಂಧ ಯಾ ಹೋಲಿಕೆಯಿಲ್ಲದಿದ್ದರೂ, ಎರಡರಲ್ಲೂ ಕಾಣಬಹುದಾದ ಜನರ ವರ್ತನೆಯ ಮೂಲ ಒಂದೇ ಎನ್ನಿಸುತ್ತದೆ ನನಗೆ. ಎರಡೂ ಸಮೂಹ ಸನ್ನಿಯ ಬೇರೆ ಬೇರೆ ಪ್ರಕಾರಗಳಷ್ಟೇ.

ನೀವೇ ಗಮನಿಸಿ ನೋಡಿ, ಧನಾತ್ಮಕ ಸಂಗತಿಗಳಿಗಿಂತ ನೆಗೆಟಿವ್ ವಿಚಾರಗಳ ಸನ್ನಿಗೇ ಮನುಷ್ಯ ಬಲಿಪಶುವಾಗುವುದು ಹೆಚ್ಚು. ದ್ವೇಷ ಹರಡಿದಷ್ಟು ಸುಲಭದಲ್ಲಿ ಪ್ರೀತಿ ಪಸರಿಸಲು ಸಾಧ್ಯವಾಗುವುದಿಲ್ಲ. ಮನುಷ್ಯನ ಮೆದುಳು ಸದಾ ಋಣಾತ್ಮಕ ಸಂಗತಿಯನ್ನೇ ಯೋಚಿಸುವುದು ಇದಕ್ಕೆ ಕಾರಣವಿರಬಹುದು. ಅದೊಂಥರಾ ಪ್ರಾಣಿಗಳಲ್ಲಿರುವ 'ಸರ್ವೈವಲ್ ಇನ್‌ಸ್ಟಿಂಕ್ಟ್' ನಂತೆ. ಪ್ರಾಣಿಗಳು ಸದಾ ಕಾಲ ತಮ್ಮ ಮೇಲೇನಾದರೂ ಆಕ್ರಮಣವಾದೀತೆಂಬ ಎಚ್ಚರಿಕೆಯಲ್ಲೇ ಇರುತ್ತವಷ್ಟೇ; ಆದರೆ ನಾಗರಿಕ ಸಮಾಜದಲ್ಲಿಯ ಮನುಷ್ಯ ತನ್ನ ಮೇಲೆ ಯಾರಾದರೂ ಯಾವುದೇ ಸಂದರ್ಭದಲ್ಲಿ ಬಂದೆರಗಬಹುದೆಂದು ಆಲೋಚಿಸಲು ಸಾಧ್ಯವಿಲ್ಲ. ಅದರ ಬದಲು, ಆತ ತನಗೆ ಮುಂದೇನಾದರೂ ತೊಂದರೆಯಾದರೆ ಏನೆಂಬ ಚಿಂತೆಗೆ ತನ್ನನ್ನು ಸದಾಕಾಲ ಒಡ್ಡಿಕೊಂಡಿರುತ್ತಾನೆ. ಅದು ಆರ್ಥಿಕ ಸಂಗತಿಯೇ ಆಗಲಿ, ಆರೋಗ್ಯದ ವಿಷಯವೇ ಆಗಲಿ, ಮಕ್ಕಳು ಸಂಬಂಧಗಳ ಬಗ್ಗೇ ಆಗಲಿ ಮನಸ್ಸು ನಕಾರಾತ್ಮಕ ಸಂಗತಿಗಳನ್ನೇ ಹೆಚ್ಚು ಯೋಚಿಸುತ್ತಿರುತ್ತದೆ. (ಈ ಕಾರಣಕ್ಕೇ, ಪೊಸಿಟಿವ್ ಸಂಗತಿಗಳನ್ನು ಧ್ಯಾನಿಸಲು ಮೆದುಳನ್ನು ತರಬೇತುಗೊಳಿಸುವುದು ಅವಶ್ಯಕ ಅನ್ನುತ್ತಾರೆ)

ಹೀಗಾಗಿ, ಸುಪ್ತವಾಗಿದ್ದರೂ ಸದಾ ಆತಂಕ, ಅನಿಶ್ಚಿತತೆಯಲ್ಲೇ ಇರುವ ಮನಸ್ಸಿಗೆ ನಕಾರಾತ್ಮಕ ಸಂಗತಿಗಳನ್ನು ನಂಬುವಂತೆ ಮಾಡುವುದು ಕಷ್ಟಸಾಧ್ಯವಲ್ಲ. ಕೆಲವು

ಸನ್ನಿಗಳು ನಿರುದ್ದೇಶವಾಗಿ ಹಬ್ಬಿದರೆ ಇನ್ನು ಹಲವು ಉದ್ದೇಶಪೂರ್ವಕವಾಗಿಯೇ ಸಮಾಜದಲ್ಲಿ ಹರಡಲ್ಪಡುತ್ತವೆ. ಈ ಉದ್ದೇಶಪೂರ್ವಕ ಸನ್ನಿಯ ಹಿಂದೆ ಯಾವುದೋ ವಿಕ್ಷಿಪ್ತ ಮನಸ್ಸು, ವಿಚ್ಛಿದ್ರ ಶಕ್ತಿಯಿರಬಹುದು ಅಥವಾ ರಾಜಕೀಯ ನಾಯಕರುಗಳೇ ಇರಬಹುದು. ಆಯಾ ಕಾಲಕ್ಕೆ, ಆಯಾ ಪ್ರದೇಶದಲ್ಲಿ ಇವರೆಲ್ಲರೂ ಮನುಷ್ಯನ ಈ ದುರ್ಬಲತೆಯನ್ನು ತಮ್ಮನುಕೂಲಕ್ಕೆ ಬಳಸಿಕೊಂಡಿದ್ದಾರೆ. ಇವತ್ತಿಗೆ ಲಭ್ಯವಿರುವ ತಂತ್ರಜ್ಞಾನ ಅವರುಗಳ ಕೆಲಸವನ್ನು ಮತ್ತೂ ಸಲೀಸಾಗಿಸಿದೆ.

ಇವೆಲ್ಲವುಗಳಿಗಿಂತ ವಿಭಿನ್ನವೆನಿಸುವ ಪ್ರಸಂಗವೊಂದನ್ನು ಪ್ರಸ್ತಾಪಿಸುತ್ತಿರುವೆ. ನನ್ನ ಚೀನಾ ಪ್ರವಾಸದಲ್ಲೊಮ್ಮೆ ಶೌಚಗೃಹ ಪರಿಕರಗಳ (ನಲ್ಲಿ, ಶವರ್ ಮಿಕ್ಸರ್ ಇತ್ಯಾದಿ) ತಯಾರಿಕಾ ಕಾರ್ಖಾನೆಯೊಂದಕ್ಕೆ ಭೇಟಿ ನೀಡಿದ್ದೆ. ಅಲ್ಲಿಯ ಕಾರ್ಮಿಕರು ಕೆಲಸ ಮಾಡುವ ಶೈಲಿ ನನ್ನನ್ನು ನಿಜಕ್ಕೂ ಚಕಿತನನ್ನಾಗಿಸಿತ್ತು. ಪ್ಯಾಕಿಂಗ್ ವಿಭಾಗದಲ್ಲಿ– ಐವತ್ತಕ್ಕೂ ಹೆಚ್ಚು ಕೆಲಸಗಾರರು ಸಾಲಾಗಿ ನಿಂತು, ತಮ್ಮೆದುರಿನ ಟೇಬಲ್ಲಿನ ಮೇಲಿರುವ ವಸ್ತುಗಳನ್ನು ಪ್ಯಾಕ್ ಮಾಡುತ್ತಿದ್ದರು. ತಲೆ ಎತ್ತದೆ, ತಮ್ಮ ಕೈಗಳಿಗೆ ನಿಮಿಷದ ಬಿಡುವನ್ನೂ ನೀಡದೇ, ಏಕರೀತಿಯಾಗಿ ಕಾರ್ಯನಿರತರಾಗಿದ್ದ ಅವರನ್ನು ನೋಡಿದರೆ, ಯಂತ್ರಗಳ ಸಾಲು ಕೆಲಸ ಮಾಡುತ್ತಿರುವಂತೆ ಗೋಚರಿಸುತ್ತಿತ್ತು. ಸಮೂಹ ನೃತ್ಯದಲ್ಲಿ ಕಾಣ್ಪಡುವಂತೆ, ಎಲ್ಲರ ಕೈ ಒಂದೇ ಸಮಯಕ್ಕೆ ಒಂದೇ ತರನಾಗಿ ಚಲಿಸುತ್ತಿತ್ತು. ಆ ಕ್ಷಣಕ್ಕೆ ಇದೂ ಒಂದು ರೀತಿಯ ಸನ್ನಿಯೇ ಎಂದೆನಿಸಿಬಿಟ್ಟಿತು ನನಗೆ.

ಆ ಕಾರ್ಮಿಕರ ಈ ಅತಿ ಶಿಸ್ತಿನ ವರ್ತನೆಯ ಹಿಂದಿನ ಕಾರಣ ತಿಳಿಯದ್ದೇನೂ ಅಲ್ಲ. ಅಲ್ಲಿ ಹಿನ್ನೆಲೆಯಲ್ಲಿ, ಹಲವು ಬಗೆಯ ಒತ್ತಡಗಳು ಕಾರ್ಯಪ್ರವೃತ್ತವಾಗಿರುತ್ತವೆ. ಆ ಒತ್ತಡವೇ ತನ್ನ ಪಕ್ಕದಲ್ಲಿರುವವನ ಕರ ಚಲನೆಯ ಶೈಲಿಯಲ್ಲೇ, ಆತ ಕೆಲಸ ಮಾಡುತ್ತಿರುವ ವೇಗದಲ್ಲೇ, ತಾನೂ ಮಾಡುವಂತೆ ಇನ್ನೊಬ್ಬನನ್ನು ಪ್ರೇರೇಪಿಸುತ್ತಿರಬಹುದೇ? ಇದೂ ಒಂದು ತರದ 'ಇಂಪೋಸ್ಡ್' ಸನ್ನಿಯೆಂಬುದು ನಿಜವಾದರೆ, ಈ ಮುಖೇನ ಸಣ್ಣ ಗುಂಪೊಂದನ್ನು ತನ್ನಾಣತಿಯ ಅಡಿಯಲ್ಲೇ ನಡೆಸಬಹುದೆಂದಾದರೆ; ಚೀನಾದಂತ ರಾಷ್ಟ್ರ ದೇಶದ ಜನತೆಯನ್ನು ಇಂತಹುದೇ ಹಲವು ಸ್ವರೂಪದ ಸನ್ನಿಗೊಳಪಡಿಸಿ ತನ್ನ ಅಂಕೆಯಲ್ಲಿಟ್ಟುಕೊಳ್ಳಲು ಸಾಧ್ಯವಾಗಿರಬಹುದಲ್ಲವೇ?

ನಾನು ಇತ್ತೀಚೆಗೆ ಓದಿದ 'ಚೈನಾ ಡ್ರೀಮ್' ಅನ್ನುವ ಕಾದಂಬರಿಯಲ್ಲಿ– ಚೀನಾ ಸರಕಾರ ಬೃಹತ್ ಪ್ರಾಜೆಕ್ಟ್ ಒಂದನ್ನು ಕೈಗೆತ್ತಿಕೊಂಡಿದೆ. ಅದರ ಗುರಿ ದೇಶದ ಜನತೆಯಲ್ಲಿ ದೊಡ್ಡ ಕನಸನ್ನು ಬಿತ್ತುವುದು. ದೇಶ ಶರವೇಗದಲ್ಲಿ ಅಭಿವೃದ್ಧಿ ಹೊಂದುತ್ತಿದೆ, ನಮ್ಮೆಲ್ಲರ ಭವಿಷ್ಯ ಅತಿ ಉಜ್ವಲವಾಗುತ್ತದೆ ಎನ್ನುವ ಕನಸು ಪ್ರತಿ ಮೆದುಳಲ್ಲೂ ಮೂಡುವಂತೆ ಮಾಡುವುದು ಹಾಗೂ ಆ ಮುಖೇನ ಜನರ ವೈಯಕ್ತಿಕ ಕನಸುಗಳು ಮರೆಯಾಗುವಂತೆ ನೋಡಿಕೊಳ್ಳುವುದು. ಆಧುನಿಕ 'ಚಿಪ್' ಒಂದನ್ನು ಸಿದ್ಧಪಡಿಸಿ ಅದರ ಚಾಣಾಕ್ಷ ಬಳಕೆಯ ಮೂಲಕ ತನ್ನ ಈ ಉದ್ದೇಶ ಸಾಧಿಸುವುದು

ಸರಕಾರದ ಯೋಜನೆ. ಹೀಗೆ, ಒಂದು ರೋಚಕ ಸೈ-ಫೈ ಕಥಾ ಹಂದರದ ಈ ಕಾದಂಬರಿ ಅರುಹುವುದೂ ಜನರನ್ನು ಸಾಮೂಹಿಕವಾಗಿ ಮರುಳುಗೊಳಿಸುವ ಸಾಧ್ಯತೆಯ ಕುರಿತೇ.

ಒಟ್ಟಾರೆ ಹೇಳುವುದಾದರೆ, ನನ್ನ ಕಚೇರಿಯ ಟ್ರೇನಿಂಗಿನಲ್ಲಿ ಉದಾಹರಿಸಲ್ಪಟ್ಟ ಸಮೂಹ ಚಿಂತನೆಯದು ಒಂದು ಬಗೆಯದಾದರೆ, ಇಡೀ ದೇಶಕ್ಕೆ ಹರಡಬಹುದಾದ ಸನ್ನಿ ಮತ್ತೊಂದು ರೀತಿಯದು. ಪ್ರತಿಯೊಂದಕ್ಕೂ ಅದರದೇ ಆದ ಕಾಲಘಟ್ಟ, ಅವಧಿ, ಭೌಗೋಳಿಕ ಗಡಿ, ಸಾಮಾಜಿಕ ಹಿನ್ನೆಲೆ, ಸಂಖ್ಯಾ ಮಿತಿ ಇತ್ಯಾದಿಗಳು ಇರುತ್ತವೆಂಬುದು ನಿಜ. ಆದರೆ ಇವೆಲ್ಲವನ್ನೂ ಮೀರಿದ; ಎಲ್ಲ ಕಾಲಕ್ಕೂ, ಎಲ್ಲಾ ದೇಶಕ್ಕೂ, ಹೆಚ್ಚು ಕಮ್ಮಿ ಎಲ್ಲ ಸಮುದಾಯಕ್ಕೂ ಅನ್ವಯವಾಗುವ ಸನ್ನಿಯೆಂದರೆ ಅದು ಧರ್ಮವೇ ಇರಬಹುದೇ? ಇದನ್ನೇ ಬಳಸಿಕೊಂಡು ಅನೇಕ ದೇಶದ ಹಲವು ಮುಖಂಡರುಗಳು ತಮ್ಮ ಬೇಳೆ ಬೇಯಿಸಿಕೊಳ್ಳುತ್ತಿರುವುದಂತೂ ಸತ್ಯ. ಈ ರೀತಿ ಸಾಮೂಹಿಕ ಮನೋವೃತ್ತಿಯಿಂದ ಉಂಟಾಗುವ ಅಪಾಯದ ಅರಿವಿರುವ ಕಾರ್ಪೋರೇಟ್ ಸಂಸ್ಥೆಗಳು ಜಾಣ್ಮೆಯಿಂದ ಅದನ್ನು ಹತ್ತಿಕ್ಕುತ್ತವೆ. ಆದರೆ ಅದಕ್ಕಿಂತಲೂ ವಿಸ್ತೃತ ರೂಪದ, ಸಮಾಜಕ್ಕೆ, ದೇಶಕ್ಕೆ ಮಾರಕವಾಗಬಹುದಾದ ಸಮೂಹ ಸನ್ನಿಯನ್ನು ಹತ್ತಿಕ್ಕುವ ಆಶಯ ಹಾಗೂ ಬದ್ಧತೆ ಯಾರಿಗಿದೆ?

■

ದಾರಿಯುದ್ದಕ್ಕೂ ನನ್ನ ಮಾತುಗಳನ್ನು ಆಲಿಸುತ್ತಿದ್ದ (?) ಹೆಂಡತಿ ಕೊನೆಯಲ್ಲಿ-

"ಅದೆಲ್ಲಾ ಇರಲಿ. ಇಷ್ಟೆಲ್ಲಾ ಕೊರೀತೀಯಲ್ಲ, ನೀನ್ಯಾಕೆ ರಸ್ತೆ ಮಧ್ಯೆ ಕಾರು ನಿಲ್ಲಿಸಿ, ಸೇತುವೆಯಿಂದ ಬಗ್ಗಿ ನೋಡಲು ಹೋಗಿದ್ದು?" ಎನ್ನುವ ಪ್ರಶ್ನೆ ಎಸೆದಳು. ನಾನು ಉತ್ತರಕ್ಕಾಗಿ ತಡಕಾಡತೊಡಗಿದೆ.

ಮಾರ್ಚ್ 2022

ಆ ಇನ್ನೊಂದು ಜಗತ್ತು

"ಅಷ್ಟು ವರ್ಷಗಳ ನಂತರ ಮಂಜನನ್ನು ಆ ಜಾಗದಲ್ಲಿ ನೋಡುತ್ತೇನೆಂಬುದನ್ನು ನನ್ನಿಂದ ಊಹಿಸಲೂ ಆಗುತ್ತಿಲ್ಲ" ಎಂದ ನನ್ನ ಮಿತ್ರ.

ಆತ ಮಂಜನನ್ನು ನೋಡಿದ್ದು ಹೊಳೆಗದ್ದೆಯಲ್ಲಿ. ಕುಮಟಾ ಹೊನ್ನಾವರ ಮಧ್ಯದ ಹೆದ್ದಾರಿಯ ನಡುವೆ ಸಿಗುವ ಸಣ್ಣ ಗ್ರಾಮ ಹೊಳೆಗದ್ದೆ. ನಾಲ್ಕಾರು ಸಣ್ಣ ಹೊಳೆಗಳ ನಡುವಲ್ಲಿ ಹರಡಿಕೊಂಡಿರುವ ಹಸಿರು ಗದ್ದೆಯಿಂದಾಗಿ ಊರಿಗೆ ಆ ಹೆಸರು ಬಂದಿರಬಹುದು. ಸಾಲದೆಂಬಂತೆ, ಒಂದು ಮಗ್ಗುಲಲ್ಲಿ ಹಸಿರು ಬೆಟ್ಟ, ಇನ್ನೊಂದೆಡೆ ಸಮುದ್ರ. ಈ ಭೌಗೋಳಿಕ ಹಿನ್ನೆಲೆ ಹೊಳೆಗದ್ದೆಗೆ ಅಸಾಮಾನ್ಯ ಸೌಂದರ್ಯವನ್ನು ದಕ್ಕಿಸಿಕೊಟ್ಟಿದ್ದಂತೂ ನಿಜ. ಅಲ್ಲಿಯವನೇ ಆದ ನನ್ನ ಗೆಳೆಯ ತನ್ನೂರಿನ ಬಗ್ಗೆ ಅಸಂಖ್ಯ ಬಾರಿ ಪ್ರಸ್ತಾಪಿಸಿದ್ದಾನೆ. ಅಲ್ಲಿಯ ಹೊಳೆ ದಾಟಲು ಮೊದಲೆಲ್ಲ ತೆಪ್ಪ, ದೋಣಿ ಬಳಸಲ್ಪಡುತ್ತಿದ್ದುದು. ನಂತರ ಮೂರು ಸಣ್ಣ ಸಣ್ಣ ಸೇತುವೆಗಳು ಕಟ್ಟಲ್ಪಟ್ಟದ್ದು. ಕೆಲ ವರ್ಷಗಳ ತರುವಾಯ ಹೆದ್ದಾರಿ ಸುಧಾರಣೆ ನೆಪದಲ್ಲಿ ಆ ಮೂರು ಸೇತುವೆಯ ಪಕ್ಕ ಇನ್ನೂ ಎತ್ತರದಲ್ಲಿ ಒಂದೇ ಒಂದು ದೊಡ್ಡ ಸೇತುವೆ ನಿರ್ಮಾಣವಾದದ್ದು. ಆ ಎತ್ತರದ ಸೇತುವೆಯ ಮೇಲೆ ನಿಂತು ನೋಡಿದರೆ ಕೆಳಗೆ ಬಳಕೆಯಾಗದಿರುವ ಹಳೆಯ ಸಣ್ಣ ಸೇತುವೆಗಳು ಕಾಣುತ್ತಿದ್ದುದು. ಮಳೆಗಾಲದಲ್ಲಿ ಅವು ನೀರಲ್ಲಿ ಮುಳುಗಿದ್ದು, ನಂತರ ಪಾಚಿ ಕಟ್ಟಿ ಕಪ್ಪಗಾಗಿ, ಅಲ್ಲಲ್ಲಿ ಶಿಥಿಲವಾಗುತ್ತ ಕಡೆಗೊಂದು ದಿನ ಕುರುಹೇ ಇಲ್ಲದಂತೆ ಮರೆಯಾಗಿ ಹೋದದ್ದು...ಹೀಗೇ. ಮಳೆಗಾಲದಲ್ಲಿ ಹೊಳೆಗಳು ತಮ್ಮ ಆಕಾರ ಹಾಗೂ ಗಾತ್ರವನ್ನು ಬದಲಾಯಿಸಿಕೊಳ್ಳುವಾಗ ಅವುಗಳೊಡನೆ ಅಷ್ಟಷ್ಟೇ ಕರಗುವ ಗದ್ದೆಗಳು ಅಲ್ಲಿ ಸೃಷ್ಟಿಸುವ ಪ್ರಾಕೃತಿಕ ವಿಸ್ಮಯವನ್ನು ವರ್ಣಿಸುವಾಗ ಆತನ ಕಣ್ಣುಗಳು ಹೊಳೆಯುತ್ತಿದ್ದವು. ಆಗೆಲ್ಲ ನಾನು, 'ಹೊಳೆಯೊಳಗೆ ಗದ್ದೆಯೋ, ಗದ್ದೆ ಹೊಳೆಯೊಳಗೋ, ಹೊಳೆ ಗದ್ದೆಗಳೆರಡೂ ನಿನ್ನೊಳಗೋ?' ಎಂದು ಕೇಳುತ್ತ ಆತನಿಗೆ ತಮಾಷೆ ಮಾಡುತ್ತಿದ್ದೆ.

ಊರಿನಷ್ಟೇ ಆತ ಹಚ್ಚಿಕೊಂಡದ್ದು ಆತನ ಬಾಲ್ಯ ಸ್ನೇಹಿತ ಮಂಜನನ್ನು. ಆ

ವಯಸ್ಸಿಗೇ ತೆಪ್ಪ ನಡೆಸಲು ಕಲಿತಿದ್ದ ಮಂಜ. ಸೇತುವೆಯಾದ ಮೇಲೂ ಈ ನನ್ನ ಗೆಳೆಯ ಹಾಗೂ ಮಂಜ ತೆಪ್ಪದ ಮುಖಾಂತರವೇ ಹೊಳೆ ದಾಟುತ್ತಿದ್ದರು. ಇವರು ಹೈಸ್ಕೂಲಿಗೆ ಬರುವ ಹೊತ್ತಿಗೆ, ಹೊಳೆಗಳ ದಡಗುಂಟ ಹಯಾಸಿಂಥ್ ಹೆಸರಿನ ಜಲಕಳೆಗಳು ಬೆಳೆಯಲು ಶುರುವಾಗಿತ್ತು. ಅದನ್ನು ಈಗಲೇ ಬುಡಸಮೇತ ನಾಶ ಮಾಡದಿದ್ದರೆ ಮುಂದೊಂದು ದಿನ ಇಡೀ ಹೊಳೆಯನ್ನೇ ಅದು ನುಂಗಿ ಹಾಕುವ ಬಗ್ಗೆ ಆತಂಕವನ್ನೂ, ಆ ಕುರಿತ ಸರಕಾರಿ ಅಧಿಕಾರಿಗಳ ನಿರ್ಲಕ್ಷ್ಯದ ಬಗ್ಗೆ ಅಸಮಾಧಾನವನ್ನೂ ಊರಿನ ಜನ ತೀವ್ರವಾಗಿ ತೋರ್ಪಡುತ್ತಿದ್ದರು. ನನ್ನ ಮಿತ್ರ ಹಾಗೂ ಮಂಜ, ನಾವೇ ಸಾಧ್ಯವಾದಷ್ಟು ಜಲಕಳೆಯನ್ನು ಕಿತ್ತೊಗೆಯುತ್ತೇವೆ ಅನ್ನುತ್ತ, ಶಾಲೆ ಬಿಡುತ್ತಲೇ ಕತ್ತಿ ಹಿಡಿದು ಹೊಳೆಯತ್ತ ಧಾವಿಸುತ್ತಿದ್ದರು. ಅದನ್ನು ನೋಡಿದ ಯಾರೋ ಹಿರಿಯರು, 'ಅಪ್ಪಿ ತಪ್ಪಿ ಹೊಳೆಯಲ್ಲಿ ಜಾರಿದರೆ, ಬಳ್ಳಿ ಕಾಲಿಗೆ ಸಿಕ್ಕಿ ಹಾಕಿಕೊಂಡು ನಿಮಗೆ ಕಾಲು ಬಡಿದು ಈಜಲೇ ಆಗುವುದಿಲ್ಲ. ಅದೇ ಆ ಬಳ್ಳಿಯ ವಿಶೇಷತೆ' ಎಂದು ಎಚ್ಚರಿಸಿದ ಮೇಲೆ, ತಮ್ಮ ಕಳೆ ನಿರ್ಮೂಲನಾ ಸಾಹಸವನ್ನು ಕೈ ಬಿಟ್ಟಿದ್ದರು.

ಕಾಲಾಂತರದಲ್ಲಿ ನನ್ನ ಸ್ನೇಹಿತ, ಓದಿನ ಬೆನ್ನು ಹತ್ತಿ ಮಂಗಳೂರು, ನೌಕರಿಯ ಬೆನ್ನು ಹತ್ತಿ ಬೆಂಗಳೂರು ಸೇರಿದ ಮೇಲೆ ಆತನ ಹಾಗೂ ಮಂಜನ ಸಂಪರ್ಕ ಕಡಿದೇ ಹೋಯಿತು. 'ಯಾರನ್ನೋ ಹೊಳೆ ದಾಟಿಸುವಾಗ ತೆಪ್ಪ ಮುಳುಗಿ ಸತ್ತ, ನೆರೆ ಬಂದು ಆತನ ಮನೆಯೇ ಕೊಚ್ಚಿ ಹೋಯಿತು' ಹೀಗೆ ಹತ್ತಾರು ಕಥೆಗಳು ಮಂಜನ ನಾಪತ್ತೆಯ ಕಾರಣವನ್ನು ಹೇಳುತ್ತವೆ. ಆ ಕಥೆಯ ಬೆನ್ನು ಹತ್ತಿ ಹೋದಂತೆಲ್ಲ, ಆತ ಮೃತನಾಗಿರುವ ಸಾಧ್ಯತೆಗಳೇ ಗೋಚರಿಸುತ್ತವೆ. ಒಟ್ಟಾರೆ ಬಾಲ್ಯದ ಗೆಳೆಯನಿಲ್ಲದ ಕೊರಗು ಮಾತ್ರ ಶಾಶ್ವತವಾಗಿ ನನ್ನ ಗೆಳೆಯನಲ್ಲಿ ಉಳಿದು ಬಿಟ್ಟಿದೆ.

■

ರಾಷ್ಟ್ರೀಯ ಹೆದ್ದಾರಿ ಅಗಲಗೊಂಡು ಚತುಷ್ಪಥವಾದ ಮೇಲೆ ಹೊಳೆಗದ್ದೆಯಲ್ಲೀಗ ದೊಡ್ಡ ಸುಂಕ ವಸೂಲಾತಿ ಕೇಂದ್ರ ನಿರ್ಮಾಣವಾಗಿದೆ. ವಿಶಾಲ ಸಪಾಟು ಜಾಗದಲ್ಲಿ, ಟೋಲ್ ಬೂತುಗಳೂ, ನೌಕರರ ಮನೆಗಳೂ, ಕಚೇರಿಗಳು ಎದ್ದು ನಿಂತಿವೆ. ಸೇತುವೆ ಅಳಿದು ಮಟ್ಟಸ ರಸ್ತೆಯಾಗಿದೆ. ಅಲ್ಲಿ ಹೊಳೆಗಳಿದ್ದವು ಎಂಬುದಕ್ಕೆ ಯಾವುದೇ ಸಾಕ್ಷ್ಯ ಸಿಗುವುದಿಲ್ಲ. ಹಯಾಸಿಂಥ್ ಜಲಕಳೆಯ ಕುರುಹೂ ಇಲ್ಲ. ಎಲ್ಲ ವಾಹನಗಳೂ ಅಲ್ಲಿ ನಿಂತೇ ಸಾಗಬೇಕಾದ್ದರಿಂದ, ಸಾಲಲ್ಲಿ ಸಣ್ಣ ಪುಟ್ಟ ಅಂಗಡಿಗಳೂ ತೆರೆದುಕೊಂಡಿವೆ. ಅಲ್ಲಿಯದೇ ಒಂದು ಅಂಗಡಿಯಲ್ಲಿ ಚಹ ಹೀರುತ್ತ ನಿಂತಿದ್ದಾಗ ನನ್ನ ಮಿತ್ರನಿಗೆ ಮಂಜ ಕಾಣಿಸಿದನಂತೆ. ಆತನನ್ನು ನೋಡದೇ ಅದೆಷ್ಟೋ ವರ್ಷಗಳಾಗಿದ್ದರೂ; ತಲೆಗೊಂದು ಮುಂಡಾಸು ಸುತ್ತಿ, ಕೊಳಕಾದ ಮುಂಡನ್ನು ಎತ್ತಿ ಕಟ್ಟಿ, ಬರಿ ಮೈ ಹೆಗಲ ಮೇಲೆ ಟವೆಲ್ಲು ಹಾಕಿದ್ದ ವ್ಯಕ್ತಿಯನ್ನು ನೋಡುತ್ತಲೇ ಆತ ಮಂಜನೇ ಇರಬಹುದು ಎನ್ನಿಸಿತಂತೆ.

'ಮಂಜನನ್ನು ನೋಡಿದಂತಿತ್ತು' ಎನ್ನುವ ಹೇಳಿಕೆ ಆತ ನೀಡುತ್ತಿರುವಂತೆ, 'ಮಲೆಗಳಲ್ಲಿ ಮದುಮಗಳು' ಕಾದಂಬರಿಯ ಘಟನೆಯೊಂದು ನನ್ನ ನೆನಪಿಗೆ ಬಂತು– ಕಾದಂಬರಿಯ ಮುಖ್ಯ ಪಾತ್ರಗಳಲ್ಲೊಬ್ಬಳಾದ ತಿಮ್ಮಿ ಗುಡ್ಡವೊಂದರ ನೆತ್ತಿಯ ಮೇಲೆ ತನ್ನ ಗಂಡನ ನಿರೀಕ್ಷೆಯಲ್ಲಿ ಕಾಯುತ್ತಾ ಕುಳಿತಿರುತ್ತಾಳೆ. ಆಕೆಯೊಡನೆ ಸಾಕಿದ ನಾಯಿ ಬಿಟ್ಟರೆ ಮತ್ಯಾರೂ ಇಲ್ಲ. ಎದುರಲ್ಲೊಂದು ಕಲ್ಲು ಮಂಟಪವಿದೆ. ಬೆಳಗಿನಿಂದ ಸಂಜೆಯವರೆಗೂ ಕಾದು ಸುಸ್ತಾಗಿದ್ದಾಳೆ. ಒತ್ತಿ ಬರುವ ಬೇಸರ, ಆಕಳಿಕೆ, ಮಂಪರಿನೊಡನೆ ಸೆಣೆಸುತ್ತ ಆಕೆ ಕಾಲಹರಣ ಮಾಡುವಷ್ಟರಲ್ಲಿ ಸಾವಧಾನವಾಗಿ ಕತ್ತಲಾವರಿಸಿದೆ. ತಿಮ್ಮಿ ಬೆರಗಾಗಿ ನೋಡುತ್ತಾಳೆ. ಕಲ್ಲು ಮಂಟಪದ ಹತ್ತಿರ ಕುದುರೆಯೊಂದು ನಿಂತಿದೆ. ಅದರ ಮೇಲೊಬ್ಬ ರಾಜಕುಮಾರ. ನೋಡನೋಡುತ್ತಿರುವಂತೆ ಎಲ್ಲಿಂದಲೋ ಓಡಿ ಬಂದ ಮದುವಣಗಿತ್ತಿಯೊಬ್ಬಳು ಆತನತ್ತ ಕೈ ಚಾಚುತ್ತಾಳೆ. ರಾಜಕುಮಾರ ಬಾಗಿ ಅವಳನ್ನೆತ್ತಿ ಕುದುರೆಯ ಮೇಲೆ ಕೂರಿಸಿಕೊಂಡು ಚಂಗನೆ ನೆಗೆದು ಮಾಯವಾಗುತ್ತಾನೆ. ಕಣ್ಣು ತೆರೆದುಕೊಂಡಿರುವಾಗಲೇ ಕ್ಷಣಾರ್ಧದಲ್ಲಿ ಕಂಡು ಮರೆಯಾದ ಆ ದೃಶ್ಯಕ್ಕೆ ಬೆಚ್ಚಿ ಕಂಪಿಸುತ್ತಾಳೆ ತಿಮ್ಮಿ.

ಇದನ್ನು ಓದುವಾಗ, ತಿಮ್ಮಿ ನಿಜವಾಗಿಯೂ ರಾಜಕುಮಾರನನ್ನು ನೋಡಿದಳೇ ಅಥವಾ ಅದು ಆಕೆಯ ಭ್ರಮೆಯೇ ಎನ್ನುವ ಸಂಶಯ ಬರುವುದು ಸಹಜ. ಅದನ್ನು ನಿವಾರಿಸಲೆಂದೇ, ತಿಮ್ಮಿ ಆ ಘಟನೆಯನ್ನು ಅಲ್ಲಿ ಹೇಗೆ ಕಂಡಿರಬಹುದು ಅನ್ನುವುದಕ್ಕೆ ಮೂರು ಕಾರಣಗಳನ್ನು ಊಹಿಸುತ್ತಾರೆ ಕುವೆಂಪು. ಆ ಕಲ್ಲು ಮಂಟಪ ಬಹು ಹಿಂದೆ ನಗರ ಸಂಸ್ಥಾನದ ಸೈನ್ಯದ ಕಾವಲ್ದಾಣವಾಗಿತ್ತು. ಆ ಕಾಲದಲ್ಲಿ ನಡೆದಿದ್ದ ಯಾವುದಾದರೂ ಒಂದು ನಿರ್ದಿಷ್ಟ ಘಟನೆ, ಆ ಅನನ್ಯ ಗಳಿಗೆ ಹಾಗೂ ಪರಿಸರದಲ್ಲಿ ತಿಮ್ಮಿಯ ಸ್ವಪ್ರಜ್ಞೆಯ ಪ್ರಭಾವದಿಂದ ಪುನಃಸ್ಮೃತಿಯಾಗಿ ಆವಿರ್ಭವಿಸಿ ಅವಳಿಗೆ ದೃಗ್ಗೋಚರವಾಗಿರಬಹುದು. ಅಥವಾ– ಆಕೆ ಆ ಸಂದರ್ಭದಲ್ಲಿ ಮದುಮಕ್ಕಳಿಬ್ಬರನ್ನು ನೆನೆಯುತ್ತಾ ಕುಳಿತಿದ್ದಳಾದ್ದರಿಂದ, ಅವರೇ ಆಕೆಯ ಅರ್ಧಜಾಗ್ರತ ಪ್ರಜ್ಞೆಯಲ್ಲಿ ಪ್ರತಿಮಿತವಾಗಿ ಕಾಣಿಸಿಕೊಂಡಿರಬಹುದು. ಅಥವಾ– ಆಕೆ ಒಡೆಯನ ಮನೆಯಲ್ಲಿ ರಾತ್ರಿಯೆಲ್ಲ ಕೆಲಸ ಮಾಡುತ್ತಿರುವ ಸಂದರ್ಭದಲ್ಲಿ ಜೊತೆಗಾರರು ಸರದಿಯ ಮೇಲೆ ಹೇಳುತ್ತಿದ್ದ ಪುರಾಣದ ಕಥೆಗಳನ್ನು ಕೇಳಿದ್ದರ ಪರಿಣಾಮವೂ ಇರಬಹುದು. ಹೀಗೆ ಮೂರು ಕಾರಣಗಳನ್ನು ನೀಡಿದ್ದರೂ, ಮೊದಲನೆಯ ಕಾರಣದ ಸಾಧ್ಯತೆಯನ್ನೇ ಅವರು ಹೆಚ್ಚು ಪ್ರತಿಪಾದಿಸುವುದು ಓದುಗನಿಗೆ ಸ್ಪಷ್ಟವಾಗುತ್ತದೆ. ಯಾಕೆಂದರೆ, ರಾಜಕುಮಾರ ಕುದುರೆಯೇರಿ ಹೋದ ಸನ್ನಿವೇಶವನ್ನು ತಿಮ್ಮಿ ದಿಗ್ಭ್ರಾಂತಳಾಗಿ ನೋಡುತ್ತಿರುವ ಅದೇ ವೇಳೆ, ಅಲ್ಲಿಯೇ ಸುಮ್ಮನೇ ಮಲಗಿದ್ದ ನಾಯಿ ಧುತ್ತನೆ ಎದ್ದು ಕುದುರೆ ಹೋದ ದಿಕ್ಕನ್ನೇ ನೋಡುತ್ತ ಭಯಂಕರವಾಗಿ ಬೊಗಳುತ್ತದೆ.

ಇದು ಒಂದು ಉದಾಹರಣೆಯಷ್ಟೇ. ಜಗತ್ತಿನ ಹಲವು ಪ್ರಸಿದ್ಧ ಲೇಖಕರು ತಮ್ಮ ಕೃತಿಗಳಲ್ಲಿ ಇಂಥಹ ಮಾಯಾ ಸಾದೃಶ್ಯಗಳನ್ನು ಕಟ್ಟಿಕೊಟ್ಟಿದ್ದಾರೆ. ಹಾಗೂ ಅದು ಕೇವಲ ಮನುಷ್ಯನ ಭ್ರಮೆಯಷ್ಟೇ ಅಲ್ಲ ಎನ್ನುವುದನ್ನೂ ನೇರ (ಹಾಗೂ ಪರೋಕ್ಷ)

ವಾಗಿ ಅರುಹಿದ್ದಾರೆ. ಕೆ.ಎಸ್.ನರಸಿಂಹಸ್ವಾಮಿಯವರ 'ತೆರೆದ ಬಾಗಿಲು' ಕವನದಲ್ಲಿ, ಏರು ಮಧ್ಯಾಹ್ನದ ಹೊತ್ತಿಗೆ ಅನಿರೀಕ್ಷಿತವಾಗಿ ಮೂರು ಜನ ಮನೆಗೆ ಊಟಕ್ಕೆ ಬರುತ್ತಾರೆ. ಅವರ್ಯಾರು, ಎಲ್ಲಿಂದ ಏಕೆ ಬಂದರೆಂಬುದು ಕವಿಗೂ ಗೊತ್ತಿಲ್ಲ.

ಯಾರು ಬಂದರು ಗೊತ್ತ?
ಮೂರು ಬೆಂಕಿಗಳಂತೆ ಮೂರು ಕಾಲಗಳಂತೆ
ಮೂರು ತಲೆಮಾರುಗಳ ಸುಕೃತ ಮೈವೆತ್ತಂತೆ
ತೆರೆದ ಬಾಗಿಲು, ನೋಡು, ನೇರ ಬಂದರು ಒಳಗೆ
ತಪ್ಪು ಕಲ್ಪನೆಯಿಂದ ಇತ್ತ ಬಂದರೇನೋ!

ಎಂದು ಬಂದ ಅತಿಥಿಗಳನ್ನು ವರ್ಣಿಸುತ್ತಾ, ನಂತರದ ಸಾಲುಗಳಲ್ಲಿ ಅವರ ಚಲನ ವಲನ, ಕಾರ್ಯಗಳನ್ನೆಲ್ಲ ವಿವರಿಸುತ್ತ ಕೊನೆಯಲ್ಲಿ–

ಶತಾಯುವಾಗೆಂದು ಅಮೃತಮಂತ್ರಗಳಿಂದ
ಹರಸಿ ಹೋದರು, ನೋಡು, ಮೂರು ಬೆಂಕಿಗಳಂತೆ
ಮೂರು ಕಾಲಗಳಂತೆ ಒದಗಿದಭ್ಯಾಗತರು
ತೆರೆದ ಬಾಗಿಲನವರು ದಾಟಿ ಹೋದುದ ಕಂಡೆ;
ನೆಲದಮೇಲೆಲ್ಲೆಲ್ಲು ಮಂತ್ರಾಕ್ಷತೆ.

ಎನ್ನುತ್ತ ಕವನವನ್ನು ಮುಗಿಸುತ್ತಾರೆ. ಇಲ್ಲಿಯೂ ಕೂಡಾ; ಹಾಗೆ ಬಂದುಹೋದ ಆ ಅಭ್ಯಾಗತರಾರಿರಬಹುದು, ಅವರು ನಿಜಕ್ಕೂ ಬಂದಿದ್ದರೇ ಅಥವಾ ಅದೆಲ್ಲ ಕವಿಯ ಭ್ರಮೆಯೇ ಎಂಬುದಕ್ಕೆ ಸ್ಪಷ್ಟ ಉತ್ತರವಿಲ್ಲ.

ಇದೇ ರೀತಿ, ಜಯಂತ ಕಾಯ್ಕಿಣಿಯವರ 'ಹೊಸ್ತಿಲು' ಎನ್ನುವ ಕಥೆಯಲ್ಲಿ– ಮುದಿವಯಸ್ಕ ಅವಿವಾಹಿತನೋರ್ವನಿಗೆ, ತನ್ನ ಗುಜರಿ ಅಂಗಡಿಯ ಮಾಸಿದ ನಿಲುವುಗನ್ನಡಿಯಲ್ಲಿ ಆಗಾಗ ಸುಂದರ ತರುಣಿಯೊಬ್ಬಳು ಕಾಣಿಸಿಕೊಳ್ಳುವ ಪ್ರಸಂಗ ಕೂಡಾ ಇಂಥದ್ದೇ ಹಿನ್ನೆಲೆಯಲ್ಲಿ ರಚಿತವಾದದ್ದು ಎನ್ನುವುದು ನನ್ನ ಅನಿಸಿಕೆ.

ಈ ವಿಷಯವನ್ನು ಅವಲೋಕಿಸ ಹೊರಟರೆ ಎರಡು ಮುಖ್ಯ ಪ್ರಶ್ನೆಗಳು ಎದುರಾಗುತ್ತವೆ. ಈ ಭೂಮಿಯ ಮೇಲಿನ ಪ್ರತಿ ಸ್ಥಳಕ್ಕೂ ಅದರದೇ ಆದ ಒಂದು ವಿಶಿಷ್ಟ ಪ್ರಾಣಮಯ ಸೂಕ್ಷ್ಮಪೃಥ್ವೀತತ್ವ ಎಂಬುದಿದೆಯೇ? ಅನುಭವಿಸಬಲ್ಲ ಸೂಕ್ಷ್ಮಮನಸ್ಸುಳ್ಳವನಿಗೆ, ಆಯಾ ಜಾಗದಲ್ಲಿ, ಆಯಾ ಸಂದರ್ಭದಲ್ಲಿ, ವಿಶೇಷ ರೂಪದಲ್ಲಿ ಅದು ಇಂದ್ರಿಯಗಳಿಗೆ ಸಂವೇದಿಯಾಗಿ ದಕ್ಕಬಲ್ಲದೇ? (ಅದು ದೃಶ್ಯರೂಪವೇ ಆಗಬೇಕಿಲ್ಲ, ಯಾವುದೋ ಒಂದು ಸ್ಪರ್ಶ, ಪರಿಮಳ, ಗ್ರಹಿಕೆಯೂ ಆಗಿರಬಹುದು) ಪುಟ್ಟಪ್ಪನವರಿಗೆ ಕವಿಶೈಲ, ಬೇಂದ್ರೆಗೆ ಸಾಧನಕೇರಿ, ಕಾರಂತರಿಗೆ ಕಡಲತೀರ, ಜಯಂತರಿಗೆ ಮುಂಬಯಿಯಿದ್ದಂತೆ, ಪ್ರತಿ ವ್ಯಕ್ತಿಗೂ ಅವರದೇ ಆದ ಘಟಿಕಾಸ್ಥಳವೆಂಬುದು ಇರಬಹುದೇ? ಇಂತಹ ಘಟಿಕಾಸ್ಥಳ ಯಾವುದೋ ಕ್ಷಣದಲ್ಲಿ ಅನೂಹ್ಯವಾದ ಸಂಗತಿಯೊಂದನ್ನು ಆ ವ್ಯಕ್ತಿಗೆ ದಕ್ಕಿಸಿಕೊಡಬಹುದೇ?

ಎರಡನೆಯದು– ಸಮಾನಾಂತರ ವಿಶ್ವವೊಂದು ನಮ್ಮ ಮಗ್ಗುಲಲ್ಲೇ ಇದ್ದಿರಬಹುದಾದ ಸಾಧ್ಯತೆ. ನಮ್ಮ ಪುರಾಣ ಕಥೆಗಳಾದಿಯಾಗಿ ಕ್ವಾಂಟಮ್ ಸಿದ್ಧಾಂತ, ಬಿಗ್ ಬ್ಯಾಂಗ್ ಥಿಯರಿ ಕೂಡಾ ಈ 'ಪ್ಯಾರಲಲ್ ಯುನಿವರ್ಸ್'ನ ಶಕ್ಯತೆಯನ್ನೇ ಪ್ರಚುರಪಡಿಸುತ್ತದೆ. ಹಾಗಾದರೆ, ಅಸ್ತಿತ್ವದಲ್ಲಿರುವ ಅಸಂಖ್ಯ ವಿಶ್ವಗಳಲ್ಲಿ ಎಲ್ಲೋ ಒಂದು ಕಡೆ ಇದೇ ಸಮಯಕ್ಕೆ ನಿಮ್ಮಂತೆಯೇ ಇನ್ನೊಬ್ಬ 'ಮಯೂರ' ಕೈಯ್ಯಲ್ಲಿ ಹಿಡಿದು ಈ ಲೇಖನ ಓದುತ್ತಿರಬಹುದಲ್ಲವೇ? ಇದೊಂದು ಅಸಾಧ್ಯದ ಕಲ್ಪನೆ ಎಂದಿಟ್ಟುಕೊಳ್ಳೋಣ. ಆದರೆ, ಇದೇ ಸಂದರ್ಭದಲ್ಲಿ ಬೇರ್ಯಾವುದೋ ವಿಶ್ವದಲ್ಲಿ ಇನ್ಯಾರೋ ವ್ಯಕ್ತಿ, ಮತ್ಯಾವುದೋ ಕಾರ್ಯದಲ್ಲಿ ತೊಡಗಿಸಿಕೊಂಡಿರುವ ಸಾಧ್ಯತೆಯನ್ನಂತೂ ಅಲ್ಲಗಳೆಯುವಂತಿಲ್ಲ? ಅಂದಮೇಲೆ ಅದು ನಮ್ಮ ಪ್ರಜ್ಞಾಪರಿಧಿಯ ಒಳಗೇ ಜರುಗುತ್ತಿರಬಹುದಾದ ಸಂಭಾವ್ಯತೆ ಕೂಡಾ ನಿರ್ಲಕ್ಷಿಸಬಹುದಾದ್ದೇನೂ ಅಲ್ಲ ತಾನೇ?

ಗ್ರೀಕ್ ತತ್ವಜ್ಞಾನಿ ಪ್ಲೇಟೋ ತನ್ನ The Allegory of the Caves ಎನ್ನುವ ಪ್ರಬಂಧದಲ್ಲಿ, ಈ ಸಮಾನಾಂತರ ಜಗತ್ತಿನ ಇರುವಿಕೆಯ ಸಾಧ್ಯತೆಯನ್ನು ಯಥೋಕ್ತವಾಗಿ ವಿಶ್ಲೇಷಿಸಿದ್ದಾನೆ. ಗುಹೆಯೊಂದರ ತುದಿಯಲ್ಲಿ ಗೋಡೆಗೆ ಮುಖಮಾಡಿ ನಿಲ್ಲಿಸಿ ಕತ್ತು ತಿರುಗಿಸಲಾಗದಂತೆ ಬಾಲ್ಯದಿಂದಲೂ ಬಂಧಿಸಲ್ಪಟ್ಟ ಕೈದಿಗಳು ನಾವೆಲ್ಲ ಎನ್ನುತ್ತಾನೆ ಆತ. ಗೋಡೆಯ ಮೇಲೆ ಕೃತಕವಾಗಿ ಒಂದಿಷ್ಟು ನೆರಳಿನಾಟವನ್ನು ಸೃಷ್ಟಿಸಿದರೆ ಅದೇ ನಿಜವಾಗಿ ನಮ್ಮ ಸುತ್ತ ನಡೆಯುತ್ತಿರುವುದು, ಅದೇ ನಿಜವಾದ ಜಗತ್ತು ಎಂದು ಕೈದಿಗಳೆಲ್ಲ ಭ್ರಮಿಸುತ್ತಾರಲ್ಲವೇ. ಆದರೆ ಅದರ ಹೊರತೂ ಮತ್ತೊಂದು ಜಗತ್ತಿರುವುದು ನಿಜ. ಅವರಲ್ಲೊಬ್ಬ ಕೈದಿ ಕೈಕೋಳ ಬಿಡಿಸಿಕೊಂಡು ಬಂದು ಆ ನಿಜ ಜಗತ್ತನ್ನು ಎದುರಿಸಿ ಬೆಚ್ಚಿಬಿದ್ದು; ವಾಪಸ್ಸು ಹೋಗಿ ಉಳಿದ ಕೈದಿಗಳಿಗೆ ತಾನು ನೋಡಿದ ಪರ್ಯಾಯ ಜಗತ್ತನ್ನು ವರ್ಣಿಸಿದರೆ, ಅವರು ಅದನ್ನು ನಂಬಿಯಾರೇ? ನಂಬದಿರುವ ಸಾಧ್ಯತೆಯೇ ಹೆಚ್ಚು ತಾನೆ? ಹೀಗೆ– ನಮ್ಮ ನೋಟ, ನಂಬಿಕೆ, ಗ್ರಹಿಕೆ, ವಿಚಾರಗಳಿಗನುಗುಣವಾಗಿ ನಮ್ಮ ಸುತ್ತಲ ಜಗತ್ತೂ ರೂಪುಗೊಂಡಿದೆ ಎಂಬುದು ವಿದಿತ. ಅದೇ ಸಮಯಕ್ಕೆ ಬೇರೊಂದು ದೃಷ್ಟಿ, ಬೇರೊಂದು ಆಲೋಚನೆ, ಆಯ್ಕೆ, ಅಭೀಪ್ಸೆಗನುಗುಣವಾಗಿ ಮತ್ತೊಂದು ಜಗತ್ತೂ ಇರಬಹುದಾದದ್ದು ವಾಸ್ತವವೇ ಅಲ್ಲವೇ?

ಇವೆಲ್ಲವನ್ನೂ ವಿವೇಚಿಸಿದಾಗ, ಹಲವು ಜಗತ್ತುಗಳು ಏಕಕಾಲಕ್ಕೆ ಅಸ್ತಿತ್ವದಲ್ಲಿವೆ ಎನ್ನುವ ವಾದದಲ್ಲಿ ಹುರುಳಂತೂ ಇದೆ ಅನ್ನಿಸುವುದು ಸುಳ್ಳಲ್ಲ. ನಿರ್ದಿಷ್ಟ ಸ್ಥಳ, ಸಮಯದಲ್ಲಿ ಇವು ಒಂದಕ್ಕೊಂದು ಮುಖಾಮುಖಿಯಾಗುವುದೂ ನಿಜವಿರಬಹುದು. ವೈಜ್ಞಾನಿಕವಾಗಿ ಸಾಬೀತುಪಡಿಸಿ ತೋರಿಸಲಾಗದ್ದನ್ನೆಲ್ಲ ಅಸತ್ಯ ಅನ್ನಲಾಗುವುದಿಲ್ಲವಷ್ಟೇ. ನನಗಿರುವ ಪ್ರಶ್ನೆಯೆಂದರೆ–

ಆ ಇನ್ನೊಂದು ಜಗತ್ತಿರುವುದು ನಮ್ಮ ಒಳಗೋ ಅಥವಾ ಹೊರಗೋ?

ಒಳಗಿರುವ ಜಗತ್ತು ನಿಜವೋ, ಹೊರಗಿರುವುದು ದಿಟವೋ? ಒಳಗಿನದಾವುದು, ಹೊರಗಿನದಾವುದು ಎಂಬ ಸ್ಪಷ್ಟತೆ ನಮಗಿದೆಯೇ? ಹೊರಗಿನದೇ ಒಳಗಿನದಾಗಿ, ಒಳಗಿನದೇ ಹೊರಗಿನದಾಗಿ 'ಗೋಚರಿಸಿದರೆ' ನಾವದನ್ನು ಗುರುತಿಸಬಲ್ಲೆವೇ?

■

ಮಂಜನನ್ನು ಹೊಳೆಗದ್ದೆ ಟೋಲ್ ಸೆಂಟರಿನಲ್ಲಿ ಕಂಡದ್ದರ ಕುರಿತು ನನ್ನ ಸ್ನೇಹಿತನಲ್ಲಿ ಇನ್ನಷ್ಟು ಸಮಾಲೋಚಿಸಬೇಕೆಂದು, "ಆತ ಮಂಜನೇ ಎನ್ನಲಿಕ್ಕೆ ಖಾತ್ರಿಯೇನು?" ಎನ್ನುವ ಪ್ರಶ್ನೆ ನಾನು ಕೇಳುವ ಮುನ್ನವೇ-

"ಯಾರೊಡನೆಯೋ ಜೋರು ಜೋರು ಮಾತಾಡುತ್ತಿದ್ದ. ಈಗಷ್ಟೇ ಒಬ್ಬರನ್ನು ತೆಪ್ಪದಲ್ಲಿ ಹೊಳೆ ದಾಟಿಸಿ ಬಂದೆ ಎನ್ನುತ್ತಿದ್ದ. ಪುರಾವೆಯೆಂಬಂತೆ ಮುಂಡು, ಟವೆಲ್ಲೆಲ್ಲ ಒದ್ದೆಯಾಗಿದ್ದನ್ನೂ ಗಮನಿಸಿದೆ. ನಾನು ಹತ್ತಿರ ಹೋಗುವಷ್ಟರಲ್ಲಿ ಅದೆಲ್ಲೋ ನುಸುಳಿ ಮರೆಯಾಗಿಬಿಟ್ಟ. ಆತ ಮಂಜನೇ ಆಗಿರಲಿಕ್ಕೆ ಸಾಕು..." ಎಂದು ಉದ್ಗರಿಸಿದ ಆತ.

ಏಪ್ರಿಲ್ 2022

ಬರೆದು ಜೀವಿಸಬಹುದೆ?

ಮೌನ, ಮಾತು, ಬರಹ ಇವುಗಳಲ್ಲಿ ಮೇಲ್ಯಾವುದು–ಕೆಳಗಾವುದು ಎನ್ನುವುದರ ಕುರಿತು ನಾನು ಹಾಗೂ ನನ್ನ ಮಿತ್ರ ಚರ್ಚಿಸುತ್ತಿದ್ದೆವು.

"ಮೌನದ ಘನ ರೂಪ ಮಾತು, ಮಾತಿನ ಘನ ರೂಪ ಬರಹ" ಅಂದ ನನ್ನ ಮಿತ್ರ.

"ಅದು ವೈಸ್–ವರ್ಸಾ. ಮಾತು ಬರಹಗಳ ಘನ ರೂಪ ಮೌನ" ಎಂದೆ ನಾನು.

ಹೀಗೊಂದಿಷ್ಟು ಮಾತುಗಳು ಮಥಿಸಿ, "ಕೊನೆಯಲ್ಲಿ ನಾನು ಹೇಳಿದ್ದನ್ನೇ ಒಪ್ಪಿಕೊಳ್ತೀ ನೀನು, ಬೇಕಾದ್ರೆ ಬರೆದುಕೊಡ್ತೇನೆ" ಎನ್ನುತ್ತ ಚರ್ಚೆಯನ್ನು ವಾದಕ್ಕಿಳಿಸಿದ ಆತ.

"ಬರೆದುಕೊಡದಿದ್ರೆ ಆಗೋದಿಲ್ವೇನು?" ಅವನನ್ನು ಕೆಣಕಲೆಂದೇ ಕೇಳಿದೆ.

"ಆಗಿದ್ದನ್ನೇ ಬರೆಯುವುದು, ಬರೆಯುವುದೇ ಆಗುವುದು. ಮಖ್ತೂಬ್..." ಎಂದ ಆತ.

'ಮಖ್ತೂಬ್' ಶಬ್ದ ಕೇಳುತ್ತಲೇ ನನಗೆ ಪಾವ್ಲೋ ಕೊಯಿಲೋನ 'ದ ಅಲ್ಕೆಮಿಸ್ಟ್' ಕಾದಂಬರಿ ನೆನಪಾಯಿತು. ಅರೇಬಿಕ್ ಭಾಷೆಯಲ್ಲಿ, 'ಬರೆಯಲ್ಪಟ್ಟಿದೆ' ಎನ್ನುವ ಅರ್ಥದ ಈ ಶಬ್ದದ ಮೂಲ ಕುರಾನ್. 'ವಿಧಿಯೆಂಬುದು ಈಗಾಗಲೇ ಬರೆಯಲ್ಪಟ್ಟಿದೆ, ಹಾಗೂ ಅದನ್ನು ಯಾರಿಂದಲೂ ಬದಲಾಯಿಸಲು ಸಾಧ್ಯವಿಲ್ಲ' ಎನ್ನುವ ಸಂದೇಶವನ್ನು ಅರುಹಲು ಕುರಾನಿನಲ್ಲಿ ಮಖ್ತೂಬ್ ಪದದ ಬಳಕೆಯಾಗಿದೆ. ಅಲ್ಕೆಮಿಸ್ಟ್‌ನಲ್ಲಿಯೂ ಈ ಶಬ್ದಕ್ಕೆ ಸಾಕಷ್ಟು ಪ್ರಾಮುಖ್ಯತೆಯಿದೆ. ನಿಧಿಯ ಅನ್ವೇಷಣೆಯಲ್ಲಿ ಊರೂರು ಅಲೆಯುವ ಕಾದಂಬರಿಯ ನಾಯಕ, ಈ ಶಬ್ದದ ಹಿನ್ನೆಲೆಯಲ್ಲಿ ತನ್ನ ಹಲವು ಗೊಂದಲಗಳಿಗೆ ಉತ್ತರವನ್ನು ಕಂಡುಕೊಳ್ಳುವುದು ಅಲ್ಕೆಮಿಸ್ಟ್ ಕಾದಂಬರಿಯ ಸಾರವೂ ಹೌದು.

ಇನ್ನು ಬೈಬಲ್ಲಿಗೆ ಬಂದರೆ, 'As it is written' ಎನ್ನುವ ಸೂಕ್ತಿಗೆ ಕ್ರಿಸ್ತನನ್ನೂ ಸೇರಿ ಹಲವು ಪ್ರವಾದಿಗಳು ಒತ್ತು ನೀಡಿದ್ದಾರೆ. ನಮ್ಮಲ್ಲಿಯೂ ಕೂಡಾ, ವಿಧಿ ಲಿಖಿತ, ಬ್ರಹ್ಮ

ಲಿಪಿ, ಹಣೆ ಬರಹ ಇತ್ಯಾದಿ ಮಾತುಗಳು ಚಾಲ್ತಿಯಲ್ಲಿವೆ. ಚಿತ್ರಗುಪ್ತ ಪ್ರತಿಯೊಂದು ಜೀವಿಯ ಆಗು ಹೋಗುಗಳನ್ನೂ ಬರೆದಿಡುತ್ತಾನೆ ಎಂಬ ನಂಬಿಕೆಯಿದೆ. ಹಾಗಾದರೆ ಈ ಬರೆಯುವಿಕೆಗೆ ಯಾಕಷ್ಟು ಮಹತ್ವ? ಬರೆದಿಟ್ಟಮೇಲೆ ಅದು ಅಧಿಕೃತ, ಬರೆದದ್ದು ಇಂದೋ, ಹಿಂದೋ, ಮುಂದೋ, ಎಲ್ಲೋ, ಹೇಗೋ ನಿಜವಾದೀತು ಎನ್ನುವ ಸುಪ್ತ ಭಾವನೆ ನಮ್ಮಲ್ಲಿದೆಯೇ? ಈ ಬರೆಯುವಿಕೆಯ ಮೇಲಿನ ನಂಬಿಕೆ ಕೇವಲ ವಿಧಿ ಬರಹಕ್ಕೆ ಮಾತ್ರ ಸಂಬಂಧಿಸಿದ್ದೇ ಅಥವಾ ಎಲ್ಲ ಪ್ರಕಾರದ ಬರವಣಿಗೆಗೂ ಇದು ಅನ್ವಯವೇ? ಇದನ್ನೆಲ್ಲ ಅವಲೋಕಿಸಬೇಕೆಂದರೆ ಈ 'ಬರೆಯುವುದ'ರ ಹುಟ್ಟಿನಿಂದಲೆ ಶುರು ಮಾಡಬೇಕಾಗುತ್ತದೆ.

ಮನುಷ್ಯ ಪ್ರಾಣಿ ಅದು ಹೇಗೆ ಉಳಿದ ಪ್ರಾಣಿಗಳಿಗಿಂತ ಮುಂದುವರಿದ ಅನ್ನುವುದಕ್ಕೆ ಹಲವು ಸಂಶೋಧನೆಗಳಾಗಿವೆಯಷ್ಟೇ. ಅದಕ್ಕೆ ಹಲವು ಬಗೆಯ ಉತ್ತರಗಳೂ ನಮಗೆ ಲಭ್ಯವಿವೆ. ಯುವಲ್ ಹರಾರಿಯ ಪ್ರಕಾರ ಉಳಿದ ಪ್ರಾಣಿಗಳಲ್ಲಿಲ್ಲದ ಕಥೆ ಕಟ್ಟುವ ಮನುಷ್ಯನ ಕಲೆಯೇ ಆತನನ್ನು ಇಲ್ಲಿಯವರೆಗೂ ತಂದು ನಿಲ್ಲಿಸಿದೆ. 'ಕೊಳದಲ್ಲಿ ಹುಲಿಯೊಂದು ನೀರು ಕುಡಿಯುತ್ತಿದೆ ಯಾರೂ ಹತ್ತಿರ ಹೋಗಬೇಡಿ' ಅನ್ನುವುದನ್ನು ಪ್ರಾಣಿಯೊಂದು ತನ್ನ ಬಳಗಕ್ಕೆ ಹೇಳುವಾಗ, ಈ ನಿರ್ದಿಷ್ಟ ಮಾಹಿತಿಯನ್ನಷ್ಟೇ ತನ್ನ ಭಾಷೆಯಲ್ಲಿ ರವಾನಿಸಲು ಶಕ್ಯ. ಆದರೆ ಮನುಷ್ಯ ಹಾಗಲ್ಲವಲ್ಲ, ಆತ ಇದನ್ನು ತನ್ನ ಒಡನಾಡಿಗಳಿಗೆ ಹೇಳಬೇಕಾದಾಗ, ಈ ಪ್ರಸಂಗದ ಸುತ್ತ ಒಂದು ಕತೆಯನ್ನೇ ಹೆಣೆಯಬಲ್ಲ, ಹುಲಿಯನ್ನೂ, ಸುತ್ತಲ ಪರಿಸರವನ್ನೂ ನಾನಾ ರೀತಿಯಲ್ಲಿ ವರ್ಣಿಸಬಲ್ಲ. ಹಾಗೂ ಕೇಳಿಸಿಕೊಳ್ಳುವ ಮನುಷ್ಯ ಅದನ್ನು ಮತ್ಯಾವುದೋ ರೀತಿಯಲ್ಲಿ ಅರ್ಥೈಸಿಕೊಳ್ಳಬಲ್ಲ. ಇವೆಲ್ಲದರ ಹಿಂದಿರುವುದು ಆತನ ಕಲ್ಪನಾ ಸಾಮರ್ಥ್ಯ. ಈ ಕಲ್ಪನಾ ಶಕ್ತಿಯೇ ಮನುಷ್ಯನ ಬರವಣಿಗೆಯ ಕಲೆಗೂ ಪೂರಕವಾಗಿ ಒದಗಿ ಬಂದುದು.

ಶೂನ್ಯದಿಂದ ಯಾವುದರ ಸೃಷ್ಟಿಯೂ ಸಾಧ್ಯವಿಲ್ಲ ಎಂದಾದಮೇಲೆ, ಕಲ್ಪನೆ ಕೂಡಾ ಹುಟ್ಟಲು ಸಾಧ್ಯವಿಲ್ಲವಷ್ಟೇ? ಪ್ರತಿ ಕಲ್ಪನೆಗೂ ಯಾವುದಾದರೂ ಒಂದು ಹಿನ್ನೆಲೆ ಇದ್ದೇ ಇದೆ. ಹೀಗಾಗಿ ಆ ಕಲ್ಪನೆಯ ಮೂಲಕವೇ ಹುಟ್ಟುವ ಬರವಣಿಗೆಗೆ ಕೂಡಾ ಒಂದಲ್ಲಾ ಒಂದು ಆಧಾರ ಇರಬೇಕಾದದ್ದು ದಿಟವೇ. ಹಾಗೆ ಬರೆಯಲ್ಪಟ್ಟದ್ದು ಎಲ್ಲೋ ಒಂದು ಕಡೆ, ಯಾವುದೋ ಒಂದು ರೂಪದಲ್ಲಿ ಜರುಗಬಹುದಾದ (ಅಥವಾ ಜರುಗಿರಬಹುದಾದ) ಸಂಭವನೀಯತೆಯನ್ನು ಸಾರಾಸಗಟಾಗಿ ತಳ್ಳಿ ಹಾಕಬಹುದೇ? ನಿರ್ಧಾರಕ್ಕೆ ಬರುವ ಮುನ್ನ ಕೆಲವು ಉದಾರಣೆಗಳನ್ನು ಗಮನಿಸುವುದೊಳಿತು.

ಅಮೇರಿಕನ್ ಲೇಖಕ ಮೋರ್ಗನ್ ರಾಬರ್ಟ್‌ಸನ್‌ನ ಕಾದಂಬರಿ 'ಫ್ಯುಟಿಲಿಟಿ' ಯಲ್ಲಿ ಟೈಟಾನ್ ಎನ್ನುವ ಬೃಹತ್ ಹಡಗು ಸಮುದ್ರದ ನಡುವೆ ಮಂಜುಗಡ್ಡೆಗೆ ಡಿಕ್ಕಿ ಹೊಡೆದು ಮುಳುಗುವ ಘಟನೆಯಿದೆ. ನಾವೆಲ್ಲ ಬಲ್ಲ ಟೈಟಾನಿಕ್ ದುರಂತ ನಡೆದುದು ಈ ಕಾದಂಬರಿ ಪ್ರಕಟವಾಗಿ ಹದಿನೈದು ವರ್ಷಗಳ ಬಳಿಕ! ಡೊನಾಲ್ಡ್

ಟ್ರಂಪ್ ಅಮೇರಿಕದ ಪ್ರಧಾನಿಯಾದಂತೆ 2000ದ ಇಸ್ವಿಯಲ್ಲೇ ಕಾರ್ಟೂನೊಂದು ಬಿತ್ತರವಾದಾಗ, ಟ್ರಂಪ್ ರಾಜಕೀಯವನ್ನು ಪ್ರವೇಶಿಸಿಯೇ ಇರಲಿಲ್ಲ. ಅದೆಲ್ಲ ಯಾಕೆ? ಚೀನಾದ ಪ್ರಯೋಗಾಲಯದಿಂದ ಹೊರಬಿದ್ದ ವೈರಸ್ಸೊಂದು ಇಡೀ ಜಗತ್ತನ್ನೇ ತಲ್ಲಣಗೊಳಿಸುವ ಸಂಗತಿ ನಲವತ್ತು ವರ್ಷಗಳ ಹಿಂದಿನ 'ಐಸ್ ಆಫ್ ಡಾರ್ಕ್‌ನೆಸ್' ಪುಸ್ತಕದ ಪುಟಗಳಲ್ಲಿಯೇ ಇದ್ದುದನ್ನು ಯಾರೂ ಅಲ್ಲಗಳೆಯುವಂತಿಲ್ಲ ತಾನೆ? ಇವೆಲ್ಲ ಕಾಕತಾಳೀಯ ಸಂಗತಿಗಳು ಅಂದುಕೊಳ್ಳುವುದರಲ್ಲಿ ಏನೂ ತಪ್ಪಿಲ್ಲ. ಆದರೆ ಈ ಮೇಲಿನ ಕಾದಂಬರಿಗಳಲ್ಲಿ ಅನುಕ್ರಮವಾಗಿ ಮುಳುಗಿದ ಹಡಗಿನ ಹೆಸರು 'ಟೈಟಾನ್' ಎಂದೂ, ವೈರಸ್ಸಿನ ಹೆಸರು 'ವುಹಾನ್-400' ಎಂದೂ ಉಲ್ಲೇಖಿಸಲ್ಪಟ್ಟಿರುವುದು ಯಾವುದೇ ಕಾಕತಾಳೀಯತೆಗೂ ಸೆಡ್ಡುಹೊಡೆಯುವಂಥದ್ದು. ಕಾರ್ಟೂನಿನಲ್ಲಿ ತೋರಿಸಿದ ಯಥಾವತ್ ಶೈಲಿಯಲ್ಲೇ ಅಧ್ಯಕ್ಷಗಿರಿಗೇರಿದ ಟ್ರಂಪ್ ಕೂಡಾ ಎಲಿವೇಟರೊಂದರಲ್ಲಿ ಇಳಿದು ಬರುವುದು ವಿವರಣೆಗೆ ನಿಲುಕದ ಅಚ್ಚರಿ.

ಇನ್ನು, ಮನುಷ್ಯನ ಕಲ್ಪನೆಯ ಉತ್ತುಂಗದ ಸೃಷ್ಟಿಗಳಾದ ಮ್ಯಾಜಿಕ್ ರಿಯಲಿಸಂ, ಫ್ಯಾಂಟಸಿ ಇತ್ಯಾದಿ ಬರಹ ಪ್ರಕಾರಗಳ ಬಗ್ಗೆ ಏನನ್ನೋಣ? ಜಗತ್ತಿನ ಘಟಾನುಘಟಿ ಸಾಹಿತಿಗಳೂ ತಮ್ಮ ಕೃತಿಗಳಲ್ಲಿ– ದೊಡ್ಡ ರೆಕ್ಕೆಗಳುಳ್ಳ ಮುದುಕ, ಬೆಳಗೆದ್ದು ನೋಡುತ್ತಲೇ ಹಾಸಿಗೆಯಲ್ಲೇ ಹುಳವಾದ ಮನುಷ್ಯ... ಇತ್ಯಾದಿಗಳನ್ನೆಲ್ಲ ಕಟ್ಟಿಕೊಡುವಾಗ ಅವರ ಈ ಅಸಾಧ್ಯ ಗ್ರಹಿಕೆಯ ಹಿನ್ನೆಲೆ ಏನಿದ್ದಿರಬಹುದು? ಕೇವಲ ಕಪೋಲಕಲ್ಪಿತ ಸಂಗತಿಗಳನ್ನು ಹುಟ್ಟುಹಾಕಿ ಕಥೆ ಹೇಳುವ ಸೀಮಿತ ಉದ್ದೇಶದಿಂದ ಅವರೆಲ್ಲ ಈ ಪ್ರಕಾರದ ಸಾಹಿತ್ಯವನ್ನು ಆಯ್ಕೆ ಮಾಡಿಕೊಂಡಿರಲು ಸಾಧ್ಯವಿಲ್ಲ ಅಲ್ಲವೇ?

'ತನ್ನ ಕಿರು ಬೆರಳುಗಳಿಂದ ಶುರುಮಾಡಿ ಒಂದೊಂದೇ ಅಂಗವನ್ನು ಅಗೆದು ತಿನ್ನುತ್ತ ಕೊನೆಯಲ್ಲಿ ತನ್ನ ತಲೆಯನ್ನೇ ಆತ ತಿಂದು ತೇಗಿದ' ಎಂದು ಯಾರಾದರೂ ಬರೆದರೆ, 'ಕುಡಿದ ನೀರು ಗಂಟಲಿಗಿಳಿಯುತ್ತಲೇ ಲಾವಾರಸವಾಗಿ ಹರಿದು, ಹೊಟ್ಟೆಯನ್ನು ಪ್ರವೇಶಿಸುತ್ತಲೇ ಸ್ಫೋಟವಾಯಿತು' ಎನ್ನುವ ಸಾಲು ಇನ್ಯಾರದೋ ಹಾಳೆಯಲ್ಲಿ ಮೂಡಿದರೆ, ಅದು ನಿಜ ರೂಪದಲ್ಲಿ ಅಲ್ಲದಿದ್ದರೂ, ಸಾಂಕೇತಿಕವಾಗಿಯಾದರೂ ಕಾರ್ಯಸಾಧ್ಯವಾಗಬಹುದಲ್ಲ? ಬೆಂಕಿಯೊಂದರ ಪ್ರಮಾಣ ಎಷ್ಟೇ ದೊಡ್ಡದಿರಬಹುದು, ಆದರೆ ಪ್ರತಿ ಬೆಂಕಿಯ ಮೂಲವೂ ಸಣ್ಣ ಕಿಡಿಯೇ ಆಗಿರುತ್ತದೆ. ಅಂತೆಯೇ ಕಿಡಿಯೊಂದನ್ನು ನೋಡಿ ಅದರಿಂದುಂಟಾಗಬಹುದಾದ ಜ್ವಾಲೆಯ ಪ್ರಮಾಣ ಊಹಿಸಲೂ ಸಾಧ್ಯವಿಲ್ಲ. ನಮ್ಮ ಕಲ್ಪನೆಗಳೂ ಹಾಗೇ ಅಲ್ಲವೇ?

ಒಟ್ಟಾರೆಯಾಗಿ ಹೇಳುವುದಾದರೆ, ಬರೆದಿಡಲ್ಪಡುವುದರ ಮೇಲೆ ನಮಗೊಂದು ವಿಶ್ವಾಸ. 'ಪ್ರತ್ಯಕ್ಷ ನೋಡಿದರೂ ಪ್ರಮಾಣಿಸಿ ನೋಡು' ಎನ್ನುವ ಗಾದೆಯಲ್ಲಿ, ಪ್ರಮಾಣಿಸಿ ನೋಡುವುದರ ಅರ್ಥ ಬಹುತೇಕ ಸಂದರ್ಭಗಳಲ್ಲಿ ಬರೆದು, ಸಹಿ ಹಾಕಿ, ಛಪ್ಪೆಯೊತ್ತಿ ಅಧಿಕೃತ ಗೊಳಿಸುವುದೇ ಆಗಿದೆ. ಕೋರ್ಟ್ ವಿಚಾರಣೆಯ ನೇರ ಪ್ರಸಾರ ಲಭ್ಯವಿದ್ದರೂ, ಆದೇಶದ ಲಿಖಿತ ಪ್ರತಿ ಕೈಸೇರುವ ವರೆಗೂ ಯಾರೂ

ಏನೂ ಮಾತಾಡುವುದಿಲ್ಲ. ಪ್ರಮಾಣಪತ್ರವಿಲ್ಲದೇ ಜನನ ಮರಣ ಮದುವೆಗಳು ಸಿಂಧುವೆನಿಸುವುದಿಲ್ಲ. ಸರಿಯಾದ ದಾಖಲೆಗಳಿಲ್ಲದ ಸ್ವಂತದ ಜಮೀನಿಗೂ ಬೆಲೆಯಿಲ್ಲ. ಆದಿಮಾನವ ಗುಹೆಯ ಗೋಡೆಯ ಮೇಲೆ ಇದ್ದಿಲಿನಿಂದ ಚಿತ್ರಿಸಿದಂದಿನಿಂದ ಶುರುಗೊಂಡು, ರಾಜ ಮಹಾರಾಜರು ತಮ್ಮ ಯಶೋಗಾಥೆಯನ್ನು ಇತರರ ಮೂಲಕ ಬರೆಸುವುದು, ಶಿಲಾಶಾಸನ ಕೆತ್ತಿಸುವುದು ಇತ್ಯಾದಿಗಳನ್ನೂ ಸೇರಿಸಿ, ಇವತ್ತು 'ಮೆಷಿನ್ ಲಾಂಗ್ವೇಜ್' ಎಂಬುದಾಗಿ ಕರೆಸಿಕೊಂಡು ಕೀಬೋರ್ಡನ್ನು ಕುಟ್ಟಿಸಿಕೊಳ್ಳುವ ಪ್ರತಿ ಬರಹಕ್ಕೂ ಅದರದೇ ಆದ ಮಹತ್ವ ನೀಡಿದ್ದಾನೆ ಮನುಷ್ಯ.

ಹಾಗಾದರೆ ಈ ಅಕ್ಷರಕ್ಕೆ ಅಷ್ಟೊಂದು ಶಕ್ತಿಯಿದೆಯೇ? ಶ್ರೇಷ್ಠ ಸಾಹಿತ್ಯ ಕೃತಿಗಳನ್ನೂ ಒಳಗೊಂಡು ಜಗತ್ತಿನ ಹಲವಾರು ಧರ್ಮಗ್ರಂಥಗಳು, ಪ್ರಮುಖ ನಾಗರಿಕತೆಗಳಲ್ಲಿ ಈ ಪ್ರಶ್ನೆಗೆ ಉತ್ತರ ಸ್ಪಷ್ಟವಾಗಿದೆ.

ಅಲ್ಕೆಮಿಸ್ಟ್ ಕಾದಂಬರಿಯನ್ನೇ ತೆಗೆದುಕೊಂಡರೆ- ಯಾವುದೇ ಲೋಹವನ್ನು ಚಿನ್ನವಾಗಿಸುವ ರಸವಿದ್ಯೆಯನ್ನು ಬಲ್ಲ ಪರಿಣಿತನೊಬ್ಬನನ್ನು ಭೇಟಿಯಾಗುತ್ತಾನೆ ನಾಯಕ. ಅದೆಷ್ಟೋ ವರ್ಷಗಳಿಂದ ನೂರಾರು ಬೃಹದ್‌ಗ್ರಂಥಗಳನ್ನು ಓದಿ ತಾನು ಆ ವಿದ್ಯೆಯನ್ನು ಕರಗತ ಮಾಡಿಕೊಂಡಿರುವುದಾಗಿಯೂ, ಅದರ ಅಷ್ಟೂ ಸಾರ ಸಣ್ಣದೊಂದು ಪಚ್ಚೆ ಕಲ್ಲಿನ ಮೇಲೆ ಒಂದಕ್ಷರದಲ್ಲಿ ಬರೆಯಲ್ಪಟ್ಟಿದೆ ಎನ್ನುವ ರಹಸ್ಯವನ್ನು ಅರುಹುತ್ತಾನೆ ಆ ಪರಿಣಿತ.

"ಸಣ್ಣ ಕಲ್ಲಿನ ಮೇಲೆ ಬರೆಯುವಷ್ಟಿದೆ ಎಂದಾದರೆ ಅಷ್ಟೊಂದು ಹೊತ್ತಿಗೆಗಳನ್ನು ಓದುವ ಅವಶ್ಯಕತೆಯಿತ್ತೇ?" ಎನ್ನುವ ನಾಯಕನ ಪ್ರಶ್ನೆಗೆ,

"ಹೌದು. ಆ ಒಂದಕ್ಷರವನ್ನು ಅರ್ಥಮಾಡಿಕೊಳ್ಳಲು ಅದನ್ನೆಲ್ಲಾ ಓದಬೇಕಾಯ್ತು" ಎನ್ನುವ ಉತ್ತರ ಬರುತ್ತದೆ.

'ಅಕ್ಷರಗಳಲ್ಲಿ ನಾನು ಅ-ಕಾರವಾಗಿದ್ದೇನೆ' ಎನ್ನುವ ಶ್ರೀಕೃಷ್ಣನ ನುಡಿಗೂ ಇಂಥದ್ದೇ ಒಂದು ತಾತ್ವಿಕ, ಪಾರಮಾರ್ಥಿಕ ಅರ್ಥವಿರಬಹುದೇ? 'ಅಕ್ಷರಂ ಬ್ರಹ್ಮ ಪರಮಂ, ಸ್ವಭಾವೋಧ್ಯಾತ್ಮ ಮುಚ್ಯತೇ'- ಪರಮಶ್ರೇಷ್ಠವಾಗಿದ್ದು, ನಾಶವಾಗದ(ಅಕ್ಷರ) ಯಾವ ತತ್ವ ಉಂಟೋ ಅದೇ ಬ್ರಹ್ಮ ಎಂಬ ಭಗವದ್ಗೀತೆಯ ಸಾಲಿನಲ್ಲಿ, ನಾಶವಾಗದ್ದು ಎನ್ನುವ 'ಅಕ್ಷರ'ವನ್ನು ಬರೆಯುವ ಅಕ್ಷರಕ್ಕೂ ಸಮೀಕರಿಸಿಕೊಳ್ಳಬಹುದಲ್ಲವೇ? ಇನ್ನೂ ಮುಂದುವರಿದು, ಈ ಎಲ್ಲ ಮಾತುಗಳು ಪ್ರಚುರಗೊಂಡದ್ದು, ನಮಗೆ ದಕ್ಕಿದ್ದು ಗಣೇಶ ನವಿಲುಗರಿ (ಅಥವಾ ದಂತ) ಹಿಡಿದು 'ಬರೆದಿದ್ದಾನೆ' ಎನ್ನುವುದರ ಮೂಲಕವೇ ಅನ್ನುತ್ತದೆ ನಮ್ಮ ಪುರಾಣ.

ಅದೇರೀತಿ, ಅಕ್ಷರವನ್ನು ಕಂಡುಹಿಡಿದು ಬರವಣಿಗೆಯನ್ನು ಕಲಿಸಿಕೊಟ್ಟಿದ್ದು 'ಹರ್ಮಸ್' ಎನ್ನುವ ದೇವತೆ ಎಂಬುದು ಗ್ರೀಕ್ ಪುರಾಣದ ಪ್ರತೀತಿ. ಮೆಸೋಮೇರಿಕಾದಿಂದ (ಮೆಕ್ಸಿಕೋ-ಅಮೇರಿಕನ್) ಹಿಡಿದು, ಜರ್ಮನಿಕ್,

ಇಜಿಪ್ಟ್, ಚೀನಾ ಹೀಗೆ ಜಗತ್ತಿನ ಪ್ರತಿ ಮುಖ್ಯ ನಾಗರಿಕತೆಯೂ ಬರವಣಿಗೆಗೆ ದೈವಿಕ ಸ್ಥಾನವನ್ನು ಕಲ್ಪಿಸಿಕೊಟ್ಟಿದೆ. ಭೌಗೋಳಿಕವಾಗಿ ಎಲ್ಲೆಲ್ಲೋ ಹರಡಿಕೊಂಡು ಆಕಾಲದಲ್ಲಿ ಸಂಪರ್ಕದ ಯಾವ ಪ್ರತ್ಯಕ್ಷ-ಪರೋಕ್ಷ ಸಾಧ್ಯತೆಯೂ ಇಲ್ಲದಿರುವ ಪ್ರದೇಶಗಳಿವು. ಸಾಂಸ್ಕೃತಿಕವಾಗಿಯೂ, ಸಾಮಾಜಿಕವಾಗಿಯೂ, ನಂಬಿಕೆ, ಆಚಾರಗಳಲ್ಲಿ ಒಂದಕ್ಕೊಂದು ಸಂಬಂಧವೇ ಇಲ್ಲದಿರುವವು, ಆದರೆ ಬರವಣಿಗೆಯ ವಿಷಯದಲ್ಲಿ ಮಾತ್ರ ಇವೆಲ್ಲರ ನಡುವೆ ಈ ಸಾಮ್ಯತೆ ಹೇಗೆ ಸಿದ್ಧಿಸಿತು? ಇದೂ ಕೇವಲ ಕಾಕತಾಳೀಯವೇ? ಅಥವಾ ಮನುಷ್ಯನ ಮೆದುಳು ಆಯಾ ಕಾಲ/ಪ್ರದೇಶದಲ್ಲಿ ತಾನು ಎದುರಿಸಿದ ಸನ್ನಿವೇಶಗಳಿಗೆ ಏಕರೂಪದಲ್ಲಿ ಪ್ರತಿಸ್ಪಂದಿಸಿದ ಪರಿಣಾಮವೇ ಇದು? ಆತ ಎದುರಿಸಿದ ಸವಾಲುಗಳು ಕೂಡಾ ಕಾರಣಾಂತರಗಳಿಂದ ತಾಳೆಯಾಗಿರಬಹುದೇ?

■

ಮೌನವೇ ಚಿರಸ್ಥಾಯಿ. ಅದೇ ಅಂತಿಮ ಸತ್ಯ. ಭಾಷೆ, ಮಾತು ಇತ್ಯಾದಿಗಳೆಲ್ಲ ಅದರ ದುರ್ಬಲ ಪ್ರಕಾರಗಳು ಎನ್ನುವ ಒಪ್ಪಿತ ಸತ್ಯಕ್ಕೆ ಪುನಃ ಬರೋಣ. ಮೌನವನ್ನು ಪರಿಪಾಲಿಸಿ, ಅದರ ಶಕ್ತಿಯನ್ನು ಜಗತ್ತಿಗೇ ಸಾರಿದವರಲ್ಲಿ ರಮಣ ಮಹರ್ಷಿಗಳು ಅಗ್ರಗಣ್ಯರು. ಆದಾಗ್ಯೂ ಅವರೂ ಕೂಡಾ ಬರವಣಿಗೆಯ ಮೇಲೆ ವಿಶ್ವಾಸವಿಟ್ಟಿದ್ದರು ಎಂಬುದಕ್ಕೆ ನಿದರ್ಶನಗಳಿವೆ. ಸೂರಿ ನಾಗಮ್ಮ ಎನ್ನುವ ರಮಣರ ಅನುಯಾಯಿ ಅವರ ಆಶ್ರಮದಲ್ಲಿ ವಾಸವಾಗಿದ್ದಾಗ ತನ್ನ ಅಣ್ಣನಿಗೆ ಬರೆದ ಪತ್ರಗಳ ಸಂಗ್ರಹ Letters from Sri Ramanashramam ಎನ್ನುವ ಪುಸ್ತಕ ರೂಪದಲ್ಲಿ ಲಭ್ಯವಿದೆ. ಆಕೆ ಎಲ್ಲವನ್ನೂ ದಾಖಲಿಸುತ್ತಿದ್ದಾಳೆ ಎನ್ನುವ ಅರಿವಿದ್ದ ರಮಣರು, ತಮ್ಮ ಪ್ರತಿ ಮುಖ್ಯ ಮಾತುಕತೆಯ ಸಂದರ್ಭದಲ್ಲೂ 'ನಾಗಮ್ಮ ಎಲ್ಲಿ?' ಎಂಬುದಾಗಿ ವಿಚಾರಿಸುತ್ತಿದ್ದರಂತೆ. ಒಂದು ವೇಳೆ ಆಕೆ ಸಮೀಪದಲ್ಲಿ ಇಲ್ಲದಿರುವ ಮರುದಿನ 'ನಿನ್ನೆ ಹೀಗಾಯಿತು' ಎಂಬುದಾಗಿ ನಾಗಮ್ಮನಿಗೆ ತಿಳಿಸುತ್ತಿದ್ದರಂತೆ ಅವರು. ಅದಿರಲಿ, ತಮ್ಮ ಮೌನ ಮುರಿದು ಮಾತು ಪುನರಾರಂಭಿಸುವ ನಡುವಿನ ಘಟ್ಟದಲ್ಲಿ ಅವರು ತಮ್ಮ ಸಂವಹನಕ್ಕೆ ಆಯ್ದುಕೊಂಡದ್ದು ಬರವಣಿಗೆಯ ಪ್ರಕಾರವನ್ನೇ. ತಾವು ಹೇಳಬೇಕಾದುದನ್ನು ಬರೆದು ಕೊಡುತ್ತಿದ್ದರು. ಹೀಗೆ, ಮೌನದ ಪ್ರಕಾಂಡ ಪ್ರತೀಕವಾಗಿದ್ದ ಅವರು ಬರವಣಿಗೆಯನೆಂದೂ ನಿರಾಕರಿಸಲಿಲ್ಲ. ತಮ್ಮ ಆಶ್ರಮದಿಂದ ಹೊರಡುತ್ತಿದ್ದ ಪ್ರಮುಖ ಪ್ರಕಟಣೆಗಳ ಕರಡನ್ನು ಅವರೇ ಖುದ್ದಾಗಿ ಪರಿಶೀಲಿಸುತ್ತಿದ್ದರು.

■

"ಎಲ್ಲವೂ ಸರಿ. ಪುಂಖಾನು ಪುಂಖವಾಗಿ ಸುಳ್ಳುಗಳು ಸೃಷ್ಟಿಯಾಗುತ್ತಿವೆಯಲ್ಲ ಇವತ್ತು? ಪೀತ ಪತ್ರಿಕೋದ್ಯಮದ ಅಡಿಯಲ್ಲಿ, ಇತಿಹಾಸ ದಾಖಲಾತಿಯ ನೆಪದಲ್ಲಿ, ಸೋಷಿಯಲ್ ಮೀಡಿಯಾಗಳ ವಿಶ್ವವಿದ್ಯಾಲಯದಲ್ಲಿ ಸಿಗುತ್ತಿರುವುದೆಲ್ಲ, ನೀನು ಹೇಳುತ್ತಿರುವ ಬರಹದ ಮಹತ್ವವನ್ನು ಉಳಿಸಿಕೊಂಡಿದೆಯೇ? ಅದಕ್ಕೇನು

ಹೇಳುತ್ತೀ?" ಕೇಳಿದ ನನ್ನ ಮಿತ್ರ.

"ಅದೂ ಕೂಡಾ ಬರಹದ ಮೇಲೆ ಮನುಷ್ಯನಿಗಿರುವ ವಿಶ್ವಾಸದ ಕುರುಹೇ ಅಲ್ಲವೇ? ಬರೆದಾಗ ಜನ ಅದನ್ನು ನಂಬುತ್ತಾರೆ ಎನ್ನುವುದಕ್ಕೇ ಅಲ್ಲವೇ ಎಲ್ಲರೂ ಬರೆಯುವುದು? ಸುಳ್ಳಾಗಲೀ ಅಸಂಗತವಾಗಲೀ, ಇವತ್ತಲ್ಲದಿದ್ದರೂ ಮುಂದೆಂದೋ ಓದಿದವರು ಅದನ್ನು ನಿಜವೆಂದೇ ತಿಳಿಯಬಹುದಲ್ಲ? ಆ ಉದ್ದೇಶವಿರಬಹುದು ಇದರ ಹಿಂದೆ" ನಾನಂದೆ.

"ಅದಕ್ಕೇ... ನಾನು ಹೇಳೋದನ್ನು ಬೇಕಾದ್ರೆ ಬರೆದು ಕೊಡ್ತೇನೆ ಎಂದದ್ದು ನಿನಗೆ" ಎನ್ನುತ್ತ ಕಳ್ಳನಗೆ ಬೀರಿದ ಆತ.

ಮೇ 2022

ಮುಟ್ಟಲಾರೆ 'ನಯ'

'ನಯ' ಅಂದ್ರೆ ಏನು ಅಂಕಲ್?

ಪ್ರಾಥಮಿಕ ಶಾಲೆಯಲ್ಲಿ ಓದುತ್ತಿರುವ ನನ್ನ ಪಕ್ಕದ ಮನೆ ಹುಡುಗನ ಪ್ರಶ್ನೆ. ಆ ವಯಸ್ಸಿನ ಎಲ್ಲ ಮಕ್ಕಳಿಗಿರುವಂತೆ ಅವನಿಗೂ ಚಿಟ್ಟೆಗಳೆಂದರೆ ಮಹಾ ಪ್ರೀತಿ. ಅಂಗಳದಲ್ಲೋ, ತೋಟದಲ್ಲೋ ಕಾಣುವ ಅವುಗಳನ್ನು ಹಿಡಿಯಲು ಆತ ನೆಗೆನೆಗೆಯುತ್ತ ಓಡುವುದನ್ನು ನೋಡುವುದೇ ಒಂದು ಮಜ. ಅವನಿಗೆ ಇಷ್ಟವಾಗುತ್ತದೆಂದು, ಬೇಂದ್ರೆ ತಾತನ 'ಪಾತರಗಿತ್ತಿ ಪಕ್ಕಾ' ಹಾಡನ್ನೊಮ್ಮೆ ಕೇಳಿಸಿದೆ ನಾನು. ಅದರಲ್ಲಿ ಬರುವ, 'ರೇಷಿಮೆ ಪಕ್ಕ ನಯ, ಮುಟ್ಟಲಾರೆ ಭಯ' ಎನ್ನುವ ಸಾಲನ್ನು ಆಲಿಸಿದ ಆತ, ಈ ಪ್ರಶ್ನೆ ಕೇಳಿದ್ದ.

ಕಾಕತಾಳೀಯವೆಂಬಂತೆ ಈ ನಯ-ಭಯದ ಕುರಿತು ಕೆಲ ದಿನಗಳ ಹಿಂದಷ್ಟೇ ನನ್ನ ಮಿತ್ರನೊಡನೆ ಚರ್ಚೆ ನಡೆದಿತ್ತು. 'ಭಯವಾದ ವಸ್ತು ನಯವಾದರೂ ನಂಬಬಾರದು' ಹಾಗೂ 'ನಯವಿದ್ದಲ್ಲಿ ಭಯವಿಲ್ಲ' ಎಂಬ ಎರಡು ವ್ಯತಿರಿಕ್ತ ಅರ್ಥ ನೀಡುವ ಗಾದೆಗಳು ಕಿಟೆಲ್ ನಿಘಂಟುವಿನ ಅಕ್ಕಪಕ್ಕದ ಪುಟದಲ್ಲಿಯೇ ಇವೆ. ಹಾಗಾದರೆ ಇವೆರಡೂ ಗಾದೆಗಳಲ್ಲಿ ಹೇಳಿದ್ದು ಬೇರೆ ಬೇರೆ ನಯವೇ? ಎರಡೂ ಒಂದೇ ಆಗಿದ್ದರೂ ಅದಕ್ಕೆ ಬೇರೆ ಬೇರೆ ಅರ್ಥವಿದೆಯೇ? ಅಥವಾ ಒಂದೇ ಅರ್ಥದ ನಯಕ್ಕೆ ಅನೇಕ ಸಾಧ್ಯತೆಗಳಿವೆಯೇ?

'ನಯ ವಿನಯ ಕಲಿತುಕೋ' ಎಂಬುದನ್ನು ಚಿಕ್ಕಂದಿನಿಂದಲೂ ನಮಗೆ ಎಲ್ಲ ಹಿರಿಯರೂ ಹೇಳಿಕೊಟ್ಟಿದ್ದೇ ಆಗಿದೆ. ಅಂದಮೇಲೆ ಈ ನಯವೆನ್ನುವುದು ಸರ್ವಸಮ್ಮತವೇ ಇರಬೇಕು ಎಂದುಕೊಳ್ಳುತ್ತಿರುವಂತೆಯೇ, ನನ್ನ ಮೆಚ್ಚಿನ ಕಥೆ ಹಾಗೂ ಕವಿತೆಯೊಂದು ನೆನಪಿಗೆ ಬರುತ್ತಿದೆ.

ಮೊದಲನೆಯದು ಎಂಟನ್ ಚೆಕೋವ್‌ನ 'ಶೂಮೇಕರ್ ಆಂಡ್ ಡೆವಿಲ್' ಎನ್ನುವ ಕಥೆ. ಅದರಲ್ಲಿಯ ಕಥನಾಯಕನೊಬ್ಬ ಚಮ್ಮಾರ. ಕಡುಬಡವನಾದ ಆತನಿಗೆ ಸಿರಿವಂತಿಕೆಯ ಹಪಹಪಿ. ಹೀಗೆ ಅಚಾನಕ್ ಆಗಿ, ದೆವ್ವವೊಂದು ವರ ನೀಡಿ ಆತ

ಸಾಹುಕಾರನಾಗಿ ಬದಲಾಗಿಬಿಡುತ್ತಾನೆ. ಬೆಲೆ ಬಾಳುವ ಸೂಟು ಬೂಟು ಧರಿಸಿ ರಸ್ತೆಯಲ್ಲಿ ನಡೆದು ಹೋಗುತ್ತಿರುವಾಗ ಪುಳಕವೇರಿ ಆತ ಜೋರಾಗಿ ಹಾಡಲು ಶುರುಮಾಡಿದರೆ, ಎಲ್ಲಿಂದಲೋ ಓಡಿಬಂದ ಪೋಲೀಸನೊಬ್ಬ "ನೀನೀಗ ಚಪ್ಪಲಿ ಹೊಲಿಯುವವನಲ್ಲ, ಹೀಗೆಲ್ಲ ನಡುಬೀದಿಯಲ್ಲಿ ಹಾಡುವುದು ಶೋಭೆ ತರುವುದಿಲ್ಲ" ಎಂಬ ಸೂಚನೆ ನೀಡುತ್ತಾನೆ. ಗೋಡೆಯೊಂದಕ್ಕೆ ಆನಿ ನಿಂತರೆ, "ನಿನ್ನ ದುಬಾರಿ ಕೋಟು ಕೊಳೆಯಾಗುತ್ತದೆ" ಎಂದು ಎಚ್ಚರಿಸುತ್ತಾನೆ ಮತ್ತೊಬ್ಬ. ಅಲ್ಲಿಂದ ಮನೆಗೆ ಹೋದರೆ ಆತನ ಹೆಂಡತಿ ಕೂಡಾ ಸುರಸುಂದರಿಯಾಗಿ ಬದಲಾಗಿರುತ್ತಾಳೆ. ಖುಷಿ ತಾಳಲಾರದೇ ಆತ ಆಕೆಯನ್ನು ಬರಸೆಳೆದು ಪೃಷ್ಠದ ಮೇಲೆರಡು ಬಾರಿಸುತ್ತಿರುವಂತೆ, ಆಕೆ ತಡೆದು, "ಇದು ಹೆಣ್ಣನ್ನು ಪ್ರೀತಿಸುವ ರೀತಿಯೇ? ಹಾಗೆಲ್ಲಾ ಮಾಡುವುದು ಘನವಂತರ ಲಕ್ಷಣವಲ್ಲ" ಎನ್ನುತ್ತ ಕೋಪಿಸಿ ದೂರ ಸರಿಯುತ್ತಾಳೆ. ಹೀಗೇ ಅನೇಕ ಪ್ರಸಂಗಗಳನ್ನು ಎದುರಿಸಿದ ಆತ ಕೊನೆಗೆ ಈ ಶ್ರೀಮಂತಿಕೆಯೇ ಬೇಡವೆನ್ನುವ ನಿರ್ಧಾರಕ್ಕೆ ಬರುತ್ತಾನೆ.

ಎ.ಕೆ.ರಾಮಾನುಜನ್‌ರ 'ಅಂಗುಲ ಹುಳದ ಪರಕಾಯ ಪ್ರವೇಶ' ಎನ್ನುವ ಕವಿತೆಯಲ್ಲಿ, ಅಂಗುಲದಷ್ಟು ಉದ್ದವಿರುವ ಹುಳವನ್ನು ಹಕ್ಕಿಯೊಂದು ತಿನ್ನಲು ಬಂದಾಗ, ಹಕ್ಕಿಯ ಬಾಲವನ್ನು ಅಳೆದು ಕೊಡುವ ಪ್ರಲೋಭನೆಯೊಡ್ಡಿ ಬಚಾವಾಗುತ್ತದೆ ಹುಳ. ಅಲ್ಲಿಂದ ಅದರ ಅಳತೆಯ ಜೀವನ ಶುರುವಾಗುತ್ತದೆ. ಪೆಲಿಕನ್ ಕೊಕ್ಕು, ಮರುಕುಟಕದ ಕಿರೀಟದ ಪಟ್ಟೆ, ಮುದಿಗೂಬೆಯ ಗರಿ ಉದುರಿದ ಹೊಟ್ಟೆ, ಹೆಸರಿಲ್ಲದ ಪುಕ್ಕ, ವಿಜಾತಿ ಶುಕ ಪಿಕಗಳ ಎದೆ, ಮುಖ, ನೆಲದವರಾರೂ ಕಾಣದ ಪಕ್ಷಿಯೋನಿ ಪಕ್ಷಿಲಿಂಗ, ನಾಚಿಕೆ ಇಲ್ಲದ ನಾಚಿಕೆ ಅಂಗ ಎಲ್ಲ ಹೊಕ್ಕು ನೋಡಿ, ಅಳೆದು ಅಳೆದು ಕೂಡಿ... ಕೊನೆಯಲ್ಲಿ ಕೋಗಿಲೆಯೊಂದರ ಹಾಡು ಅಳೆಯಬೇಕಾದ ಸಂದಿಗ್ಧ ಪರಿಸ್ಥಿತಿಯೂ ಬರುತ್ತದದಕ್ಕೆ.

ಈ ಎರಡೂ ಕೃತಿಗಳಲ್ಲಿ ನಯವಂತಿಕೆಯ ಬಗ್ಗಿನ ವಿಭಿನ್ನ ನಿಲುವನ್ನು ಗಮನಿಸಬಹುದು ನಾವು. ಚೆಕೋವ್‌ನ ಕತೆಯ ಚಮ್ಮಾರ ಶ್ರೀಮಂತಿಕೆಯನ್ನು ಧಿಕ್ಕರಿಸುವದು ಅದು ಬಯಸುವ ನಯ ನಾಜೂಕನ್ನು ಅಳವಡಿಸಿಕೊಳ್ಳಲಾಗದೇ ತಾನೇ? ಉಮೇದಿ ಬಂದಾಗ ಹಾಡಲಾರದ, ತನ್ನಿಷ್ಟದಂತೆ ಪ್ರೀತಿಸಲಾಗದ ತನ್ನದಲ್ಲದ ಅಭಿನಯ ಅವನಿಗೆ ಭಾರವೆನಿಸುತ್ತದೆ. ಆದರೆ ರಾಮಾನುಜನ್‌ರ ಕವಿತೆಯಲ್ಲಿಯ ಹುಳದ ಪಾಡೇ ಬೇರೆ. ನಯವೆನ್ನುವುದು ಅದರ ಮೂಲ ಸ್ವಭಾವದಲ್ಲಿಯೇ ಇದೆ. ಆ ಗುಣವೇ ಅದಕ್ಕೆ ಮುಳುವಾಗಿದೆ ಕೂಡಾ. ಪ್ರತಿಯೊಬ್ಬರೂ ಅದರ ಸಜ್ಜನಿಕೆಯನ್ನು ತಮ್ಮ ಲಾಭಕ್ಕೆ ಬಳಸಿಕೊಳ್ಳುವವರೇ ಎಂಬಲ್ಲಿಗೆ, 'ನಯ'ದ ವ್ಯಾಖ್ಯೆಗೆ ಹೊಸದೊಂದು ಮಗ್ಗಲು ದೊರಕಿದಂತಾಯ್ತು.

■

ಜೈನಸಿದ್ಧಾಂತದಲ್ಲಿ 'ನಯವಾದ' ಎನ್ನುವ ಒಂದು ಪರಿಚ್ಛೇದವಿದೆ. ಈ ಜಗತ್ತಿನಲ್ಲಿ ಯಾವುದೇ ವಾದ, ತತ್ವ, ಸಂಗತಿಗಳು ಸುಳ್ಳಲ್ಲ, ಹಾಗೇ ಅವು ಪೂರ್ಣ ಸತ್ಯವೂ ಅಲ್ಲ. ಎಲ್ಲವೂ ತಂತಮ್ಮ ದೃಷ್ಟಿಕೋನದ ಪ್ರಕಾರ ನಿಜವಾಗಿರುತ್ತದೆ ಅನ್ನುತ್ತದದು. ಹೀಗೇ ಜಗತ್ತಿನ ಸಂಕೀರ್ಣ ವಾಸ್ತವಗಳನ್ನು ನಾವು ನೋಡಬಹುದಾದ ವಿವಿಧ ದೃಷ್ಟಿಕೋನಗಳನ್ನು ಏಳು ಪ್ರಕಾರದ 'ನಯ'ಗಳಾಗಿ ವಿಂಗಡಿಸುತ್ತದೆ ಜೈನರ ತತ್ವಶಾಸ್ತ್ರ. ಅದನ್ನು ಅನೇಕಾಂತವಾದವೆಂದೂ ಹೇಳುತ್ತಾರವರು. (ಜೈನ ಕುಟುಂಬವೊಂದನ್ನು ಕೇಂದ್ರವಾಗಿಟ್ಟುಕೊಂಡು ರಚಿತವಾದ ಶಾಂತಿನಾಥ ದೇಸಾಯಿಯವರ 'ಓಂ ಣಮೋ' ಕಾದಂಬರಿಯಲ್ಲಿ ಕೂಡಾ ಈ ವಿಷಯದ ಪ್ರಸ್ತಾಪವಿದೆ)

ನಾವಿಲ್ಲಿ ಚರ್ಚಿಸುತ್ತಿರುವ ಮನುಷ್ಯನ ನಯಗುಣವನ್ನು ಜೈನ ತತ್ವದಲ್ಲಿ ಹೇಳಿದ 'ನಯ'ಕ್ಕೆ ಸಮೀಕರಿಸಿ ನೋಡಬಹುದೇ? ನಿರ್ದಿಷ್ಟ ಅಭಿಪ್ರಾಯದ ನಿಲುವಿನಡಿಯಲ್ಲಿ ದಿಟವೆಂದೇ ಗೋಚರಿಸುವ ಹಾಗೂ ಅಂತಹುದೇ ಹಲವು ಅಭಿಪ್ರಾಯಗಳು ಏಕಕಾಲದಲ್ಲಿ ಅಸ್ತಿತ್ವದಲ್ಲಿರುವ ಸ್ಥಿತಿಯು 'ನಯ'ವೆಂದು ಕರೆಯಲ್ಪಡುತ್ತದೆ ಎಂದಾದರೆ, ಮನುಷ್ಯ ತನ್ನೊಳಗೆ ಅಳವಡಿಸಿಕೊಂಡಿರುವ ನಯ–ಸೌಜನ್ಯಗಳೂ ಪರೋಕ್ಷವಾಗಿ ಅದನ್ನೇ ಹೇಳುತ್ತದಲ್ಲವೇ? ಮನುಷ್ಯನ ಈ ನಯವಂತಿಕೆಯ ನಡವಳಿಕೆ ಕೂಡಾ ಪೂರ್ಣ ಸತ್ಯದ ಪ್ರತಿಫಲನವೇನಲ್ಲ.

ರಸ್ತೆಯ ಬದಿಯ ದರ್ಶಿನಿಯಲ್ಲಿ ಹಾಗೂ ಐಷಾರಾಮಿ ಹೊಟೇಲೊಂದರಲ್ಲಿ ತಿಂಡಿ ತಿನ್ನುವ ಅನುಭವದ ವ್ಯತ್ಯಾಸವನ್ನೇ ಗಮನಿಸಿ. ಇಲ್ಲಿ ಹೊಟೇಲಿನ ಮೆಟ್ಟಿಲೇರುತ್ತಲೇ ದ್ವಾರಪಾಲಕ ಬಗ್ಗಿ ನಮಸ್ಕರಿಸುವುದರಿಂದ ಶುರುವಾಗಿ, ನೀವು ಪುನಃ ಕಾರೇರುವವರೆಗೂ ನಿಮಗೆದಿರಾಗುವುದು ನಯವಂತಿಕೆ. ದರ್ಶಿನಿಯಲ್ಲಿ ಸಿಗುವ ಆಹಾರವನ್ನೇ ಇಲ್ಲಿ ದುಪ್ಪಟ್ಟು ಬೆಲೆಗೆ ಮಾರುವಾಗ ಈ ವಿನಯದ ದಿರಿಸು ಅನಿವಾರ್ಯವಾಗುತ್ತದಷ್ಟೇ. ಅದೇ ರೀತಿ, ವಿಮಾನದ ಗಗನ ಸಖಿಯ, ಆಭರಣ ಮಳಿಗೆಯ ಸ್ವಾಗತಕಾರಿಣಿಯ ತುಟಿಯ ನಗು ನಮಗೆ ತರಕಾರಿ ಮಂಡಿಯ ಹೆಂಗಸಿನ ಮೊಗದಲ್ಲಿ ಕಾಣಸಿಗುವುದಿಲ್ಲ.

'ಹಿರಣ್ಮಯೇನ ಪಾತ್ರೇಣ ಸತ್ಯ ಸ್ಯಾಪಿಹಿತಂ ಮುಖಮ್– ಬಂಗಾರದ ಪಾತ್ರೆಯಿಂದ ಸತ್ಯದ ಮುಖ ಮುಚ್ಚಲ್ಪಟ್ಟಿದೆ, ಸತ್ಯ ನನಗೆ ಕಾಣುವುದಕ್ಕಾಗಿ ನೀನು ಅದನ್ನು ತೆಗೆ' ಎಂದು ಸೂರ್ಯನಲ್ಲಿ ಬೇಡುವ ಶ್ಲೋಕವೊಂದು ಉಪನಿಷತ್ತಿನಲ್ಲಿದೆ. ಮೇಲ್ನೋಟಕ್ಕೆ ಸುಂದರ, ನಯವಾಗಿ ತೋರ್ಪಡುವುದರ ಉದ್ದೇಶ ಸತ್ಯವನ್ನು ಮರೆಮಾಚುವುದೇ ಆಗಿದೆ ಎನ್ನುವ ಅರ್ಥದಲ್ಲೂ ನಾವಿದನ್ನು ನೋಡಬಹುದಲ್ಲವೇ? ಹೌದೆಂದಾದರೆ ನಯ–ವಿನಯವೂ ಒಂದು ಮುಖವಾಡವೇ. ಅದು ಮನುಷ್ಯನ ಸಾವಯವ ಸ್ವಭಾವವೂ ಅಲ್ಲ. ಕಷ್ಟಪಟ್ಟೋ, ಅನಿವಾರ್ಯಕ್ಕೋ ನಾವು ರೂಢಿಸಿಕೊಂಡಿದ್ದು.

ಇಂತಿಪ್ಪ ನಯವಂತಿಕೆಯನ್ನು ಇಂದು ಯಥೇಚ್ಛವಾಗಿ ಬಳಸಿಕೊಳ್ಳುತ್ತಿರುವುದು ನಮ್ಮ ಕಾರ್ಪೋರೇಟ್ ಕ್ಷೇತ್ರ. ಕೆಮ್ಮಿದರೂ ಸೀನಿದರೂ 'ಎಕ್ಸ್‌ಕ್ಯೂಸ್ ಮಿ'

ಎನ್ನಬೇಕೆಂದು ಹೇಳಿಕೊಟ್ಟವರೇ ಅವರು. ಚಹವನ್ನು ಸೊರ್‍ರನೆ ಹೀರಬಾರದೆಂಬ ಪಾಠ ಕೂಡಾ ಅವರದೇ. ಜಾಕೆಟ್ ತೋಳಿನ ಕೈಯ್ಯಿಂದ ಸಹಜವಾಗಿ ಬಾಟಲ ನೀರನ್ನು ಎತ್ತಿ ಕುಡಿದು ಇನ್ನೊಂದು ಕೈಯ್ಯಿಂದ ಬಾಯಿ ಒರೆಸಿಕೊಳ್ಳಲಾಗುವುದಿಲ್ಲ ಅಲ್ಲಿ. ಮೀಟಿಂಗ್ ಹಾಲಿಗೂ, ಡೈನಿಂಗ್ ಹಾಲಿಗೂ ತನ್ನದೇ ಆದ 'ಎಟಿಕೆಟ್' ಇದೆ. ಹಾಗೂ ಅವುಗಳಲ್ಲೆಲ್ಲ ಕೃತಕತೆಯ ಲೇಪವಿದೆ. ನಾನು ಹೇಳುತ್ತಿರುವುದು ತುಸು ಅತಿರೇಕವೆನಿಸಿದರೆ ಕ್ಷಮಿಸಿ– ಹವಾನಿಯಂತ್ರಿತ ಕಚೇರಿಯ ಈ ಸೊಫಿಸ್ಟಿಕೇಟೆಡ್ ಜನ, 'ಪ್ಲೀಸ್' 'ಗ್ರೇಟ್' 'ಮೇ ಐ' ಇತ್ಯಾದಿ ಪದಗಳನ್ನು ಬಳಸುವಾಗಲೆಲ್ಲ ನನಗೆ ಹಿರಣ್ಣಯ್ಯನವರ 'ದೇವದಾಸಿ' ನಾಟಕದ ತಲೆಹಿಡುಕ 'ನಾಜೂಕಯ್ಯ'ನೇ ನೆನಪಿಗೆ ಬರುತ್ತಾನೆ.

ಬಹಿರಂಗ ಶುದ್ಧಿಗಿಂತ ಅಂತರಂಗ ಶುದ್ಧಿಗೇ ಹೆಚ್ಚಿನ ಪ್ರಾಶಸ್ತ್ಯ ನೀಡುವ ಭಾರತೀಯ ಸಂಸ್ಕೃತಿಯಲ್ಲಿ, ಈ ನಯದ ಹುಳ ನುಸುಳಿತಾದರೂ ಎಲ್ಲಿಂದ? ಅದು ಯುರೋಪಿಯನ್ನರ ಬಳುವಳಿ ಎಂಬುದು ನನ್ನ ಅಂದಾಜು. sophist ಎನ್ನುವ ಗ್ರೀಕ್ ಪದದ ಮೂಲದಿಂದಲೇ ಈ sophisticate ಎನ್ನುವ ಶಬ್ದ ಹುಟ್ಟಿಕೊಂಡದ್ದು. ಸೊಫಿಸ್ಟ್ ಅಂದರೆ– ಯಾವುದೇ ವಿಷಯವನ್ನು ಅದರ ಸತ್ಯಾಸತ್ಯತೆಯ ಹಂಗಿಲ್ಲದೇ, ತನ್ನ ಬುದ್ಧಿವಂತಿಕೆ, ಚಾಲಾಕಿತನವನ್ನು ಬಳಸಿ ಇತರರಿಗೆ ಮನವರಿಕೆ ಮಾಡಿಕೊಡುವ ವ್ಯಕ್ತಿ. ಕ್ರಿಸ್ತಪೂರ್ವದ ಯುರೋಪಿನಲ್ಲಿ ಈ ಸೊಫಿಸ್ಟುಗಳ ಹಾವಳಿ ಸಾಕಷ್ಟು ಇತ್ತಂತೆ ಹಾಗೂ ಅಲ್ಲಿಂದಲೇ ಅದು ಉಳಿದೆಡೆಯೂ ಪಸರಿಸಿದ್ದು. ಹೀಗೆ 'ದಿಟವಲ್ಲದ್ದನ್ನು ತೋರ್ಪಡಿಸುವ' ಅಥವಾ 'ಹುಸಿ ಆಡಂಬರದ' ಎನ್ನುವ ಅರ್ಥದಲ್ಲಿ ಬಳಸಲ್ಪಟ್ಟ ಸೊಫಿಸ್ಟಿಕೇಟ್ ಎನ್ನುವ ಶಬ್ದ, ಕಾಲಾಂತರದಲ್ಲಿ ತನ್ನದೇ ಅರ್ಥ ಪಡೆದುಕೊಂಡಿರಬಹುದು. ಹಾಗೂ ಅದಕ್ಕೇ ಮುಂದೆ ಸಮಾಜದಲ್ಲೊಂದು ಸ್ಥಾನಮಾನ, ಗೌರವವೂ ದೊರೆತಿರಬಹುದು.

ಮೇಲಿನ ಮಾತಿಗೆ ಪೂರಕವೆನ್ನಿಸುವಂತೆ, ಪಂಜೆ ಮಂಗೇಶರಾಯರು ಬ್ರಿಟೀಷರನ್ನು ನಾಗರಹಾವಿಗೆ ಹೋಲಿಸಿ ರಚಿಸಿದ ಕವನದ ಈ ಸಾಲುಗಳನ್ನು ಗಮನಿಸಿ. ಆಂಗ್ಲರ ನಯವಂತಿಕೆ ಹಾಗೂ ಅದರಲ್ಲಡಗಿರುವ ಕಪಟತನಗಳೆರಡನ್ನೂ ಹಿಡಿದುಕೊಡುತ್ತದದು–

ಬರಿಮೈ ತಣ್ಣಗೆ, ಮನದಲಿ ಬಿಸಿ ಹಗೆ.
ಎರಡೆಳೆ ನಾಲಗೆ ಇದ್ದರು ಸುಮ್ಮಗೆ
ಎರಗುವೆ ನಿನಗೆ, ಈಗಲೆ ಹೊರಗೆ
ಪೋ ಪೋ ಪೋ ಪೋ, ಪೋ ಪೋ ಪೋ

■

ಇಷ್ಟೇ ಹೇಳಿ ಬಿಟ್ಟರೆ ಇದೊಂದು ಏಕಮುಖಿ ದೃಷ್ಟಿಕೋನ ಎಂದೆನಿಸೀತು.

ಜೈನರ ಅನೇಕಾಂತ ವಾದದ ಏಳು 'ನಯ'ಗಳಲ್ಲಿ ಇದೂ ಒಂದು ಅನ್ನಿಸೀತು. ನಮ್ಮ ವಿನೀತತೆಯಿಂದ ಬ್ರಿಟೀಷರನ್ನು ಮಣಿಸಿದ ಗಾಂಧೀಜಿಯ ನಿದರ್ಶನವೇ ನಮ್ಮ ಮುಂದಿರುವಾಗ, ನಯದ ಸದ್ಬಳಕೆಯ ಅಂಶವನ್ನು ನಾವು ಕಡೆಗಣಿಸಲು ಸಾಧ್ಯವೇ? ಗುರುಹಿರಿಯರೆದುರು ತೋರಬೇಕಾದ ನಮ್ರತೆ. ತುಂಬಿದ ಕೊಳ ತುಳುಕಬಾರದೆಂಬ ಆಸ್ಥೆ ಇವುಗಳನ್ನೆಲ್ಲ ಯಾವ ಪ್ರವರ್ಗಕ್ಕೆ ಸೇರಿಸುವುದು?

ಅದೆಲ್ಲ ಇರಲಿ. ನಾವಿಂದು ಮಕ್ಕಳಿಗೆ ಹೇಳಿಕೊಡುತ್ತಿರುವುದೇನು? ರಸ್ತೆಯಲ್ಲಿ ನಡೆಯುವಾಗ ಜೋರಾಗಿ ಮಾತನಾಡಿದರೆ 'ಶ್! ಮೆಲ್ಲ...ಮೆಲ್ಲ..' ಎನ್ನುವುದು, ನೀರು ಕುಡಿಯುವಾಗ 'ಗಟಗಟ' ಸದ್ದೇಕೆ ಮಾಡುತ್ತೀ?... ಹಾಲು ಕುಡಿದ ತುಟಿ ನೋಡು ಬೆಳ್ಳಗಾಗಿದೆ...ಛೀ, ಅದನ್ನೇಕೆ ಅಂಗಿಯ ತುದಿಯಿಂದ ಒರೆಸಿಕೊಳ್ಳುತ್ತಿರುವೆ... ಇವೆಲ್ಲ, 'ಮ್ಯಾನ್'ನನ್ನು 'ಜಂಟಲ್ ಮ್ಯಾನ್' ಆಗಿಸುವ ತಯಾರಿಯೇ ತಾನೆ? ಮನುಷ್ಯನನ್ನು ಆತನ ಸಹಜ ಪ್ರಾಕೃತಿಕ ಗುಣಗಳಿಂದ ವಿಮುಖನಾಗಿಸುವ ನಮ್ಮ ಪ್ರಯತ್ನದ ಹಿಂದಿನ ಉದ್ದೇಶವೇನು? ಹಾಗೂ ಅದು ಅಗತ್ಯವೇ?

■

ಅಂದಹಾಗೆ, ಪಕ್ಕದ ಮನೆಯ ಹುಡುಗನ ಪ್ರಶ್ನೆಗೆ ಹೇಗೆ ಉತ್ತರಿಸುವುದೆಂಬ ಗೊಂದಲ ನನಗೆ. ಅಷ್ಟಕ್ಕೂ ಕವಿ ಆ ಸಾಲನ್ನು ಯಾವ ಅರ್ಥದಲ್ಲಿ ಬಳಸಿರಬಹುದು? 'ನಯ'ಕ್ಕೆ ನಿರ್ದಿಷ್ಟವಾಗಿ ರೇಷಿಮೆಯ ಹೋಲಿಕೆಯನ್ನೇ ನೀಡಿದ್ಯಾಕೆ? ಅಲ್ಲಿಯ ಪಾತರಗಿತ್ತಿಯನ್ನು ಪತಂಗವೆನ್ನುವ ಸೀಮಿತ ಅರ್ಥದಲ್ಲೇ ನೋಡಬೇಕೆ? ಇವನ್ನೆಲ್ಲ ಹುಡುಗನಿಗೆ ವಿವರಿಸುವುದಂತೂ ಸಾಧ್ಯವಿಲ್ಲ. ಮೊದಲೇ ತಲೆಹರಟೆ ಆತ. ಒಂದು ಪ್ರಶ್ನೆಗೆ ಸುಮ್ಮನಾಗುವವನೂ ಅಲ್ಲ. ಏನಾದರೊಂದು ಹಾರಿಕೆಯ ಉತ್ತರ ನೀಡಿ ನಯವಾಗಿ ತಳ್ಳಿಹಾಕಲೇ?

ಜೂನ್ 2022

ಆ ಫೈನಲ್ ಟಚ್

ಜಯಂತ ಕಾಯ್ಕಿಣಿಯವರ 'ಓಳಾಂಗಣ' ಅನ್ನುವ ಕಥೆಯಲ್ಲಿ– ನಗರದಲ್ಲಿ ನೌಕರಿಯಲ್ಲಿರುವ ಯುವಕನೊಬ್ಬ ರಜೆಯಲ್ಲಿ ಊರಿಗೆ ಬಂದಿರುತ್ತಾನೆ. ಆತ ತುಳಸಿ ಕಟ್ಟೆಯ ಎದುರು ನಿಂತು ಜೋರಾಗಿ ಎರಡೂ ಕೈಬೀಸಿ ಇಂಗ್ಲೀಷಿನಲ್ಲಿ ಒಬ್ಬನೇ ಮಾತನಾಡುವುದನ್ನು ನೋಡಿ ಅವನ ತಂದೆಗೆ ಎದೆಯೇ ಒಡೆದು ಹೋಗುತ್ತದೆ. ಮಗನಿಗೆ ಖಂಡಿತ ಮಳ್ಳು ಹಿಡಿದಿದೆ, ಇದನ್ನು ಹೆಂಡತಿಗೆ ಹೇಗೆ ಹೇಳುವುದು ಅಥವಾ ಕರೆದು ತೋರಿಸುವುದೋ ಎಂಬ ತಬ್ಬಿಬ್ಬಿನಲ್ಲಿ ಕಂಗಾಲಾಗುತ್ತಾನೆ ಆತ. ಸುಮಾರು ಹೊತ್ತಿನ ನಂತರ, ಮಗ ತನ್ನ ಕಿವಿಯಲ್ಲಿ ಪುಟಾಣಿ ಗುಂಡಿಯೊಂದನ್ನು ಸಿಗಿಸಿಕೊಂಡು ದೂರವಾಣಿ ಸಂಭಾಷಣೆ ನಡೆಸುತ್ತಿದ್ದಾನೆಂಬುದು ಅರಿವಾಗಿ ಸಮಾಧಾನ ನೋವುಗಳೆರಡೂ ಆಗುತ್ತದೆ ಆ ತಂದೆಗೆ. ಈ ಕಥೆಯಲ್ಲಿಯ ಯುವಕನ ಪ್ರತಿರೂಪಗಳು ನಮಗಿಂದು ಎಲ್ಲೆಲ್ಲೂ ಕಾಣಸಿಗುತ್ತಾರೆ. ಅದರಲ್ಲಿ ಯಾವುದೇ ವಿಲಕ್ಷಣತೆಯೂ ತೋಚದಷ್ಟು ಸಹಜವಾಗಿ ನಾವವರನ್ನು ಸ್ವೀಕರಿಸಿಯೂ ಆಗಿದೆ.

ಮೊನ್ನೆ ಹೀಗೇ ಆಯಿತು. ಕುಮಟಾದ ಬಸ್ ನಿಲ್ದಾಣದಲ್ಲಿ ಗಾಡಿಯೊಂದನ್ನು ಹಿಡಿಯಲು ನಾನು ಮತ್ತು ನನ್ನ ಶ್ರೀಮತಿ ಕಾಯುತ್ತಿದ್ದೆವು. ಆ ಸಮಯದಲ್ಲಿ, ಇನ್‌ಶರ್ಟ್ ಮಾಡಿದ ಪೂರ್ಣ ತೋಳಿನ ಅಂಗಿ, ಕಾಲಲ್ಲಿ ಕಪ್ಪು ಶೂಸು ಧರಿಸಿದ, ಯಾವುದೋ ಕಾರ್ಪೋರೇಟ್ ಕಂಪನಿಯ ನೌಕರನಂತೆ ಕಾಣುವ ಮಧ್ಯ ವಯಸ್ಕ ವ್ಯಕ್ತಿಯೊಬ್ಬ ಒಬ್ಬನೇ ಮಾತನಾಡುತ್ತ ನಿಲ್ದಾಣದಲ್ಲಿ ಅತ್ತಿಂದಿತ್ತ ಓಡಾಡುತ್ತಲಿದ್ದ. ಇಂಗ್ಲೀಷು ಹಾಗೂ ಕನ್ನಡದಲ್ಲಿ ಸಂವಹಿಸುತ್ತ ಆತ, ನಡುನಡುವೆ ಮೈಕಿನಲ್ಲಿ ಬಸ್ ಮಾಹಿತಿಯ ಅನೌನ್ಸ್‌ಮೆಂಟ್ ಬಿತ್ತರವಾಗುವಾಗ ಧ್ವನಿ ಏರಿಸಿ ಸಂಭಾಷಣೆ ನಡೆಸುತ್ತಿದ್ದ. ಅಲ್ಲೆಲ್ಲೋ ಸೀಟಿನ ಮೇಲೆ ಕುಳಿತುಕೊಳ್ಳುವುದು, ನಡುವೆ ಎದ್ದು ಹೋಗಿ ಗೋಡೆಗೆ ಆತುಕೊಳ್ಳುವುದು, ಆಗಷ್ಟೆ ಬಂದು ನಿಂತ ಬಸ್ಸಿನ ಬೋರ್ಡು ನೋಡುವುದು ಇತ್ಯಾದಿ ಚಟುವಟಿಕೆಗಳ ನಡುವೆಯೂ ಅವ್ಯಾಹತವಾಗಿ ಮಾತನಾಡುತ್ತಿದ್ದ ಅವನನ್ನು ಜನ ಅತಿ ಸಹಜವೆಂಬಂತೆ ಗಮನಿಸುತ್ತ, ಕಡೆಗಣಿಸುತ್ತಲೂ ಇದ್ದರು.

"ನೀವೂ ಲಾಸ್ಟ್‌ಟೈಮ್ ಅದ್ಯಾವುದೋ ಆಫೀಸ್ ಕಾಲ್ ಎಂದು ಅರ್ಧ ಗಂಟೆ ಮಾತಾಡಿದಿರಲ್ಲ, ಆಗ ಹೀಗೇ ಕಾಣುತ್ತಿದ್ದಿರಿ" ಎನ್ನುತ್ತ ಕೆಣಕಿದಳು ನನ್ನ ಹೆಂಡತಿ.

ತಿಂಗಳ ಹಿಂದೆ, ಆಕೆಯ ಸಂಬಂಧಿಕರ ಕಾರ್ಯಕ್ರಮವೊಂದಕ್ಕೆ ಗೋಕರ್ಣಕ್ಕೆ ಹೋಗುವಾಗ ಅದೇ ಕುಮಟಾ ನಿಲ್ದಾಣದಲ್ಲಿ ಅತ್ಯಗತ್ಯವಾದ ಆಫೀಸಿನ ಮೀಟಿಂಗೊಂದನ್ನು ರಜೆಯಲ್ಲಿದ್ದ ನಾನು ಫೋನ್ ಮೂಲಕ ಅಟೆಂಡ್ ಮಾಡಿದ್ದೆ. ಆ ಸಮಯದಲ್ಲಿ ಗೋಕರ್ಣಕ್ಕೆ ಹೊರಡುತ್ತಿರುವ ಬಸ್ಸನ್ನು ಹತ್ತಲಾಗದೇ ಬಿಟ್ಟು ಮುಂದಿನ ಬಸ್ಸಿಗಾಗಿ ಒಂದು ಗಂಟೆ ಕಾಯಬೇಕಾಯ್ತು ಹಾಗೂ ಕಾರ್ಯಕ್ರಮವನ್ನು ತಲುಪುವಷ್ಟರಲ್ಲಿ ತಡವಾಗಿ ಹೋಗಿತ್ತು. ಆ ಸಿಟ್ಟಿನ್ನೂ ಮಾಸಿಲ್ಲ ಎಂಬುದು ಆಕೆಯ ಮಾತಲ್ಲೇ ಗೊತ್ತಾಗುತ್ತಿತ್ತು.

"ನಮ್ಮ ಕಷ್ಟ ನಮಗೇ ಗೊತ್ತು" ಎನ್ನುತ್ತ ನಾನು ಸಮಜಾಯಿಷಿ ನೀಡುತ್ತಿರುವ ನಡುವೆ, ಆ ವ್ಯಕ್ತಿ ನಮ್ಮ ಬೆಂಚಿನ ಹತ್ತಿರವೇ ಬಂದು ನಿಂತು ಮಾತಾಡತೊಡಗಿದ. ನಡುವೆ ಒಮ್ಮೆಲೇ, "ಸರ್...ನಾನು ಬೇಕೆಂದೇ ಮಾಡಿಲ್ಲ ಸರ್. ಏನೋ ಕಣ್ತಪ್ಪಿನಿಂದ ಆಗಿ ಹೋಗಿದೆ. ವೆರಿ ವೆರಿ ಸಾರಿ. ಇನ್ನೊಮ್ಮೆ ಈ ತರ ಆಗೊಲ್ಲ. ನನ್ನ ಮಗನ ಮೇಲೆ ಆಣೆ. ನಾನು ಗೊತ್ತಿದ್ದೇ ಮಾಡಿದ್ದಲ್ಲ... ಇಂಥಾ ಅಕ್ಷನ್ ತಗೋಬೇಡಿ ಸರ್..." ಎನ್ನುತ್ತ ಆರ್ತನಾಗಿ ಅಂಗಾಲಾಚತೊಡಗಿದ. ಗದ್ದಕ್ಕಿದ್ದ ಮಾಸ್ಕ್ ಕಿತ್ತು ತೆಗೆದು ಅದರಲ್ಲೇ ಮುಖದ ಬೆವರು ಒರೆಸಿಕೊಂಡು ಮುದ್ದೆ ಕಟ್ಟಿ ಪ್ಯಾಂಟ್ ಕಿಸೆಯಲ್ಲಿ ತೂರಿದ. ಆತನ ಅಲವತ್ತುಕೊಳ್ಳುವಿಕೆ ನೋಡಿ ನನ್ನ ಶ್ರೀಮತಿಗೂ ಏನೋ ಒಂಥರಾ ಸಂಕಟವಾಗಿರಬೇಕು. ನಮ್ಮ ನಡುವಿನ ವಾಗ್ಯುದ್ಧ ಅಲ್ಲೇ ಮೊಟಕುಗೊಳಿಸಿದಳು.

■

ಯುವಲ್ ಹರಾರಿ ತನ್ನ '21 ಲೆಸನ್ಸ್ ಫಾರ್ ದ 21 ಸೆಂಚುರಿ' ಎನ್ನುವ ಪುಸ್ತಕದಲ್ಲಿ, ಮುಂಬರುವ ದಿನಗಳಲ್ಲಿ ಮನುಷ್ಯ ಯಂತ್ರಗಳಿಗೆ ಸಂಪೂರ್ಣ ವಶವಾಗಿ ಹೋಗುತ್ತಾನೆ. ಕೃತಕ ಬುದ್ಧಿಮತ್ತೆ (AI) ಪ್ರೇರಿತ 'ಸೂಪರ್ ಹ್ಯೂಮನ್' ಎನ್ನುವ ವರ್ಗವೊಂದು ಈ ಭೂಮಿಯ ಮೇಲೆ ಸೃಷ್ಟಿಯಾಗುತ್ತದೆ ಹಾಗೂ ಅದು ಈಗಿನ 'ಹ್ಯೂಮನ್' ಅನ್ನುವ ವರ್ಗವನ್ನು ನಾಶ ಮಾಡುತ್ತದೆ ಅನ್ನುತ್ತಾನೆ. (ಮೊಬೈಲು, ಕಂಪ್ಯೂಟರಂತಹ ವಿವಿಧ ಗ್ಯಾಜೆಟ್ಟುಗಳನ್ನೂ ಒಳಗೊಂಡು, ಮೆದುಳಿನೊಳಕ್ಕೆ ಹೋಗಿ ಕೂರಬಲ್ಲ ಸಾಸಿವೆ ಕಾಳಿನ ಗಾತ್ರದ ಉಪಕರಣಗಳೆಲ್ಲವೂ ಯಂತ್ರಗಳೇ ಎಂಬುದನ್ನು ನಾವಿಲ್ಲಿ ಗಮನಿಸಬೇಕು) ಇಪ್ಪತ್ತು ವರ್ಷಗಳ ಹಿಂದಾಗಿದ್ದರೆ, ಯಂತ್ರಗಳು ಮನುಷ್ಯನನ್ನು ಹತೋಟಿಗೆ ತೆಗೆದುಕೊಳ್ಳುವುದರ ನಮ್ಮ ಊಹೆ ಬೇರೆಯದೇ ಇರುತ್ತಿತ್ತೇನೋ. ಇಂಗ್ಲೀಷ್ ಸಿನೆಮಾಗಳಲ್ಲಿ ನೋಡಿರುವಂತೆ, ವಿಜ್ಞಾನಿಯೊಬ್ಬ ಸೃಷ್ಟಿಸಿದ ಮಹಾ ಶಕ್ತಿಶಾಲಿ ಬೃಹತ್ ಯಂತ್ರಮಾನವನೊಬ್ಬ ಆ ವಿಜ್ಞಾನಿಯ ಅಂಕೆಯಿಂದ ತಪ್ಪಿಸಿಕೊಂಡು ಜನರನ್ನೆಲ್ಲ ಸಾಯಿಸುವ ಕಲ್ಪನೆಯ ಅತ್ತಿತ್ತಲೇ ನಮ್ಮ ಆಲೋಚನೆಗಳು ಸುತ್ತುತ್ತಿದ್ದವೇನೋ. ಆದರೆ ಇಂದು ಹರಾರಿಯ ಮಾತಿನ ಸಾಧ್ಯತೆಯ ಹಲವು ಆಯಾಮಗಳು ನಮಗೆ ಸ್ಪಷ್ಟವಾಗಿ ಗೋಚರಿಸುತ್ತಿವೆ. ಯಂತ್ರದ ಅವಲಂಬನೆಯಿಲ್ಲದೇ ಕ್ಷಣಮಾತ್ರವೂ ಬದುಕಲಾಗದ ಸ್ಥಿತಿ ಯಾವುದೇ ಶರಣಾಗತಿಗಿಂತ ಕಡಿಮೆಯೇನಲ್ಲ. ಈಗಾಗಲೇ ಆ ಹಂತವನ್ನು

ನಾವು ತಲುಪಿಯಾಗಿದೆ. ಅದನ್ನು ಮುಂದಿನ ಪೀಳಿಗೆಗೂ ದಾಟಿಸಲೋಸುಗ, ಮೊಬೈಲಿನಲ್ಲಿ ಸಂಗೀತ ಕೇಳದೇ ಹಾಲು ಗಂಟಲಲ್ಲಿ ಇಳಿಯಲಾರದೆಂಬುದನ್ನು ಹುಟ್ಟಿದ ಎರಡನೇ ದಿನದ ಶಿಶುವಿಗೆ ಕಲಿಸಿಕೊಡುತ್ತಿದ್ದೇವೆ.

ಏಐ ಮೂಲದ ಯಂತ್ರಗಳ ಮುಖೇನ ಸಿನಿಮಾವೊಂದನ್ನು ನಿರ್ದೇಶಿಸುವ ಪ್ರಯತ್ನವೊಂದು ಹಾಲಿವುಡ್ಡಿನಲ್ಲಿ ಇತ್ತೀಚೆಗಷ್ಟೇ ನಡೆದಿದೆ. ಮನುಷ್ಯನ ಯಾವುದೇ ಮಧ್ಯಪ್ರವೇಶವಿಲ್ಲದೇ ಕೇವಲ ಯಂತ್ರಗಳೇ ಡೈರಕ್ಟ್ ಮಾಡಿದ ಆ ಚಲನಚಿತ್ರ ಇದುವರೆಗಿನ ಮಾನವ ನಿರ್ದೇಶಿತ ಅದೆಷ್ಟೋ ಸಿನಿಮಾಗಳಿಗಿಂತ ಉತ್ತಮವಾಗಿದೆಯಂತೆ. ಗ್ರಾಹಕರೊಡನೆ ನೇರವಾಗಿ ಸಮಾಲೋಚಿಸುವ ಯಂತ್ರಗಳ ನೆಗೋಶಿಯೇಷನ್ ಕಲೆಯನ್ನು ಉತ್ತಮಪಡಿಸುವ ನಿಟ್ಟಿನಲ್ಲಿ ಹಲವು ವರ್ಷಗಳಿಂದ ಸಂಶೋಧನೆ ನಡೆಸುತ್ತಿದೆ ಫೇಸ್‌ಬುಕ್ ಕಂಪನಿ. ಈ ಪ್ರಯೋಗದ ಭಾಗವಾಗಿ, ಎರಡು ಯಂತ್ರಗಳು ಪರಸ್ಪರ ಸಂವಹನ ಮಾಡುವಾಗ, ತಮ್ಮದೇ ಹೊಸ ಭಾಷೆಯೊಂದನ್ನು ಸೃಷ್ಟಿಸಿಕೊಂಡು ಬಿಟ್ಟಿದ್ದವಂತೆ. ಯಂತ್ರಗಳು ತನ್ನ ಸೃಷ್ಟಿಕರ್ತನ ನಿಯಂತ್ರಣವನ್ನು ಮೀರಿ ತನ್ನದೇ ಸ್ವಂತ ಬುದ್ಧಿಯನ್ನು ಬಳಸಿಕೊಳ್ಳಬಹುದೆಂಬುದಕ್ಕೆ ಇದೊಂದು ಸಣ್ಣ ಉದಾಹರಣೆಯಷ್ಟೇ.

ಅಷ್ಟೇ ಅಲ್ಲ. ಇಂದು ಯಂತ್ರಗಳು ಮನುಷ್ಯನ ಭಾವನೆಗಳನ್ನು ಅರಿಯಬಲ್ಲವು. ಅದಕ್ಕೆ ತಕ್ಕಂತೆ ಸ್ಪಂದಿಸಬಲ್ಲವು. ನಮ್ಮ ಮೂಡ್‌ಗನುಗುಣವಾಗಿ ಸಂಗೀತ ಬಿತ್ತರಿಸುವ ಪ್ಲೇಯರ್, ನಮಗೆ ಸೆಕೆಯಾಗುತ್ತಿರುವುದ ತಾನೇ ಅರಿತು ತಂಪು ಮಾಡುವ್ ಕೂಲರ್ ಇವೆಲ್ಲ ಬಹಳ ಹಳೆಯ ಸಾಧನಗಳಾದವು. ಈಗ ಸಂಶೋಧಿಸಲ್ಪಡುತ್ತಿರುವುದು– ತಾವೇ ಭಾವನೆಗಳನ್ನು ಸೂಕ್ತ ರೀತಿಯಲ್ಲಿ ಉದ್ದೀಪಿಸಿಕೊಳ್ಳಬಲ್ಲ, ಕಲ್ಪನೆಗಳನ್ನು ಸೃಷ್ಟಿಸಿಕೊಳ್ಳಬಲ್ಲ ಯಂತ್ರಗಳು. ಅವುಗಳೂ ಕಾರ್ಯರೂಪಕ್ಕೆ ಬಂದಮೇಲೆ ಏನಾಗಬಹುದು?

ಪಂಚತಂತ್ರದ 'ಸತ್ತಹುಲಿಯನೆತ್ತಿದ ಗಾರುಡಿಗನ ಕಥೆ'ಯೊಂದು ನನಗಿಲ್ಲಿ ನೆನಪಾಗುತ್ತಿದೆ. ಯಾವುದೇ ವಸ್ತುವಿಗೂ ಜೀವ ನೀಡ ಬಲ್ಲ ಅನನ್ಯ ವಿದ್ಯೆ ತಿಳಿದಿರುವ ಮಾಂತ್ರಿಕನೊಬ್ಬ ಊರಲ್ಲಿ ಇರುತ್ತಾನೆ. ಆತನನ್ನು ಆಸ್ಥಾನಕ್ಕೆ ಕರೆತಂದು, ಮೃತ ಹುಲಿಯೊಂದಕ್ಕೆ ಜೀವ ನೀಡುವಂತೆ ಕೋರುತ್ತಾನೆ ಆ ಊರಿನ ರಾಜ. ಮೊದಲು ಮೂಳೆಗಳನ್ನೆಲ್ಲ ಜೋಡಿಸಿ, ನಂತರ ಮಾಂಸ ತುಂಬಿ, ಚರ್ಮವನ್ನು ಒಪ್ಪಗೊಳಿಸಿ, ಹುಲಿ ಸಿದ್ಧವಾದಮೇಲೆ, ಅದಕ್ಕೆ ಜೀವ ಕೊಡುವುದು ಒಳಿತಲ್ಲವೆನ್ನುವ ಸಲಹೆ ನೀಡುತ್ತಾನೆ ಆ ಮಾಂತ್ರಿಕ. ಅದನ್ನೊಪ್ಪದ ರಾಜ, ಪ್ರಾಣ ನೀಡಬಲ್ಲ ಆತನ ವಿದ್ಯೆಯನ್ನು ಆ ಕೂಡಲೇ ಪ್ರದರ್ಶಿಸುವ ಆದೇಶ ನೀಡುತ್ತಾನೆ. ಹಾಗೆ ಜೀವ ತಳೆದ ಹುಲಿ ರಾಜನನ್ನೂ ಮಾಂತ್ರಿಕನನ್ನೂ ತಿಂದು ಹಾಕುತ್ತದೆ.

ನಾವು ಸೃಷ್ಟಿಸಿರುವ ಯಂತ್ರಗಳೂ ಕೂಡಾ ಆ 'ಫೈನಲ್ ಟಚ್' ಗಾಗಿ ಕಾಯುತ್ತಿರಬಹುದಲ್ಲವೇ?

■

ಈ ಭೂಮಿಯ ಮೇಲಿನ ಜೀವ ರಾಶಿಗಳು ಇದುವರೆಗೂ ಐದು ಬಾರಿ ಸಂಪೂರ್ಣವಾಗಿ ನಶಿಸಿಹೋಗಿ, ಪುನರ್ನಿರ್ಮಾಣ ಹೊಂದಿವೆಯಂತೆ. ಹಾಗೂ ಆರನೇ ಹಂತದ ಇಂತಹುದೇ ಒಂದು mass extinction ನ ಹೊಸ್ತಿಲಲ್ಲಿ ನಾವು ನಿಂತಿದ್ದೇವೆ ಎಂಬುದು ತಜ್ಞರ ಮಾತು. ಈ ಅಳಿವು ಹಾಗೂ ಮರುಸೃಷ್ಟಿ ಎಂಬುದು ವಿಕಾಸವಾದದ ಭಾಗವೇ ಆಗಿದೆ. ಹೀಗಾಗಿ ಮುಂಬರುವ ಮಹಾಧ್ವಂಸವನ್ನು ಯಾರಿಂದಲೂ ತಪ್ಪಿಸಲು ಸಾಧ್ಯವಿಲ್ಲ ಎಂಬುದನ್ನು ಒಪ್ಪಿಕೊಳ್ಳೋಣ. ಆದರೆ ಹಿಂದಿನ ಮಹಾಧ್ವಂಸಕ್ಕೂ, ಈ ಮುಂದಿನದಕ್ಕೂ ಇರುವ ವ್ಯತ್ಯಾಸವನ್ನೂ ನಾವು ಗಮನಿಸಬೇಕಷ್ಟೇ?

ಹಿಂದಿನ ಐದೂ ಅವನತಿಗಳಿಗೆ ಪ್ರಕೃತಿಯೇ ಕಾರಣವಾಗಿದೆ. ಒಮ್ಮೆ ಅಗಾಧ ಹಿಮಪಾತದಿಂದ, ಇಮ್ಮೊಮ್ಮೆ ಆಕಾಶಕಾಯವೊಂದು ಭೂಮಿಗೆ ಬಂದು ಅಪ್ಪಳಿಸಿದ್ದರಿಂದ, ಮತ್ತೆಂದೋ ಭಯಂಕರ ಜ್ವಾಲಾಮುಖಿ, ತೀವ್ರತರ ವಾತಾವರಣ ಬದಲಾವಣೆ ಇಂತಹ ಕಾರಣಗಳಿಗೆ ಈ ಮೊದಲು ಮಹಾಧ್ವಂಸಗಳಾಯಿತೆಂದು ಹೇಳುತ್ತದೆ ಸಂಶೋಧನೆ. ಆದರೆ ಈ ಮುಂದೆ ಆಗುತ್ತದೆ ಎನ್ನಲಾಗುವ ವಿನಾಶಕ್ಕೆ ಮನುಷ್ಯ ಹಾಗೂ ಮನುಷ್ಯ ಮಾತ್ರ ಕಾರಣ ತಾನೆ? ಭೂಮಿಯ ಮೇಲ್ಮೈಯನ್ನೇ ಬದಲಾಯಿಸಿದ್ದಕ್ಕಾಗಲೀ, ಸಮುದ್ರ ಮೇಲೇರಿ ಬಂದುದಕ್ಕಾಗಲೀ, ಅಥವಾ ಯಾವುದೋ ಅನ್ಯಗ್ರಹದವರನ್ನು ನಾವು ಸಂಪರ್ಕಿಸ ಹೊರಟು ಅವರು ದಂಡೆತ್ತಿ ಬಂದು ಇಲ್ಲಿಯದನ್ನೆಲ್ಲ ನಿರ್ನಾಮ ಮಾಡಲಿ... ಎಲ್ಲವುದಕ್ಕೂ ಮನುಷ್ಯನೇ ತಾನೆ ಹೊಣೆ? ಹೀಗಾಗಿ ವಿಕಾಸವಾದದ ಅಡಿಯಲ್ಲಿ ಸಮ್ಮತವಾದ ಅಳಿವಿಗೂ ಹಾಗೂ ನಾವು ಊಹಿಸುತ್ತಿರುವ ಈ ಮುಂದಿನ ಲಯಕ್ಕೂ ವ್ಯತ್ಯಾಸವಿದೆ.

ಹೀಗಿರುವಾಗ, ಈ ಬಾರಿಯ ಧ್ವಂಸದಲ್ಲಿ ಎಲ್ಲಾ ಸಸ್ಯ-ಜೀವ ಸಂಕುಲಗಳೂ ಅಳಿಯುತ್ತವೆಯೋ ಅಥವಾ ಮನುಷ್ಯ ಮಾತ್ರ ನಾಶವಾಗಿ ಹೋಗುತ್ತಾನೋ? ಮನುಷ್ಯನ ದಾಹದ ಈ ಪರಾಕಾಷ್ಠೆ ನೋಡಿದರೆ ಆತ ತನ್ನ ಸುತ್ತಲಿದನ್ನೆಲ್ಲ ನುಂಗಿ ತೇಗಬಲ್ಲ ಸಾಮರ್ಥ್ಯ ಉಳ್ಳವನೇ ಆಗಿದ್ದಾನೆ ಎಂಬುದು ನಿಜವಾದರೂ, ಪ್ರಕೃತಿಗೆ ಮನುಷ್ಯನನ್ನು ಕಾಲಾಂತರದಲ್ಲಿ ಅಥವಾ ಕ್ಷಣಮಾತ್ರದಲ್ಲಿ ಹೊಸಕಿ ಹಾಕುವ ಶಕ್ತಿಯಿದೆ ಎಂಬುದನ್ನು ನಾವು ಕಡೆಗಣಿಸುವಂತಿಲ್ಲ. ಹಾಗೂ ಈ ಹಿಂದೆ ತನ್ನುಳಿವಿನ ಅಂತಿಮ ಹಂತದ ಪ್ರಶ್ನೆ ಬಂದಾಗ ಅದು ಮೈ ಕೊಡವಿ ನಿಂತ ನಿದರ್ಶನಗಳಿವೆ. ಇನ್ನೂರು ಮಿಲಿಯನ್ ವರ್ಷಗಳ ಹಿಂದೆ ಜೀವಿತವಿದ್ದ ಡೈನೋಸರ್‌ಗಳು ಈ ಭೂಮಿಯ ಮೇಲಿನ ಸಸ್ಯಕೋಟಿಯನ್ನೆಲ್ಲ ತಿಂದು ಮುಗಿಸಬಹುದಾದ ಅಪಾಯ ಎದುರಾದಾಗ, ಪ್ರಕೃತಿಯೇ ಆ ದೈತ್ಯದೇಹಿ ಪ್ರಾಣಿಗಳನ್ನು ಒಂದೇ ಏಟಿಗೆ ನಾಶಪಡಿಸುವ ಘಟನೆಯನ್ನು ಆಗಗೊಡಿಸಿತ್ತು. ಈಗ ಮಾನವನ ಸರದಿ. ಆದರೆ ಈ ಬಾರಿ ಪ್ರಕೃತಿಯೇನೂ ಮಾಡಬೇಕಿಲ್ಲ. ಸಹಾಯಕ್ಕೆ ಯಂತ್ರಗಳು ಬಂದಾವು. ಮನುಷ್ಯನೇ ಸಂಶೋಧಿಸಿದ, ಬುದ್ಧಿವಂತ, ಭಾವ-ಜೀವಗಳನ್ನು ಮೈದುಂಬಿಕೊಂಡ ಯಂತ್ರಗಳೇ

ಮನುಕುಲದ ಪತನಕ್ಕೆ ಕಾರಣವಾಗಬಹುದು. ಮನುಷ್ಯನೇ ಇಲ್ಲವೆಂದಾದ ಮೇಲೆ ಉಳಿದಾವುದಕ್ಕೂ ಅಪಾಯವೇ ಇಲ್ಲವಲ್ಲ? ಅದ ನಂತರ ಈ ಭೂಮಿ ಕೆಲವೇ ವರ್ಷಗಳಲ್ಲಿ ಮಾನವಪೂರ್ವ ಖಂಡವಾಗಿ ಬದಲಾಗುವುದರಲ್ಲಿ ಯಾವುದೇ ಸಂಶಯವಿಲ್ಲ.

ಆದರೆ ಪ್ರಶ್ನೆಯಿರುವುದು- ತನ್ನ ಸುತ್ತಲಿನದೆಲ್ಲ ಮೊದಲು ನಾಶಮಾಡಿಯೇ ಅದರೊಟ್ಟಿಗೇ ತಾನೂ ನಶಿಸುತ್ತಾನೋ ಈ ಮಾನವ, ಅಥವಾ...

■

ಕುಮಟೆಯ ನಿಲ್ದಾಣದಲ್ಲಿ ಒಬ್ಬನೇ ಮಾತನಾಡುತ್ತಾ ಓಡಾಡುತ್ತಿರುವ ವ್ಯಕಿಯಿಂದ ಶುರುಗೊಂಡು ಇಷ್ಟೆಲ್ಲಾ ಹೇಳಿದುದಕ್ಕೆ ಕಾರಣವಿದೆ. ನಾವು ಹೋಗಬೇಕಾದ ಸ್ಥಳದ ಬಸ್ಸು ಹತ್ತಿ ಕುಳಿತು, ಅದಿನ್ನೇನು ಹೊರಡಬೇಕು ಎನ್ನುತ್ತಿರುವಾಗ ಆ ವ್ಯಕ್ತಿ ಬಸ್ಸಿನತ್ತಲೇ ಓಡಿ ಬಂದ. ಡ್ರೈವರನ ಹತ್ತಿರ, "ಈ ಬಸ್ಸು ಅಮೇರಿಕಾಕ್ಕೆ ಹೋಗ್ತದಾ..?" ಎಂದು ಕೇಳಿದ.

ಆತ ಓಡಿ ಬಂದ ರೀತಿ, ಪ್ರಶ್ನಿಸುವಾಗಿನ ಆಂಗಿಕ, ಮುಖಚರ್ಯೆ ಎಲ್ಲವನ್ನು ಗಮನಿಸಿದ ನನಗೆ ಆತನೋರ್ವ ಮತಿಭ್ರಮಣೆಯಾದ ವ್ಯಕ್ತಿ ಎಂಬ ಅರಿವಾಯಿತು. ಆತ ಈ ಮೊದಲು ಒಬ್ಬನೇ ಮಾತನಾಡುತ್ತಿದ್ದುದನ್ನು ದೂರವಾಣಿಯಲ್ಲಿ ನಡೆಸುತ್ತಿದ್ದ ಸಂಭಾಷಣೆ ಎಂದು ತಪ್ಪಾಗಿ ಅರ್ಥೈಸಿಕೊಂಡುದನ್ನು ನೆನೆದು ಕರುಳು ಚುರುಕ್ ಎಂದಿತು.

ಸರಿಯಿರುವವನು ಮರುಳನಂತೆ ಕಾಣುವ, ಮರುಳನು ಸರಿಯಿರುವಂತೆ ತೋರುವ ಈ ರೂಪಾಂತರದ ನಡುವೆ; ಸರಿಯಾರು, ಮಳ್ಳರಾರು ಹಾಗೂ ಈ ಸ್ಥಿತ್ಯಂತರಕ್ಕೆ ಕಾರಣವೇನು? ರೂಪು ಪಡೆದುಕೊಂಡ ಪಂಚತಂತ್ರ ಕಥೆಯ ಹುಲಿ ಜೀವಕ್ಷಣಕ್ಕೆ ಕಾಯುವ ಪ್ರಕ್ರಿಯೆಯ ಯಾವ ಹಂತದಲ್ಲಿ ನಾವಿದ್ದೇವೆ ಎಂದು ನಾನು ಯೋಚಿಸುತ್ತಿರುವಂತೆ-

"ಚಂದ್ರಲೋಕಕ್ಕೆ ಹೋಗ್ತದೆ. ಬೇಕಾದ್ರೆ ಹತ್ಕಳಿ" ಎಂದು ಬಸ್ಸಿನ ಚಾಲಕ ಆ ವ್ಯಕ್ತಿಗೆ ಅಪಹಾಸ್ಯದಿಂದ ಉತ್ತರಿಸಿ, ಭುರ್ರನೆ ಬಸ್ಸನ್ನು ಮುಂದಕ್ಕೊಯ್ದ. ಕಿಟಕಿಯಿಂದ ಬಗ್ಗಿ ಅವನನ್ನು ಮತ್ತೊಮ್ಮೆ ನೋಡಲು ಯತ್ನಿಸಿದೆ ನಾನು. ಬಸ್ಸು ದೂರ ಸಾಗುತ್ತಿರುವಂತೆ ಆತ ಸಣ್ಣ ಸಣ್ಣವನಾಗುತ್ತಾ ಮರೆಯಾಗಿ ಹೋದ.

ಜುಲೈ 2022

ಬಾ ಇಲ್ಲಿ ಸಂಭವಿಸು

ನೀವು ಮೊದಲ ಬಾರಿಗೋ ಅಥವಾ ಅಪರೂಪಕ್ಕೋ ಕೆಸಿನೋಕ್ಕೆ ಭೇಟಿ ನೀಡಿದರೆ, ಅಲ್ಲಿಯ ವಿವಿಧ ಬಗೆಯ ಆಟಗಳಲ್ಲಿ ಯಾವುದನ್ನು ಆಯ್ದುಕೊಳ್ಳಬೇಕೆನ್ನುವ ಗೊಂದಲಕ್ಕೆ ಈಡಾಗುವುದು ಖಚಿತ. ಜೂಜಿನಲ್ಲಿ ಅಷ್ಟೇನೂ ಪರಿಣಿತರಲ್ಲದ ನೀವು ಸುಲಭದಲ್ಲಿ ಅತಿ ಹೆಚ್ಚು ಹಣ ಗೆಲ್ಲುವ ಆಟಕ್ಕೇ ಆಕರ್ಷಿತರಾಗುತ್ತೀರಿ. ಒಂದು ಆಟದಲ್ಲಿ ಗೆಲ್ಲುವ ಅಂತಿಮ ಮೊತ್ತ ಹತ್ತು ಲಕ್ಷವಾಗಿದ್ದರೆ ಇನ್ನೊಂದರ ಜಾಕ್‌ಪಾಟ್ ಮೌಲ್ಯ ಬರೋಬ್ಬರಿ ಒಂದು ಕೋಟಿ ಎಂದುಕೊಳ್ಳುವ. ಕೋಟಿ ಗೆಲ್ಲಿಸಿಕೊಡುವ ಆಟದಮೇಲೆ ತಾನೇ ನಮ್ಮ ಪಣ? ಆದರೆ ಆಯ್ಕೆ ಅಷ್ಟು ಸಲೀಸಲ್ಲ. ಹತ್ತು ಲಕ್ಷ ಮೊತ್ತದ ಆಟದಲ್ಲಿ ಗೆಲ್ಲುವ ಸಂಭವನೀಯತೆ ಸಾವಿರದಲ್ಲಿ ಒಂದಾದರೆ, ಒಂದು ಕೋಟಿ ಬಹುಮಾನದ ಆಟದಲ್ಲಿ ಗೆಲ್ಲುವ ಸಾಧ್ಯತೆ ಲಕ್ಷಕ್ಕೆ ಒಂದು. ಈಗೇನು ಮಾಡುತ್ತೀರಿ?

ಸಂಭವನೀಯತೆಯ ಲೆಕ್ಕಾಚಾರದ ಸುತ್ತ ತಿರುಗತೊಡಗುತ್ತದೆ ನಿಮ್ಮ ಮೆದುಳು. ನಿಮಗೆ ಗೊತ್ತು, ಆಡಿಸುವಾತ ಕೂಡಾ ಗೆಲ್ಲುವ ಅತಿ ಕಡಿಮೆ ಸಂಭವನೀಯ ಸಂಖ್ಯೆಗೇ ಬಹುಮಾನ ಇಟ್ಟಿರುತ್ತಾನೆಂದು. ಹೀಗೇ ಇಸ್ಪೀಟು, ಲಾಟರಿ, ಕುದುರೆ ರೇಸು, ಕ್ರಿಕೆಟ್ ಬೆಟ್ಟಿಂಗು, ಕ್ರಿಪ್ಟೋ ಕರೆನ್ಸಿ ಇತ್ಯಾದಿಗಳಲ್ಲೆಲ್ಲಾ ಸಂಭವನೀಯತೆಯದ್ದೇ ಮೇಲಾಟ. ಅಚ್ಚರಿಯ ವಿಷಯವೆಂದರೆ, 'ಥಿಯರಿ ಆಫ್ ಪ್ರೊಬಾಬಿಲಿಟಿ' ಎಂಬುದು ಹುಟ್ಟು ಪಡೆದದ್ದೇ ಜೂಜಿನ ಅಡ್ಡೆಯಲ್ಲಿ. ಶತಮಾನಗಳ ಹಿಂದೆ, ಕಾರಣಾಂತರಗಳಿಂದ ಅರ್ಧಕ್ಕೇ ನಿಂತ ಜೂಜಾಟದಲ್ಲಿ ಗೆದ್ದವರಾರು ಎಂಬುದನ್ನು ನಿರ್ಣಯಿಸುವ ಅನಿವಾರ್ಯತೆಯೊಂದು ಈ ಸಂಭವನೀಯತೆಯ ಥಿಯರಿಯ ಪ್ರಯೋಗಕ್ಕೆ ಎಡೆಮಾಡಿತು ಎನ್ನುತ್ತದೆ ಇತಿಹಾಸ. ಇಲ್ಲಿಂದಲೇ ಶುರು ಮಾಡಿ ಫ್ರೆಂಚ್ ಗಣಿತಜ್ಞ ಪಾಸ್ಕಲ್ ಗಣಿತಶಾಸ್ತ್ರಕ್ಕೊಂದು ಹೊಸ ಸಿದ್ಧಾಂತವನ್ನೇ ಕಂಡುಕೊಟ್ಟ.

ಇವೆಲ್ಲ ಗಣಿತ ಅಥವಾ ಸಂಖ್ಯಾಸಂಗ್ರಹಣಕ್ಕೆ ಅನ್ವಯಿಸುವ ಸಂಗತಿಯಾಯಿತು. ಅಸಲಿಗೆ ಸಂಭವನೀಯತೆಯ ಪ್ರಯೋಗ ಅನಾದಿಕಾಲದಿಂದಲೂ ನಡೆದುಕೊಂಡು ಬಂದದ್ದೇ ಆಗಿದೆ. ನಮ್ಮ ಜ್ಯೋತಿಶಾಸ್ತ್ರ, ಅದರೊಳಗಣ ಪ್ರಶ್ನಶಾಸ್ತ್ರಗಳೆಲ್ಲ ಹೆಚ್ಚಾಗಿ

ಬಳಸಿಕೊಳ್ಳುವುದು ಸಂಭವನೀಯತೆಯ ಬಲವನ್ನೇ ಅಲ್ಲವೇ? ಭಾರತೀಯ ತರ್ಕಶಾಸ್ತ್ರವನ್ನೇ ತೆಗೆದುಕೊಳ್ಳಿ. ಅದರಲ್ಲಿಯ ಮೂರು ಲಕ್ಷಣಗಳಲ್ಲಿ ಒಂದಾದ 'ವಿಭಜನೆ' ನೇರವಾಗಿ ಸಂಭವನೀಯತೆಗೆ ಸಂಬಂಧಿಸಿದೆ. ತರ್ಕಿಸ ಬೇಕಾದ ವಿಷಯವನ್ನು ಮೊದಲು ನಾವು ವಿಭಾಗಭೇದ ಮಾಡಿಕೊಳ್ಳಬೇಕು. ವಿಭಜಿಸುವುದು ಹೇಗೆ? ಅದು ಸಂಭವನೀಯ ವರ್ಗೀಕರಣದ ಮೂಲಕ ಸಾಧ್ಯ ಅನ್ನುತ್ತದೆ ಶಾಸ್ತ್ರ. ಈ ಭೂಮಿಯ ಮೇಲೆ ಅಸ್ತಿತ್ವದಲ್ಲಿರುವ ಸಕಲ ಜೀವರಾಶಿಗಳನ್ನು ಪ್ರಪ್ರಥಮವಾಗಿ ವರ್ಗೀಕರಿಸುವಾಗ ಅರಿಸ್ಟಾಟಲ್ ಕೂಡಾ ನೆಚ್ಚಿಕೊಂಡಿದ್ದು ಈ ನಿಯಮವನ್ನೇ. ಇಲ್ಲದಿದ್ದರೆ ಎಣಿಕೆಗೂ ಸಿಗದ ಅನನ್ಯ ಜೀವಪ್ರಭೇದಗಳನ್ನು (ಇದು ನಡೆಯುವ, ಇದು ಹಾರುವ, ಇದು ಮೊಟ್ಟೆಯಿಡುವ, ಇದು ಮರಿಹಾಕುವ... ಎನ್ನುವ ವಿವಿಧ ಪಂಗಡಗಳಲ್ಲಿ) ವಿಂಗಡಿಸುವುದು ಸಂಭವವಿತ್ತೇ?

ಇವೆಲ್ಲಾ ಉದಾಹರಣೆಗಳು ಯಾಕೆ? ಹವಾಮಾನ ಮುನ್ಸೂಚನೆ, ಪ್ರಕೃತಿ ವಿಕೋಪದ ಎಚ್ಚರಿಕೆ, ಚುನಾವಣಾ ಸಮೀಕ್ಷೆ ಇವೆಲ್ಲವುಗಳ ಹಿಂದಿರುವುದೂ ಇದೇ ಎಣಿಕೆಯಲ್ಲವೇ? ಜೀವವಿಮೆಯ ವ್ಯಾಪಾರ ನಿಂತಿರುವುದೇ ಈ ಲೆಕ್ಕಾಚಾರದ ತಳಹದಿಯ ಮೇಲೆ. ನಿಲ್ದಾಣದಲ್ಲಿ ಕಾಯುತ್ತ ನಿಂತಿರುವಾಗ ಸಿಟಿ ಬಸ್ಸು ಅರ್ಧ ಗಂಟೆಯಾದರೂ ಬಾರದೇ ಒಮ್ಮೆಲೇ ಒಂದರ ಹಿಂದೆ ಒಂದು ಮೂರು ಬಸ್ಸುಗಳು ಬರುತ್ತವೆ. ರೈಲಿಗಿಂತ ಬಸ್ ಪ್ರಯಾಣದಲ್ಲಿ ಅಪಘಡಗಳು ಹೆಚ್ಚು, ಇವೆರಡಕ್ಕಿಂತ ವಿಮಾನ ಅಪಘಾತದ ಸಾಧ್ಯತೆ ಕಡಿಮೆ, ಆದರೆ ವಿಮಾನ ದುರಂತದಲ್ಲಿ ಬದುಕುಳಿಯುವ ಸಾಧ್ಯತೆ ಉಳಿದೆರಡಕ್ಕಿಂತ ಕಡಿಮೆ... ಹೀಗೆ ನಿತ್ಯ ಜೀವನದ ಪ್ರತಿ ಘಟ್ಟದಲ್ಲೂ ಸಂಭವನೀಯತೆಯ ಪ್ರಮೇಯ ಹಾಸುಹೊಕ್ಕಾಗಿದೆ.

ಹಾಗಾದರೆ, ಸಾಹಿತ್ಯಕ್ಕೂ ಈ ಪ್ರೊಬಾಬಿಲಿಟಿ ಸಿದ್ಧಾಂತ ಅನ್ವಯವಾಗಬಲ್ಲುದೇ? ಸಾಹಿತ್ಯದ ಕೃತಿಯೊಂದು ಶ್ರೇಷ್ಠ ಅಥವಾ ಜನಪ್ರಿಯ ಅನ್ನುವುದನ್ನು ನಿರ್ಧರಿಸುವುದು ಅದರ ಸಂಭವನೀಯತೆಯ ಸಂಕೀರ್ಣತೆಯೇ?

ಶ್ರೇಷ್ಠ ಲೇಖಕನೊಬ್ಬ ಸಂಭವನೀಯತೆಯ ಅತ್ಯುತ್ತಮ ಎಲಿಮೆಂಟುಗಳನ್ನೆಲ್ಲ ತನ್ನ ಕೃತಿಯಲ್ಲಿ ಬಳಸಿಕೊಳ್ಳುತ್ತಲೇ, ಆ ಸಂಭವನೀಯತೆಯ ಗಡಿಯನ್ನೂ ಮುರಿಯಲು ಏಕಕಾಲಕ್ಕೆ ಪ್ರಯತ್ನಿಸುತ್ತಿರುತ್ತಾನೆ. ಅದು ಭಾಷೆಯಾಗಲೀ, ತಂತ್ರ, ವಸ್ತು, ರೂಪಕ; ಹೀಗೇ ಯಾವುದೇ ಆದರೂ ಸಂಭಾವ್ಯದ ಮೇರೆ ಮೀರಿದಾಗಲೇ 'ಹೊಸತು' ಸೃಷ್ಟಿಯಾಗುತ್ತದೆ. ಗಣಿತದ ಸಂಭವನೀಯತೆಗೂ, ಸಾಹಿತ್ಯಕ್ಕೂ ಇರುವ ವ್ಯತ್ಯಾಸವೇ ಅದು. ಗಣಿತ, ವಿಜ್ಞಾನದ ಪ್ರಕಾರ ನಕ್ಷತ್ರವೊಂದು ಇಷ್ಟು ಜ್ಯೋತಿರ್ವರ್ಷ ದೂರದಲ್ಲಿದೆ ಎಂಬುದಾದರೆ, ಸಾಹಿತಿಗೆ ಅದು ಹಿಮಪರ್ವತದಲ್ಲಿ ಧ್ಯಾನಸ್ಥನಾಗಿ ಕುಳಿತ ಸನ್ಯಾಸಿಯೋರ್ವ ಕ್ಷಣಾರ್ಧದಲ್ಲಿ ಕ್ರಮಿಸಬಹುದಾದ ದೂರವಾಗಬಹುದು. ಈ ಭೂಮಿಯ ಮೇಲಿನ ಯಾವುದೇ ಸಂಭಾವ್ಯ ನಿಯಮಗಳನ್ನೂ ಕವಿ ತನ್ನರಿವಿನಡಿಯಲ್ಲಿ ಮುರಿಯಬಲ್ಲ. ಸಿದ್ಧ ವ್ಯಾಕರಣವನ್ನು ತಿರುಚುವುದು, ಹೊಸ

ಪದಗಳನ್ನು ಹುಟ್ಟು ಹಾಕುವುದು ಕವಿಗೆ ಮಾತ್ರ ಸಾಧ್ಯ. ಶೇಕ್ಸ್‌ಪಿಯರನ ಅದೆಷ್ಟೋ ಶಬ್ದಗಳಿಗೆ ನಿಘಂಟುವಿನಲ್ಲಿ ಅರ್ಥವೇ ಇಲ್ಲವಲ್ಲ!

ಮುಂದಿನ ಪ್ರಶ್ನೆಯೇನೆಂದರೆ–

ಈ ಸಂಭವನೀಯತೆಯ ನಿಯತಾಂಕವನ್ನು ಕಂಪ್ಯೂಟರುಗಳ ಮೂಲಕ ಇಂದು ಯಥೇಚ್ಛವಾಗಿ ಬಳಸಿಕೊಳ್ಳಲಾಗುತ್ತಿದೆಯಷ್ಟೇ? ಅನಾಲಿಟಿಕ್ಸ್, ದತ್ತಾಂಶ ಸಂಗ್ರಹ, ಸೇಲ್ಸ್ ಫೋರ್‌ಕಾಸ್ಟ್... ಹೀಗೆ. ಇದಕ್ಕೆ ಸಾಹಿತ್ಯವೂ ಹೊರತಾಗಿಲ್ಲ. ಸಾಹಿತ್ಯದ ಸಂಭಾವ್ಯತೆಗಳನ್ನೆಲ್ಲಾ ಕ್ರೋಢೀಕರಿಸಿಕೊಂಡು ಕೃತಕ ಬುದ್ಧಿಮತ್ತೆಯ ಯಂತ್ರಗಳು ಕಥೆ–ಕವನಗಳನ್ನು ರಚಿಸುವುದೂ ಹಳೆಯ ವಿದ್ಯಮಾನ. ಒಂದೇ ಕ್ಲಿಕ್ಕಿಗೆ ಚಾಟ್ ಜಿಪಿಟಿ ಇಂದು ಪುಟಗಟ್ಟಲೆ ಸಾಹಿತ್ಯವನ್ನು ರಚಿಸಿಕೊಡಬಲ್ಲದು. ಆದರೆ ಅವು ಮನುಷ್ಯನಿಗೆ 'ಸಮಾನವಾಗಿ' ಸಾಹಿತ್ಯಿಕ ಕೃತಿಗಳನ್ನು ರಚಿಸಬಲ್ಲವೇ? ಉತ್ತರ ಕಂಡುಕೊಳ್ಳುವ ಮುನ್ನ ಎರಡು ನಿದರ್ಶನಗಳನ್ನು ವಿಶ್ಲೇಷಿಸೋಣ.

ಮೊದಲನೆಯದಾಗಿ, ಈ ಸಾಲುಗಳನ್ನು ಗಮನಿಸಿ:

ಬಟ್ಟೆ ಒಣಗಿಸುವ ಕ್ಲಿಪ್ಪು
ಬಿಳಿಯ ಪಿಂಗಾಣಿ ಕಪ್ಪು
ನಾಯಿ ಬಿಸ್ಕತ್ತು
ಹಸಿ ಬಟಾಣಿ
ಕೊತ್ತಂಬರಿ ಸೊಪ್ಪು
Sunflower oil

ಕೊನೆಯ ಸಾಲನ್ನು ಓದುವವರೆಗೂ ಇದನ್ನು ನೀವು ಒಂದು ಚುಟುಕು ಕವನ ಎಂದು ಭಾವಿಸುವ ಸಾಧ್ಯತೆಗಳೇ ಹೆಚ್ಚು.

ಎರಡನೆಯದು, ಸಣ್ಣ ಪ್ರಯೋಗ– ನೂರು ಅತ್ಯುತ್ತಮ ಕವನಗಳಿಂದ ಸುಮಾರು ಒಂದು ಸಾವಿರದಷ್ಟು ಸಾಲುಗಳನ್ನು ಆಯ್ದು, ಒಂದೊಂದನ್ನೇ ಪ್ರತ್ಯೇಕ ಹಾಳೆಯಲ್ಲಿ ಬರೆದು ಮಡಚಿ ಬುಟ್ಟಿಯೊಂದರಲ್ಲಿ ಹಾಕಬೇಕು. ಅದರಲ್ಲಿಯ ಹತ್ತಿಪ್ಪತ್ತು ಹಾಳೆಗಳನ್ನು ರಾಂಡಮ್ ಆಗಿ ಆರಿಸಿಕೊಂಡು, ಸಿಕ್ಕ ಸಾಲುಗಳನ್ನೇ ಬಳಸಿ, ಹಿಂದೆ–ಮುಂದೆ ಪೋಣಿಸಿ ಪದ್ಯವೊಂದನ್ನು ರಚಿಸಿಬೇಕು. (ಕೆಲವರು ಇದೇ ತೆರನಾಗಿ ಕವಿತೆ ರಚಿಸುವಲ್ಲಿ ನಿಪುಣರು ಎನ್ನುವ ವ್ಯಂಗ್ಯದ ಮಾತೂ ಚಾಲ್ತಿಯಲ್ಲಿದೆ. ಆದರೆ ಅದಿಲ್ಲಿ ಪ್ರಸ್ತುತವಲ್ಲ)

ಯಂತ್ರಗಳಿಂದ ಉತ್ಪಾದಿಸಲ್ಪಟ್ಟ ಕವನ ಕೂಡಾ ಈ ಮೇಲಿನ ಎರಡು ವಿಧಾನಗಳನ್ನು ಮೇಳೈಸಿಕೊಂಡು ರಚಿತವಾದ ಪದ್ಯದ ಗುಣಲಕ್ಷಣಗಳನ್ನೇ ಹೊಂದಿರುತ್ತದೆ ಎನ್ನುವುದು ನನ್ನ ಅಭಿಪ್ರಾಯ. ಕವಿತೆ ರಚಿಸುವ ಕಂಪ್ಯೂಟರುಗಳಲ್ಲಿ, ಲಭ್ಯವಿರುವ ಲಕ್ಷಾಂತರ ಕವನಗಳನ್ನು ಮೊದಲಿಗೆ ಫೀಡ್ ಮಾಡಲಾಗುತ್ತದೆ.

ನಂತರ ಭಾಷೆಯ ಬಳಕೆ, ವ್ಯಾಕರಣ, ಪದ-ವಾಕ್ಯಗಳ ನಡುವಿನ ಹೊಂದಾಣಿಕೆಯ ಲಾಜಿಕ್ಕು ಇತ್ಯಾದಿಗಳನ್ನು ಪ್ರೋಗ್ರಾಮ್ ಮಾಡಲಾಗುತ್ತದೆ. ಗುಂಡಿ ಒತ್ತಿದ ಕೂಡಲೇ, ಅಲ್ಗೋರಿದಮ್ ಮುಖೇನ ಈ ಸಾಲುಗಳನ್ನೆಲ್ಲ ಹೆಕ್ಕಿ-ಹೊಂದಿಸಿ ತನ್ನದೇ ಸ್ವಂತ ಕವನ ರಚಿಸುತ್ತದೆ ಕಂಪ್ಯೂಟರು. ಅದರೊಳಗೆ ಹೆಚ್ಚೆಚ್ಚು ಸಿದ್ಧ ಕವನಗಳನ್ನು ಫೀಡ್ ಮಾಡುತ್ತ ಹೋದಂತೆ, ಸಾಲುಗಳು ಒಪ್ಪವಾಗಿ ಕೂಡುವ ಸಂಭವನೀಯತೆ ವೃದ್ಧಿಸುತ್ತ ಕವನದ ಗುಣಮಟ್ಟ ಹೆಚ್ಚುತ್ತಾ ಹೋಗುತ್ತದೆ.

ಹೀಗೆ ಯಂತ್ರವೊಂದು ಅದೆಷ್ಟೇ ಒಳ್ಳೆಯ ಕವನ ಸಿದ್ಧಪಡಿಸಬಹುದಾದರೂ, ಅದರಲ್ಲಿ ಮನುಷ್ಯ ರಚಿತ ಕಾವ್ಯದ ಆತ್ಮವಿದ್ದೀತೇ? ಈ ಪ್ರಶ್ನೆಗೆ ಉತ್ತರ ಸುಲಭವಲ್ಲ.

ಈ ಕವನವನ್ನೊಮ್ಮೆ ಓದಿ;

> A lion roars and a dog barks.
> It is interesting and fascinating that
> a bird will fly and not roar or bark.
> Enthralling stories about animals are in my dreams and
> I will sing them all if I am not exhausted or weary.

ಇದು ಮನುಷ್ಯ ಬರೆದ ಕವನವೋ ಅಥವಾ ಕಂಪ್ಯೂಟರು ರಚಿಸಿದ್ದೋ? ಒಂದು ಮಾಹಿತಿಯ ಪ್ರಕಾರ ಶೇಕಡಾ 65 ರಷ್ಟು ಜನರ ಊಹೆ ಇಲ್ಲಿ ತಪ್ಪಾಗಿದೆಯಂತೆ. ಒಂದು ವೇಳೆ ಈ ಕವನವನ್ನು ಕಂಪ್ಯೂಟರ್ ರಚಿಸಿದೆ ಎಂದಾದರೆ; ಸಿಂಹ ಗರ್ಜಿಸುತ್ತದೆ, ನಾಯಿ ಬೊಗಳುತ್ತದೆ ಆದರೆ ಹಕ್ಕಿಗೆ ಬೊಗಳಲೂ ಗರ್ಜಿಸಲೂ ಆಗುವುದಿಲ್ಲ ಬದಲಾಗಿ ಅದು ಹಾರುತ್ತದೆ ಎನ್ನುವ 'ಟೆಕ್ನಿಕಲಿ ಕರೆಕ್ಟ್' ಅರ್ಥದ ಹೊರತೂ ಮತ್ತೇನೋ ಇದರಲ್ಲಿದೆ ಎಂದು ಪರಿಗಣಿಸಲು ಸಾಧ್ಯವಾಗುವುದಿಲ್ಲ. ಅದರದೇನಿದ್ದರೂ ಪುನಸ್ಸೃಷ್ಟಿಯಷ್ಟೇ. ಆದರೆ ಇವೇ ಸಾಲುಗಳು ಮನುಷ್ಯನೊಬ್ಬನ ಲೇಖನಿಯಿಂದ ಬಂದಿದ್ದರೆ ಅದಕ್ಕೆ ಇದೇ ನಿರ್ದಿಷ್ಟ ಅರ್ಥವೆಂಬುದಿಲ್ಲ. ಓದುಗನಿಗೆ ಹೇಗೆ ದಕ್ಕೀತೋ ಹಾಗೆ ತನ್ನ ಅರ್ಥವ್ಯಾಪ್ತಿಯನ್ನು ವಿಸ್ತರಿಸಿಕೊಳ್ಳುತ್ತಾ ಹೋಗುವ ಕವಿತೆಯಾಗುತ್ತದಿದು.

ಇನ್ನೊಂದು ಉದಾಹರಣೆ ತೆಗೆದುಕೊಳ್ಳಿ. 'ಅಪಾರ್ಟ್‌ಮೆಂಟಿನ ಒಳಗೋಡೆಗಳ ನಡುವೊಂದು ಖಾಲಿ ಕೋಣೆ' ಎನ್ನುವುದು ಕಂಪ್ಯೂಟರು ರಚಿಸಿದ ಕವನವೊಂದರ ಸಾಲು. ಅತೀ ಪ್ರಾಕ್ಟಿಕಲ್ ಅನ್ನಿಸಬಹುದಾದ ಈ ವಾಕ್ಯವನ್ನು ಮಾನವ ಕವಿಯೊಬ್ಬ ಸೃಜಿಸಿದ್ದರೆ ಆ ಖಾಲಿ ಕೋಣೆ ಕೇವಲ ನಾಲ್ಕು ಗೋಡೆಗಳಿಂದ ನಿರ್ಮಾಣವಾದ 'ಜಾಗ' ಆಗಿರಲಿಕ್ಕೆ ಸಾಧ್ಯವಿಲ್ಲ. ಆ ಕೋಣೆಯ ಖಾಲಿತನದಲ್ಲಿ ಕವಿಯೊಬ್ಬ ಬರೆಯದೆಯೂ ಕಾಣಿಸಿಕೊಡಬಹುದಾದ ದುಗುಡ ದುಮ್ಮಾನ ನಿಟ್ಟುಸಿರುಗಳ ಗಣನೆ ಯಂತ್ರಕ್ಕೆ ಇರುವುದಿಲ್ಲ. ಸಂಭವನೀಯತೆಯ ಸಾಧ್ಯತೆಗಳನ್ನು ಯಂತ್ರವೊಂದು

ತೋರಿಸಿಕೊಟ್ಟರೆ, ಕವಿಯ ಶಕ್ತಿಯಿರುವುದು ಅದೇ ಸಂಭವನೀಯತೆಯ ಅಸಾಧ್ಯತೆಗಳನ್ನೇ ತೋರಗೊಡಿಸುವುದರಲ್ಲಿ.

ಅದೆಲ್ಲ ಸರಿ, ಆದರೆ ಈ ಗೊಂದಲಗಳೆಲ್ಲಾ ಉಂಟಾಗುವುದು ಸಾಹಿತ್ಯ ಪ್ರಕಾರವೊಂದರ ಕರ್ತೃ ಯಾರು ಎಂಬ ಅರಿವಿದ್ದಾಗ ತಾನೇ? ಯಂತ್ರದ ಕವಿತೆಗೂ ಓದುಗ ಹಲವು ಅರ್ಥಗಳನ್ನು ಆರೋಪಿಸಿಕೊಳ್ಳಬಹುದಲ್ಲ? ಅಂದಮೇಲೆ, ಕವನವೊಂದು 'ಜೀವ ಪಡೆಯುವುದು' ಅದರ ಸೃಷ್ಟಿಯಲ್ಲೋ ಅಥವಾ ಅದನ್ನೋದುವ ವ್ಯಕ್ತಿಯ ಮನದಲ್ಲೋ? ಅಥವಾ ಇದು ಮ್ಯೂಚುಅಲ್ಲೋ? ಹೀಗಿರುವಾಗ ಓರ್ವ ಸಾಮಾನ್ಯ ಓದುಗನಿಗೆ ಪದ್ಯ ಬರೆದದ್ದು ಯಂತ್ರವೋ ಅಥವಾ ಮನುಷ್ಯನೋ ಎಂಬುದು ಗಣ್ಯವಾದೀತೇ?

■

ಸಂಭವನೀಯ ಅಷ್ಟೂ ನಡೆಗಳನ್ನು ತನ್ನೊಳಗೆ ಏಕೀಕರಿಸಿಕೊಂಡ ಯಂತ್ರವೊಂದು ಆಡುವ ಚದುರಂಗದಾಟ ಶ್ರೇಷ್ಠವೋ, ಅಥವಾ ಮುಂದಿನ 14 ಸಂಭವನೀಯ ನಡೆಗಳನ್ನು ಊಹಿಸಬಲ್ಲ ಚೆಸ್ ದಿಗ್ಗಜ ಗ್ಯಾರಿ ಕಾಸ್ಪರೋವ್‌ನ ಆಟ ಪ್ರಶಂಸನೀಯವೋ? (ಬೇಕಂತಲೇ ತಪ್ಪು ನಡೆ ನಡೆಸಿ ಯಂತ್ರವನ್ನೇ ಪೇಚಿಗೆ ಸಿಲುಕಿಸಿ ಮಜ ನೋಡುವ ಉಡಾಫೆಯೂ ಮನುಷ್ಯನಿಗೆ ಮಾತ್ರ ಸಾದ್ಯ) ಹಾಗೇ, ಕಂಪ್ಯೂಟರೊಂದರ ಜೊತೆ ಆಡುವ ರಮ್ಮಿಯಲ್ಲಿ ಸೊಗಸಿದೆಯೋ ಅಥವಾ ನಾಲ್ಕು ಜನರೊಡನೆ ಆಡುವುದರಲ್ಲಿಯೋ? ಸುತ್ತ ಕುಳಿತ ಜನರ ಬಿಸಿಯುಸಿರು, ಖುಷಿ, ನೋವು, ಹತಾಶೆ, ಕ್ರೋಧ, ಹಮ್ಮುಗಳ ಸಂಗಮದಲ್ಲೇ ರಮ್ಮಿ ಆಟದ ಕಳೆಯಿರಬಹುದೇ? ಜೂಜಿನಲ್ಲಿ ಗೆಲುವೆಂಬುದು ಕೇವಲ ದಾಳಗಳುರುಳುವ ಸಂಭವನೀಯತೆಗೆ ಮಾತ್ರ ಸೀಮಿತವೋ ಅಥವಾ ಎದುರಾಳಿಯನ್ನು ಭಾವನಾತ್ಮಕವಾಗಿ ಹಣಿಯುವುದು, ಕೇಕೆ ಅಟ್ಟಹಾಸಗಳಿಂದ ಬೆದರಿಸುವುದು ಇತ್ಯಾದಿ ತಂತ್ರಗಳಿಗೂ ಅಲ್ಲಿ ಪ್ರಾಮುಖ್ಯತೆ ಇದೆಯೋ?

ಇವೆಲ್ಲವನ್ನೂ ಪರಿಗಣಿಸಿ, ಆಟವಾಗಲಿ, ಸಾಹಿತ್ಯವಾಗಲಿ ಯಂತ್ರಜನಿತವಾಗಿದ್ದರೆ ಶುಷ್ಕವಾಗಿರುತ್ತದೆ ಎನ್ನುವ ತೀರ್ಮಾನಕ್ಕೆ ಬರಬಹುದು ನೀವು. ಆದರೆ, ಬಯಲಿನ ಆಟವನ್ನೆಲ್ಲ ಮೈಗೆ ಮಣ್ಣು ಸೋಕಿಸಿಕೊಳ್ಳದೇ ಕಂಪ್ಯೂಟರ್ ಪರದೆಯ ಮೇಲೆ ಆಡಬಯಸುವ ಹಾಗೂ ಅದೇ ಆಪ್ಯಾಯವೆನ್ನುವ ಜನಾಂಗವೊಂದು ಇಂದು ನಮ್ಮೆದುರಿಗೇ ಹಿರಿದಾಗಿ ಬೆಳೆಯುತ್ತಿದೆಯಲ್ಲ? ಅವರ ಅಭಿಪ್ರಾಯ ಏನಿರಬಹುದು ಈ ವಿಷಯದಲ್ಲಿ? 'ಸೃಷ್ಟಿ'ಯೆಂಬುದು ಪ್ರಕೃತಿಯಿಂದ ಮಾತ್ರ ಸಾಧ್ಯ ಎಂಬುದೂ, ಸೃಷ್ಟಿ-ಮರುಸೃಷ್ಟಿಗಳ ನಡುವಿನ ವ್ಯತ್ಯಾಸ ಏನೆಂಬುದು ಆ ಜನಾಂಗಕ್ಕೆ ಮನವರಿಕೆಯಾದೀತೇ?

ಒಟ್ಟಾರೆ ಹೇಳುವುದಾದರೆ, ಕಂಪ್ಯೂಟರೊಂದು ಎಲ್ಲ ಸಂಭಾವ್ಯತೆಗಳನ್ನು

ಅಳವಡಿಸಿಕೊಂಡು ತಯಾರಿಸುವ ಉತ್ಪನ್ನ (ಅದು ಸಾಹಿತ್ಯ, ವ್ಯಾಪಾರ, ತಂತ್ರಜ್ಞಾನ ಹೀಗೇ ಯಾವುದೇ ಕ್ಷೇತ್ರವಾಗಿರಲಿ) ಹಾಗೂ ಮನುಷ್ಯ ಉಪಯೋಗಿಸುವ ಸಂಭವನೀಯ ಸೂತ್ರಗಳ ಸಾಧ್ಯತೆ-ಬಾಧ್ಯತೆಗಳ ಸಮಗ್ರ ತುಲನೆ ಸರಳವಲ್ಲ. ಅದು ಮತ್ತಷ್ಟು ಪ್ರಶ್ನೆಗಳನ್ನು ನಮ್ಮೆದುರಿಗೆ ಒಡ್ಡುವಂಥದ್ದು.

■

ಇವನ್ನೆಲ್ಲಾ ಅವಲೋಕಿಸಿದ ಮೇಲೆ,

"God does not play dice with the universe" ಎನ್ನುವ ಐನ್‌ಸ್ಟೀನನ ಬಲು ಚರ್ಚಿತ ಹೇಳಿಕೆಯನ್ನು ಯಾವ ರೀತಿಯಲ್ಲಿ ಅರ್ಥೈಸೋಣ? 'ದೇವರ ಆಟದ ದಾಳದಲ್ಲಿ ಯಾವ ಸಂಭವನೀಯತೆಗೂ ಆಸ್ಪದವಿಲ್ಲ. ಆತನದೇನಿದ್ದರೂ ನಿಖರ ಆಟ' ಎಂಬುದಾಗಿಯೇ? ಅಥವಾ, 'ಆತ ಇಲ್ಲಿ ದೇವರು ಹಾಗೂ ದಾಳ ಎನ್ನುವ ಪದಗಳನ್ನು ಸಂಕೇತವಾಗಿ ಬಳಸಿದ್ದಾನೆ, ವಾಸ್ತವವಾಗಿ ಆತ ಹೇಳುತ್ತಿರುವುದು ಭೌತಶಾಸ್ತ್ರದ ಕ್ವಾಂಟಮ್ ಮೆಕಾನಿಕ್ಸ್ ಸಿದ್ಧಾಂತದ ಕುರಿತು' ಎಂಬುದಾಗಿಯೋ?

■

ಕೊನೆಯಲ್ಲಿ ಒಂದು ಕುತೂಹಲದ ಸಂಗತಿ-

ಅಸ್ತಿತ್ವದಲ್ಲಿರುವ ಎಲ್ಲ ಜೀವಿಗಳನ್ನೂ; ಇದು ನಡೆಯುವ, ಇದು ಹಾರುವ, ಮೊಟ್ಟೆ ಇಡುವ, ಮರಿ ಹಾಕುವ... ಹೀಗೇ ವಿವಿಧ ಪ್ರಕಾರಗಳಾಗಿ ವರ್ಗೀಕರಣ ಮಾಡಿ ಮುಂದಿನ ನಿರ್ದಿಷ್ಟ ಸಮೀಕರಣಕ್ಕೆ ಒಂದು ದಾರಿ ತೋರಿಸಿಕೊಟ್ಟ ಅರಿಸ್ಟಾಟಲ್‌ನ ಸಂಭವನೀಯ ಸೂತ್ರ ಕೂಡಾ ಅನೇಕ ವಿಷಯಗಳಲ್ಲಿ ಹಾದಿ ತಪ್ಪಿದ್ದಿದೆ. ಪೂರ್ಣ ಚಂದ್ರ ತೇಜಸ್ವಿ ತಮ್ಮ 'ಚೇಂಕ್ರ ಹಾಗೂ ಅರಿಸ್ಟಾಟಲ್' ಎನ್ನುವ ಲೇಖನದಲ್ಲಿ ಅಂಥ ಒಂದು ಉದಾಹರಣೆಯನ್ನು ದಾಖಲಿಸಿದ್ದಾರೆ.

'ಹಾವುಮೀನು' ಎನ್ನುವ ಸರೀಸೃಪ ತಾನು ವಿಭಜೀಕರಿಸಿದ ಯಾವ ಕೆಟಗರಿಗೂ ಸೇರುವುದಿಲ್ಲ. ಅದು ಗಂಡು-ಹೆಣ್ಣುಗಳ ಸಂಗಮದಿಂದ ಜನಿಸದ, ಸಮುದ್ರದ ತಳದಿಂದ ತಂತಾನೇ ಉದ್ಭವವಾಗುವ ಜೀವಿ ಎಂದಿದ್ದಾನೆ ಅರಿಸ್ಟಾಟಲ್. ಆದರೆ ಅದು ಸತ್ಯಕ್ಕೆ ದೂರವಾದದ್ದು. 'ಹಾವುಮೀನು' ಕೂಡಾ ಇತರೆ ಜೀವಿಗಳಂತೆ ಹೆಣ್ಣು ಮೀನಿನ ಮೊಟ್ಟೆಯಿಂದಲೇ ಹುಟ್ಟುತ್ತದೆ ಎಂಬುದು ನಂತರದ ದಿನಗಳಲ್ಲಿ ಸಾಬೀತಾಗಿದೆ. ಎಷ್ಟೇ ಆದರೂ ಅರಿಸ್ಟಾಟಲನ ಸಂಶೋಧನೆ, ಕಾಣ್ಕೆಗಳು ಕೂಡಾ ಈ ಸಂಭವನೀಯತೆಯ ಪರಿಧಿಯೊಳಗೇ ಬಂಧಿಸಲ್ಪಟ್ಟಿದ್ದು ತಾನೆ?

ಅಗಸ್ಟ್ 2022

'ಮೌಲ್ಯ' ನಿರ್ಣಯದ ಪರಿಪಾಟಲು

ಮನೆಗೊಂದಿಷ್ಟು ಅಲಂಕಾರಿಕ ಗಿಡಗಳನ್ನು ಕೊಳ್ಳಲು ನರ್ಸರಿಯೊಂದಕ್ಕೆ ಹೋಗಿದ್ದೆ. ನಾನಾರಿಸಿದ ಎರಡು ಸಸಿಗಳಲ್ಲಿ ಒಂದಕ್ಕೆ ನೂರೈವತ್ತು ರೂಪಾಯಿಗಳೆಂದೂ, ಇನ್ನೊಂದಕ್ಕೆ ಆರುನೂರು ಎಂಬುದಾಗಿ ತಿಳಿಸಿದ ಮಾಲೀಕ. ಎಲೆಯ ಆಕಾರದಲ್ಲಿ ತುಸು ಬದಲಾವಣೆ ಹೊರತುಪಡಿಸಿ ಎರಡೂ ಸಸಿಗಳು ಸಮಾನ ಎತ್ತರದವೇ ಆಗಿದ್ದವು.

"ಇನ್ನೊಂದ್ಯಾಕೆ ಇಷ್ಟು ತುಟ್ಟಿ, ಇದೇನು ಹೊರ ದೇಶದ್ದಾ?" ವಿಚಾರಿಸಿದೆ ನಾನು.

"ಇಲ್ಲ, ಇಲ್ಲಿಯದೇ" ಎಂದ ಆತ.

"ಇದು ವಿರಳ ತಳಿಯಾ? ಅಥವಾ ಈ ಸಸಿಯನ್ನು ಬೆಳೆಸುವುದು ಕಷ್ಟವಾ?" ಎಂಬ ನನ್ನ ಮುಂದಿನ ಪ್ರಶ್ನೆಗೆ, 'ಹಾಗೇನೂ ಇಲ್ಲ' ಎನ್ನುವ ಉತ್ತರ ಬಂತು.

"ಹಾಗಾದರೆ ನಾಲ್ಕು ಪಟ್ಟು ಹೆಚ್ಚು ಬೆಲೆಯಿರಲು ಏನಾದರೂ ಕಾರಣ ಇರಬೇಕಲ್ಲ? ಅದೇ ನೀರು, ಗೊಬ್ಬರದ ಕಚ್ಚಾ ವಸ್ತು ತಾನೆ?" ನಾನೂ ಪಟ್ಟು ಬಿಡಲಿಲ್ಲ.

"ಈ ಗಿಡಕ್ಕೆ ಸಕ್ಕತ್ ಡಿಮಾಂಡು ಸರ್" ಎನ್ನುತ್ತ, "ಇದು ಬೇಕಾದ್ರೆ ನೋಡಿ ನೂರು ರೂಪಾಯಿ" ಎಂದು ಇನ್ನೊಂದು ಸಸಿ ತೋರಿಸಿದ. ನಾನು ಬೆಲೆಯ ಬಗ್ಗೆ ಮತ್ತಷ್ಟು ಪ್ರಶ್ನಿಸತೊಡಗಿದಂತೆ, ಬೇರೆ ಗಿರಾಕಿಯನ್ನು ವಿಚಾರಿಸುವ ನೆವದಲ್ಲಿ ದೂರ ಸರಿದ.

ನನ್ನ ಜೊತೆಯಲ್ಲಿ ಬಂದಿದ್ದ ಪಕ್ಕದ ಮನೆ ಹುಡುಗನಿಗೆ ಇದ್ಯಾಕೋ ವಿಚಿತ್ರವೆನಿಸಿರಬೇಕು. ನರ್ಸರಿಯಿಂದ ವಾಪಸ್ ಬರುವಾಗ, "ಅದ್ಯಾಕೆ ಒಂದೊಂದು ಗಿಡಕ್ಕೆ ಒಂದೊಂದು ರೇಟ್ ಹೇಳಿದ ಆತ?" ಎನ್ನುವ ಪ್ರಶ್ನೆಯೆಸೆದ. ವಸ್ತುವೊಂದರ ಮೌಲ್ಯವನ್ನು ಹೇಗೆ ನಿರ್ಧರಿಸಲಾಗುತ್ತದೆ, ಹಾಗೂ ಅದರ ಹಿಂದಿರುವ ಎಕನಾಮಿಕ್ಸ್ ಸೂತ್ರಗಳನ್ನೆಲ್ಲಾ ಹುಡುಗನಿಗೆ ಹೇಗೆ ವಿವರಿಸಿ ಹೇಳುವುದು? ಹಾಗಂತ ಇವೆಲ್ಲ ಅರ್ಥವಾಗದ ವಯಸ್ಸೇನೂ ಅಲ್ಲ ಅವನದು. ನಾನು ಎಂದೋ

ಓದಿದ 'ಚಂದಮಾಮ'ದ ಕತೆಯೊಂದು ನೆನಪಾಯಿತು. ಅರ್ಥಶಾಸ್ತ್ರದ ಹಲವು ನಿಯಮಗಳನ್ನು ಹಿಡಿದು ಕೊಟ್ಟಿರುವ ಅತಿ ಸರಳ ಕಥೆಯಿದು.

ಒಬ್ಬ ಚರ್ಮದ ಹಾಗೂ ಇನ್ನೊಬ್ಬ ಕಬ್ಬಿಣದ ವರ್ತಕ ದೂರದ ಊರೊಂದಕ್ಕೆ ಪ್ರಯಾಣ ಬೆಳೆಸಿರುತ್ತಾರೆ. ಆ ಊರಿನಿಂದ ಚರ್ಮ ಹಾಗೂ ಕಬ್ಬಿಣ ಖರೀದಿಸಿ ತಂದು ಬೇರೊಂದು ಊರಿನಲ್ಲಿ ಅದನ್ನು ಮಾರುವ ವ್ಯಾಪಾರ ಅವರದು. ದಾರಿಯ ನಡುವೆ ರಾತ್ರಿ ವಿರಾಮಕ್ಕಾಗಿ ಸಾಧುವೊಬ್ಬನ ಮನೆಯಲ್ಲಿ ತಂಗುತ್ತಾರವರು. ಮಹಾ ಜ್ಞಾನಿಯೂ, ಜೊತೆಗೆ ಅತಿಥಿ ಸತ್ಕಾರಕ್ಕೆ ಹೆಸರುವಾಸಿಯೂ ಆದವ ಆ ಸಾಧು. ಈರ್ವರಲ್ಲಿ ಕಬ್ಬಿಣದ ವ್ಯಾಪಾರಿಗೇ ಪ್ರಾಮುಖ್ಯತೆ ನೀಡಿ ಹೆಚ್ಚಿನ ಆರೈಕೆ ಮಾಡುತ್ತಾನೆ. ಆ ವರ್ತಕರಿಬ್ಬರೂ ಅಲ್ಲಿಂದ ಹೊರಟು ತಾವು ತಲುಪಬೇಕಿದ್ದ ಊರಿನಲ್ಲಿ ಖರೀದಿ ವ್ಯವಹಾರ ಮುಗಿಸಿ ವಾಪಸ್ಸು ಬರುವಾಗ ಪುನಃ ಅದೇ ಸಾಧುವಿನ ಮನೆಯಲ್ಲಿ ತಂಗುತ್ತಾರೆ. ಈ ಬಾರಿ ಸಾಧು ಚರ್ಮದ ವ್ಯಾಪಾರಿಯನ್ನು ಹೆಚ್ಚಿನ ಆಸ್ಥೆಯಿಂದ ಉಪಚರಿಸುತ್ತಾನೆ. ಆತನ ಈ ನಡೆಯಿಂದ ಗೊಂದಲಗೊಂಡ ಅವರು ಈ ತಾರತಮ್ಯಕ್ಕೆ ಕಾರಣವೇನೆಂದು ವಿಚಾರಿಸುತ್ತಾರೆ. "ನಿಮ್ಮ ಮನಸ್ಥಿತಿಗೆ ತಕ್ಕಂತ ಉಪಚಾರ ಮಾಡಿರುವೆ, ಒಳ್ಳೆಯ ಆಲೋಚನೆಯುಳ್ಳವರಿಗೆ ಒಳ್ಳೆಯ ಸತ್ಕಾರ ನೀಡುವುದು ಧರ್ಮ" ಎನ್ನುತ್ತಾನೆ ಸಾಧು.

ವಿಷಯವಿಷ್ಟೇ- ಮೊದಲ ದಿನ ತಂಗಿದಾಗ; ತಾವು ಹೊರಟಿರುವ ಊರಿನಲ್ಲಿ ಭೀಕರ ಬರಗಾಲವಿರಲಿ ಎಂದು ಚರ್ಮದ ವ್ಯಾಪಾರಿ ಬಯಸಿದರೆ, ಅಲ್ಲಿ ಸುಭಿಕ್ಷವಿರಲಿ ಜನರೆಲ್ಲ ಸಿರಿವಂತಿಕೆಯಿಂದ ಮೆರೆಯುತ್ತಿರಲಿ ಎಂಬುದಾಗಿ ಆಶಿಸುತ್ತಿರುತ್ತಾನೆ ಕಬ್ಬಿಣದ ವ್ಯಾಪಾರಿ. ಬರಗಾಲವಿದ್ದರೆ ಅಲ್ಲಿ ದನ ಕುರಿಗಳೆಲ್ಲ ಎಣಿಕೆಗೂ ಮೀರಿ ಸಾಯುತ್ತಿರುತ್ತವೆ ಹೀಗಾಗಿ ತೊಗಲು ಅತಿ ಕಡಿಮೆ ಬೆಲೆಯಲ್ಲಿ ದೊರೆಯುತ್ತದೆ ಎಂಬುದು ಚರ್ಮದವನ ಆಲೋಚನೆ. ಸಿರಿವಂತಿಕೆಯ ಊರಲ್ಲಿ ಜನರೆಲ್ಲ ಅಧಿಕ ಬೆಲೆಯ ಲೋಹದ ಮೋಹದಲ್ಲೇ ಇರುವುದರಿಂದ, ಕಬ್ಬಿಣಕ್ಕೆ ಅಲ್ಲಿ ಬೇಡಿಕೆಯಿಲ್ಲದೇ ಅಗ್ಗದಲ್ಲಿ ಸಿಗುತ್ತದೆ ಎಂಬುದು ಕಬ್ಬಿಣದವನ ಲೆಕ್ಕಾಚಾರ.

ಅಲ್ಲಿಂದ ವಾಪಸ್ಸಾಗುವಾಗ ಅವರ ಆಲೋಚನೆಗಳು ಅದಲುಬದಲಾಗಿರುತ್ತವೆ. ಖರೀದಿಸಿದ ವಸ್ತುವನ್ನು ಮಾರಲು ಹೊರಟಿರುವ ಊರಲ್ಲಿ ಸುಭಿಕ್ಷವಿದ್ದರೆ ಶ್ರೀಮಂತರು ಐಶಾರಾಮಿ ಚರ್ಮದ ಚಪ್ಪಲಿ ಉಡುಪುಗಳನ್ನು ತೊಡುವುದರಲ್ಲಿ ಒಲವು ತೋರುತ್ತಾರೆ ಎಂದು ಚರ್ಮದ ವರ್ತಕ ಯೋಚಿಸಿದರೆ, ಊರಲ್ಲಿ ಭೀಕರ ಕ್ಷಾಮವಿದ್ದರೆ ಜನರೆಲ್ಲ ಕೂಲಿ ಕೆಲಸ, ಕೆರೆ ಬಾವಿಗಳನ್ನು ತೋಡುವ ಕಾಯಕದಲ್ಲಿ ನಿರತರಾಗಿ ಕಬ್ಬಿಣದ ಸಲಕರಣೆಗಳಿಗೆ ಭಾರೀ ಬೇಡಿಕೆ ಇರುತ್ತದೆ ಎಂಬುದಾಗಿ ಕಬ್ಬಿಣದ ವ್ಯಾಪಾರಿ ಕನಸು ಕಾಣುತ್ತಾನೆ.

ಸದಾಶಯದ ಚಿಂತನೆಗೆ ಸದಾ ಒಳ್ಳೆಯ ಪ್ರತಿಫಲವೇ ಸಿಗುತ್ತದೆ ಎಂದು ಸಾರುವ ಈ ಕಥೆ, ಅದೆಷ್ಟು ಚೆನ್ನಾಗಿ ಅರ್ಥಶಾಸ್ತ್ರದ ಪಾಠವನ್ನೂ ಹೇಳುತ್ತದಲ್ಲ! ಒಂದೇ

ಕಥೆಯಲ್ಲಿ, ಬೇಡಿಕೆ-ಪೂರೈಕೆ, ಕಾಲ-ದೇಶ, ಲಭ್ಯತೆ-ಅಭಾವ, ಅಗತ್ಯ-ಐಷಾರಾಮ ಹೀಗೆ ವಸ್ತುವೊಂದರ ಬೆಲೆ ನಿರ್ಧರಿತವಾಗುವ ಹಲವು ಸಂಗತಿಗಳು ಅಡಕವಾಗಿವೆ ಎನ್ನುವ ಸತ್ಯ ಈ ಕಥೆಯನ್ನು ಬಾಲ್ಯದಲ್ಲಿ ಓದುವಾಗ ನನಗೂ ಅರಿವಾಗಿರಲಿಲ್ಲ.

■

ಹಾಗೆ ನೋಡಿದರೆ, ಪಂಚತಂತ್ರವೂ ಸೇರಿದಂತೆ ನಮ್ಮ ಅನೇಕ ನೀತಿ ಕಥೆಗಳಲ್ಲಿ, ಪುರಾಣದ ಕಥೆಗಳಲ್ಲಿ; ಅಷ್ಟೇ ಯಾಕೆ, ಸೃಜನಶೀಲ ಸಾಹಿತ್ಯ ಪ್ರಕಾರದ ಹಲವು ಸಂದರ್ಭಗಳಿಗೆ ಅರ್ಥಶಾಸ್ತ್ರದ ತತ್ವಗಳನ್ನು ನಾವು ಆರೋಪಿಸಿಕೊಳ್ಳಬಹುದು. ನೇರವಾಗಿ ಅದನ್ನೇ ಅರುಹುವುದು ಆಯಾ ಸಾಹಿತ್ಯದ ಉದ್ದೇಶವಲ್ಲದಿದ್ದರೂ, ನಮ್ಮ ಅರ್ಥಶಾಸ್ತ್ರದ ಕಲಿಕೆಗೇನೂ ಅವು ತಡೆಯೊಡ್ಡುವುದಿಲ್ಲ. ತನ್ನ ಶಿಷ್ಯನ ಕೈಯ್ಯಲಿ ಹೊಳೆಯುವ ಸಣ್ಣ ಕಲ್ಲೊಂದನ್ನು ನೀಡಿ ಅದರ ಬೆಲೆ ತಿಳಿದುಕೊಂಡು ಬರುವಂತೆ ಗುರುವೊಬ್ಬ ತಾಕೀತು ಮಾಡುವ ಪ್ರಸಂಗವನ್ನೇ ತೆಗೆದುಕೊಳ್ಳಿ. ತರಕಾರಿ ಮಂಡಿಯೊಂದರಲ್ಲಿ ಆ ಕಲ್ಲಿನ ಬದಲಾಗಿ ಬಾಳೆಗೊನೆಯನ್ನು ಕೊಡುವುದಾಗಿ ಹೇಳಿದರೆ, ದಿನಸಿ ಅಂಗಡಿಯಲ್ಲಿ ಒಂದು ಮೂಟೆ ಅಕ್ಕಿ, ಲೋಹದ ಉಗ್ರಾಣದಲ್ಲಿ ದೊಡ್ಡ ಹಂಡೆಯ ಕೊಡುಗೆ ದೊರೆಯುತ್ತದೆ ಶಿಷ್ಯನಿಗೆ. ಕೊನೆಯಲ್ಲಿ ಹೋದ ಆಭರಣದಂಗಡಿಯಲ್ಲಿ, ಅದು ಬೆಲೆ ಕಟ್ಟಲಾಗದ ವಜ್ರದ ಹರಳೆಂದೂ ಅದನ್ನು ಕೊಳ್ಳುವ ಶಕ್ತಿ ತನಗಿಲ್ಲವೆಂಬ ಉತ್ತರ ಸಿಗುತ್ತದೆ. ಇಷ್ಟನ್ನೇ ಆಧರಿಸಿ ವಸ್ತುವೊಂದರ ಉಪಯುಕ್ತತಾ ಮೌಲ್ಯ ಹಾಗೂ ವಿನಿಮಯ ಮೌಲ್ಯಗಳ ಅಧ್ಯಯನ ಮಾಡಬಹುದಲ್ಲವೇ?

ಇಲ್ಲೊಂದು ಕಥೆಯಿದೆ ನೋಡಿ. ಫ್ರೆಂಚ್ ಲೇಖಕ ಅಲೆಕ್ಸಾಂಡರ್ ಡುಮಾಸ್‌ನ The Count of Monte Cristo ಎನ್ನುವ ಕಾದಂಬರಿ 'ರಾಜಾ ಮಲಯಸಿಂಹ' ಎನ್ನುವ ಹೆಸರಿನಲ್ಲಿ ಕನ್ನಡದಲ್ಲಿ ಲಭ್ಯವಿದೆ. ಇಲ್ಲಿಯ ನಾಯಕ ಅನೇಕರಿಂದ ವಂಚಿತನಾಗಿ ಬಹು ವರ್ಷಗಳ ಕಾರಾಗೃಹ ವಾಸಕ್ಕೆ ತುತ್ತಾಗುತ್ತಾನೆ. ಕೊನೆಗೊಮ್ಮೆ ಅಲ್ಲಿಂದ ತಪ್ಪಿಸಿಕೊಂಡು, ಪರಿಶ್ರಮದಿಂದ ಅಪಾರ ಸಂಪತ್ತನ್ನೂ ಗಳಿಸಿ ರಾಜಾ ಮಲಯಸಿಂಹನೆಂಬ ನಾಮಾಂಕಿತದಿಂದ ಮೆರೆಯುತ್ತಾನೆ. ಈಗವನದು ಸೇಡು ತೀರಿಸಿಕೊಳ್ಳುವ ಕಾಲ. ತನಗೆ ಕೇಡು ಮಾಡಿದ್ದ ಹಣವಂತನೂ ಜಿಪುಣನೂ ಆದ ವ್ಯಕ್ತಿಯೊಬ್ಬನನ್ನು ಕೋಣೆಯಲಿ ಬಂಧಿಸಿಟ್ಟು ಮೂರ್ನಾಲ್ಕು ದಿನಗಳ ವರೆಗೆ ಅನ್ನ ನೀರು ಕೊಡದೆ ಸತಾಯಿಸುತ್ತಾನೆ. ಹಸಿವು ಸಹಿಸಲಾರದೇ ಆ ವ್ಯಕ್ತಿ ಏನಾದರೂ ತಿನ್ನಲು ನೀಡುವಂತೆ ಅಲ್ಲಿಯ ಕಾವಲುಗಾರನನ್ನು ಬೇಡಿಕೊಂಡಾಗ,

"ಅಯ್ಯೋ ಇಲ್ಯಾವ ತಿನ್ನುವ ಪದಾರ್ಥವೂ ಸಿಗುವುದಿಲ್ಲ. ಕೇವಲ ರೊಟ್ಟಿ ಹಾಗೂ ಹಾಲು ಸಿಗುತ್ತದಷ್ಟೇ, ಅದೂ ತುಂಬಾ ದುಬಾರಿ" ಎನ್ನುತ್ತಾನೆ ಕಾವಲುಗಾರ.

"ಹಾಗಾದರೆ ನನಗೆ ಒಂದು ರೊಟ್ಟಿ ಹಾಗೂ ಒಂದು ಲೋಟ ನೀರು ಸಾಕು"

"ನಿಮಗೆ ಗೊತ್ತಿರಲಿಕ್ಕಿಲ್ಲ ಸ್ವಾಮಿ. ಇಲ್ಲಿ ಹಾಲಿಗಿಂತ ನೀರೇ ದುಬಾರಿ. ಒಂದು ರೊಟ್ಟಿಗೆ ಒಂದು ಲಕ್ಷ ವರಹ ಹಾಗೂ ಒಂದು ಲೋಟ ನೀರಿಗೆ ಎರಡು ಲಕ್ಷ ವರಹ"

"ಅಯ್ಯಾ ನಮ್ಮಲ್ಲಿ ಒಂದು ರೊಟ್ಟಿಗೆ ಒಂದಾಣೆ ಹಾಗೂ ನೀರು ಪುಕ್ಕಟೆಯಾಗಿ ಸಿಗುತ್ತದೆ"

"ಅದು ನಿಮ್ಮಲ್ಲಿರಬಹುದು. ಇಲ್ಲಿ ಇಷ್ಟೇ ಬೆಲೆ. ಒಪ್ಪಿಗೆಯಿದ್ದರೆ ತಂದು ಕೊಡುವೆ. ಇಲ್ಲದಿದ್ದರೆ ನಿಮ್ಮಿಷ್ಟ"

"ಹಾಗಾದರೆ ಅರ್ಧ ರೊಟ್ಟಿ ಹಾಗೂ ಅರ್ಧ ಲೋಟ ನೀರು ತಂದು ಕೊಡು"

"ನಮ್ಮಲ್ಲಿ ಅರ್ಧ ರೊಟ್ಟಿಗೂ ಪೂರಾ ರೊಟ್ಟಿಗೂ ಒಂದೇ ಬೆಲೆ. ನೀರೂ ಹಾಗೆಯೇ."

ವಿಧಿಯಿಲ್ಲದೇ ಕೇಳಿದಷ್ಟು ಹಣ ನೀಡುವ ಮುಚ್ಚಳಿಕೆ ನೀಡಿ ರೊಟ್ಟಿ ನೀರು ಪಡೆಯುತ್ತಾನೆ ಬಂಧಿತ ಸಾಹುಕಾರ.

ಮರುದಿನ– ಅದೇ ಅರ್ಧ ರೊಟ್ಟಿ ಹಾಗೂ ನೀರಿನ ಬೆಲೆಯನ್ನು ದುಪ್ಪಟ್ಟು ಮಾಡುತ್ತಾನೆ ಕಾವಲುಗಾರ.

ಹತಾಶೆ, ಅನಿವಾರ್ಯತೆಗಳೂ ಕೂಡಾ ವಸ್ತುವಿನ ಮೌಲ್ಯವನ್ನು ನಿಯಂತ್ರಿಸಬಲ್ಲದು ಎಂಬುದನ್ನು ಪ್ರತ್ಯೇಕವಾಗಿ ಹೇಳುವ ಅಗತ್ಯವಿಲ್ಲ ಇಲ್ಲಿ. ನಾವೇ ನೋಡಿದ್ದೇವಲ್ಲ, ಕರೋನಾ ಸಮಯದಲ್ಲಿ ಏರಿದ ಆಕ್ಸಿಜನ್ ಸಿಲೆಂಡರಿನ ಬೆಲೆಯನ್ನು! ಉಳಿದ ಸಂದರ್ಭದಲ್ಲಿ ದಂಡಿಯಾಗಿ ಸಿಗುವ ಆಮ್ಲಜನಕಕ್ಕೆ ಯಾವುದೇ 'ಮೌಲ್ಯ' ನೀಡುವುದಿಲ್ಲ ನಾವು. ನಾಳೆ ಮನುಷ್ಯನೇನಾದರೂ ಮಂಗಳ ಗ್ರಹಕ್ಕೆ ಹೋದರೆ ಇದೇ ಆಮ್ಲಜನಕಕ್ಕೆ ಅಲ್ಲಿ ವಜ್ರದ ಬೆಲೆ ಬರಬಹುದು ಹಾಗೂ ವಜ್ರದ ಹರಳುಗಳು ಬಿಕರಿಯಾಗದಿರಬಹುದು.

ಅಂದಹಾಗೆ, ಈ ಮೇಲೆ ಹೇಳಿದ ಯಾವುದೇ ಸೂತ್ರಗಳ ಪರಿಗಣನೆಯಿಲ್ಲದೇ, ವಸ್ತುವಿನ ಮೌಲ್ಯವನ್ನು ನಿರ್ಣಯಿಸುವ ಪ್ರಮುಖ ಅಂಶವೊಂದಿದೆ. ಅದನ್ನು 'ತುಷ್ಟಿಗುಣ'ವೆನ್ನುತ್ತಾರೆ. ಅಂದರೆ ವಸ್ತುವೊಂದು ತನ್ನೆಲ್ಲಾ ಗುಣಗಳನ್ನು ಬಳಸಿಕೊಂಡು ಜನರ ಬಯಕೆಯನ್ನು ಎಷ್ಟರ ಮಟ್ಟಿಗೆ ತೃಪ್ತಿಪಡಿಸಲು ಸಾಧ್ಯ ಎನ್ನುವುದರ ಮೇಲೆ ಅದರ ದರ ನಿರ್ಧಾರಿತವಾಗುತ್ತದೆ. ಹೀಗಾಗಿಯೇ ಮದ್ಯ ಸಿಗರೇಟುಗಳ ತಯಾರಿಕಾ ವೆಚ್ಚಕ್ಕೂ ಅವುಗಳ ಮಾರುಕಟ್ಟೆಯ ಬೆಲೆಗೂ ಯಾವುದೇ ಸಂಬಂಧವಿರುವುದಿಲ್ಲ. ಮೇಲ್ನೋಟಕ್ಕೆ ಒಂದೇ ಒಳವಸ್ತು, ಗಾತ್ರದ್ದೆನಿಸುವ ಟೂತ್‌ಪೇಸ್ಟಿಗೂ, ಸೌಂದರ್ಯ ವರ್ಧಕ ಲೋಶನ್ನಿಗೂ ದರದಲ್ಲಿ ಅಜಗಜಾಂತರವಿರುತ್ತದೆ. ಕೆಲವೇ ಗಂಟೆಗಳ ಕಾಲ ಪರಿಣಾಮ ಬೀರಬಲ್ಲ ಸುಗಂಧ ದ್ರವ್ಯವೂ ಲಕ್ಷಾಂತರ ಬೆಲೆಬಾಳುತ್ತದೆ.

ಇವನ್ನೆಲ್ಲ ನೋಡಿದಾಗ, ಮೌಲ್ಯವೆನ್ನುವುದು ವಸ್ತುನಿಷ್ಠವೇ ಅಥವಾ ವ್ಯಕ್ತಿನಿಷ್ಠವೇ?

ಅಥವಾ ಅವೆರಡರ ಸಮ್ಮಿಲನದಲ್ಲಿ ರೂಪು ಪಡೆಯುವಂಥದ್ದೇ? ಎನ್ನುವ ಸಂದೇಹ ಮೂಡಿದರೆ ಆಶ್ಚರ್ಯವೇನಿಲ್ಲ.

■

ವಸ್ತುವೊಂದರ ಮೌಲ್ಯ ನಿರ್ಧಾರ ಇಷ್ಟೇ ಸಂಗತಿಗಳಿಗೆ ಸೀಮಿತವಾಗಿಲ್ಲ, ಹಾಗೂ ಅದು ಅಷ್ಟು ಸರಳವೂ ಅಲ್ಲ. ಈ ಕುರಿತು ಆಡಮ್ ಸ್ಮಿತ್‌ನ ಆದಿಯಾಗಿ ಹಲವು ದಿಗ್ಗಜರು ನಾನಾ ತೆರನಾಗಿ ಈಗಾಗಲೇ ಪ್ರತಿಪಾದಿಸಿಯಾಗಿದೆ. ಇದರಲ್ಲಿ ಹೊಸತೇನೂ ಇಲ್ಲ. ಪ್ರಶ್ನೆಯೇನೆಂದರೆ–

ಉಚ್ಛ್ರಾಯ ಸ್ಥಿತಿಯಲ್ಲಿರುವ ಇಂದಿನ ಬಂಡವಾಳಶಾಹಿ ಮಾರುಕಟ್ಟೆಯಲ್ಲಿ ಈ ಎಲ್ಲ ಅರ್ಥಶಾಸ್ತ್ರದ ಲೆಕ್ಕಾಚಾರಗಳಿಗೆ ಮನ್ನಣೆಯಿದೆಯೇ? ಮನುಷ್ಯನಲ್ಲಿ ಕೊಳ್ಳುಬಾಕತನವನ್ನು ಉದ್ದೀಪಿಸಿ ಉತ್ಪನ್ನವೊಂದಕ್ಕೆ ಮಾರುಕಟ್ಟೆ ಸೃಷ್ಟಿಸುವ ಪರಿಯನ್ನು; ಬೇಡಿಕೆ ನೀಡಿಕೆ, ಅಗತ್ಯ ಅನಿವಾರ್ಯ ಇಂತಹ ಯಾವುದೇ ಅನುಮೋದಿತ ವಿಭಾಗಕ್ಕೂ ಸೇರಿಸಲಾಗುವುದಿಲ್ಲವಲ್ಲ? ದಾಸ್ತಾನುಗಳ ಅಕ್ರಮ ಸಂಗ್ರಹ ಮಾಡಿ ಕೃತಕ ಅಭಾವ ಸೃಷ್ಟಿಸುವ ಹಳೆಯ ಹುನ್ನಾರಗಳನ್ನು ಬದಿಗಿಡಿ; ಶ್ರೀಮಂತ ಉದ್ಯಮಿಯೊಬ್ಬ ತನ್ನ ಪ್ರಭಾವದಿಂದ ಇಡೀ ಒಂದು ಕ್ಷೇತ್ರವನ್ನೇ ತೆಕ್ಕೆಗೆ ತೆಗೆದುಕೊಂಡು, ಮಾರುಕಟ್ಟೆಯಲ್ಲಿ ಏಕಾಸ್ವಾಮ್ಯ ಸಾಧಿಸಿ ಆ ಕ್ಷೇತ್ರದ ಎಲ್ಲ ವಸ್ತುಗಳ ಬೆಲೆಯನ್ನು ತಾನೊಬ್ಬನೇ ನಿಯಂತ್ರಿಸಬಹುದಾದ ಸಾಧ್ಯತೆಗೆ ಮೂಲಮಂತ್ರವೆಲ್ಲಿಯದು? ವಸ್ತುವಿನ ನಿಜ ಮೌಲ್ಯ ಹಾಗೂ ಅದರ ಬೆಲೆಯ ನಡುವೆ ಕನಿಷ್ಟದ ಸಂಬಂಧವನ್ನಾದರೂ ಅಪೇಕ್ಷಿಸಬಹುದೇ ಆಗ? ಅಂಗಡಿಯಲ್ಲಿ ದಿನಸಿ ಕೊಂಡು ತಂದು ಮನೆಯಲ್ಲಿ ಅಡುಗೆ ಮಾಡಿ ಉಣ್ಣುವುದಕ್ಕಿಂತ, 'ಮೆಕ್‌ಡೊನಾಲ್ಡ್ಸ್'ನಲ್ಲಿ ತಿನ್ನುವುದೇ ಸೋವಿಯಾಗಬಹುದಾದ ಕಾಲವೊಂದು ಮುಂದೆ ಬರಬಹುದು ಎನ್ನುವ ಅಂದಾಜು ಆಡಮ್ ಸ್ಮಿತ್‌ನಿಗೆ ಇದ್ದಿರಲಿಕ್ಕಿಲ್ಲ. (ಇದು ಸದ್ಯಕ್ಕೆ ಅಮೇರಿಕದ ಉದಾಹರಣೆಯಷ್ಟೇ. ಮುಂದೊಂದು ದಿನ ಅದು ಭಾರತಕ್ಕೂ ಅನ್ವಯವಾಗುವ ಸಾಧ್ಯತೆಯನ್ನು ನಾವು ಕಡೆಗಣಿಸುವಂತಿಲ್ಲ)

ಅಂದಹಾಗೆ, ಇದು ಕೇವಲ ವಸ್ತುವಿನ ಮೌಲ್ಯಕ್ಕೆ ಮಾತ್ರ ಅನ್ವಯಿಸುವ ಸಂಗತಿಯಲ್ಲ. ಆಧುನಿಕೋತ್ತರ ಕಾಲಘಟ್ಟದಲ್ಲಿ 'ಶ್ರಮ'ದ ಮೌಲ್ಯ ಕೂಡಾ ಯಾವುದೇ ತತ್ವ–ಥಿಯರಿಯ ಬಾಬ್ತಿಗೆ ಸಿಗದಷ್ಟು ಕ್ಲಿಷ್ಟಕರವಾಗಿದೆ. ಕಾರ್ಲ್ ಮಾರ್ಕ್ಸ್, ಫ್ರೆಡೆರಿಕ್ ಎಂಗಲ್ಸ್‌ನಂತವರು ಈ ಶ್ರಮದ ಬೆಲೆಯ ಕುರಿತು ಸಾಕಷ್ಟು ಅಧ್ಯಯನ ನಡೆಸಿದ್ದರೂ, ಈ ಯುಗದ ಶ್ರಮ ವೈವಿಧ್ಯದ ಪರಿಕಲ್ಪನೆ ಆ ಕಾಲದಲ್ಲಿರಲಿಲ್ಲ ಎಂಬುದು ಇವತ್ತಿಗೆ ಸ್ಪಷ್ಟವಾಗಿ ಗೋಚರಿಸುತ್ತಿದೆ.

ಎಲ್ಲವೂ ಸರಿ. ಮಾನವೀಯ ಮೌಲ್ಯ ಆದರ್ಶಗಳ ಗತಿಯೇನು? ವಸ್ತು ಹಾಗೂ ಶ್ರಮದ ಮೌಲ್ಯ ನಿರ್ಧರಿಸುವ ಮಾನದಂಡಗಳನ್ನು ಇಲ್ಲಿಯೂ

ಸ್ಥೂಲವಾಗಿ ಅಳವಡಿಸಿಕೊಳ್ಳಬಹುದೇ? ರಾಜಕೀಯ, ಸಾಂಸ್ಕೃತಿಕ, ಸಾಮಾಜಿಕ, ಧಾರ್ಮಿಕ ಮುಂತಾದ ಕ್ಷೇತ್ರಗಳ ಮೌಲ್ಯ ಗುರುತಿಸುವಿಕೆಯ ವಿಧಾನ ದಿನಗಳೆದಂತೆ ಪಲ್ಲಟಗೊಳ್ಳುತ್ತಿರುವ ಇಂದಿನ ಸಂದರ್ಭದಲ್ಲಿ, ಈ ಪ್ರಶ್ನೆಗೆ ಉತ್ತರ ಕಷ್ಟವೆನಿಸುತ್ತದೆ.

(ಸೂಚನೆ: 'ಮೌಲ್ಯ' ಹಾಗೂ 'ಬೆಲೆ'ಗೆ ನಿಜಾರ್ಥದಲ್ಲಿ ವ್ಯತ್ಯಾಸವಿದೆ. ಓದುಗರ ಓದಿನ ಅನುಕೂಲದ ದೃಷ್ಟಿಯಿಂದ ಮೌಲ್ಯ ಎನ್ನುವ ಪದವನ್ನು ಬೆಲೆ, ದರ ಎನ್ನುವ ಅರ್ಥದಲ್ಲಿ ಬಳಸಲಾಗಿದೆ)

ಸೆಪ್ಟೆಂಬರ್ 2022

ಈ ಜಗವೇ ಒಂದು ಕೊಡಂಗಲೂರು

ಎರಡು ದಶಕಗಳ ಹಿಂದೊಮ್ಮೆ, ಕಾಲೇಜು ಓದುತ್ತಿರುವ ಸಂದರ್ಭದಲ್ಲಿ ನನ್ನ ಮಲಯಾಳಿ ಸಹಪಾಠಿಯೊಬ್ಬ, 'ನನ್ನೂರಿನಲ್ಲೊಂದು ವಿಶೇಷ ಜಾತ್ರೆಯಾಗುತ್ತದೆ. ನೀವೆಲ್ಲ ಜೀವನದಲ್ಲಿ ಒಮ್ಮೆಯಾದರೂ ನೋಡ್ಲೇ ಬೇಕು' ಎನ್ನುತ್ತ ನಮ್ಮೊಂದಿಷ್ಟು ಗೆಳೆಯರನ್ನು ಕರೆದೊಯ್ದಿದ್ದ. ಕೇರಳದ ತ್ರಿಶೂರಿನ ಕೊಡಂಗಲೂರು ಎನ್ನುವ ಹಳ್ಳಿ ಅದು. ವರ್ಷಕ್ಕೊಮ್ಮೆ ಅಲ್ಲಿ ಗ್ರಾಮದೇವತೆಯ ಉತ್ಸವ ನಡೆಯುತ್ತದೆ. ಜನರೆಲ್ಲ ಗುಂಪುಗುಂಪಾಗಿ, ಮೈಗೆಲ್ಲ ಅರಿಷಿಣ ಬಳಿದುಕೊಂಡು, ಕೈಯ್ಯಲ್ಲಿ ಆಯುಧಗಳನ್ನು ಹಿಡಿದು, ಮಹಿಳೆಯರು ಕೆಂಪು ಬಣ್ಣದ ಸೀರೆಯುಟ್ಟು ಕೂದಲು ಹರಡಿ, ಹೂವು ಹಣ್ಣಿನ ಹಾರ ಧರಿಸಿ, ವಿಚಿತ್ರಾಲಂಕಾರ ಭೂಷಿತರಾಗಿ ದೇವಿಯ ಗುಡಿಯತ್ತ ಮೆರವಣಿಗೆ ಹೋಗುತ್ತಾರೆ. ಜೋರಾಗಿ ಹಾಡುತ್ತ, ವಿವಿಧ ಭಂಗಿಗಳಲ್ಲಿ ನರ್ತಿಸುತ್ತ ಸಾಗುವ ಅವರ ಭಾವಾವೇಶಕ್ಕೆ ಭಕ್ತಿ ಕಾರಣವಾದರೆ, ಅದಕ್ಕೊಂದು ವಿಶೇಷತೆ ತಂದುಕೊಡುವುದು ನೆತ್ತಿಗೇರಿದ ಹೆಂಡ. ಇಂಥದ್ದೊಂದು ಆಚರಣೆಯೂ ಇದೆ ಎಂಬ ಕಲ್ಪನೆಯೂ ಇರದಿದ್ದ ನಾವು, ಕಂಠಪೂರ್ತಿ ಕುಡಿದ ಅವರುಗಳು ತೂರಾಡುತ್ತ ಕೇಕೆ ಹಾಕುತ್ತ ಸಾಗುತ್ತಿರುವ ದೃಶ್ಯವನ್ನು ದಿಗ್ಮೂಢರಾಗಿ ನೋಡಿದೆವು.

ಅದಕ್ಕಿಂತಲೂ ವಿಶಿಷ್ಟವೆನಿಸಿದ್ದು, ಅವರುಗಳು ಮಲಯಾಳದಲ್ಲಿ ಹಾಡುತ್ತಿರುವ ಪದ್ಯದ ಸಾಲನ್ನು ನಮ್ಮ ಮಿತ್ರ ಅನುವಾದಿಸಿ ಹೇಳಿದಾಗ. ಸಂಪೂರ್ಣ ಲೈಂಗಿಕ ಸಂಗತಿಗಳನ್ನೇ ಹೊಂದಿದ, ಹಾಗೂ ಅವುಗಳ ಮುಖೇನವೇ ದೇವಿಯನ್ನವರು ನಿಂದಿಸುತ್ತ, ಸ್ತುತಿಸುತ್ತಿದ್ದಾರೆ ಎಂಬುದನ್ನು ನಂಬಲು ನಮಗೆ ಸಾಧ್ಯವೇ ಆಗಲಿಲ್ಲ. ನಮ್ಮ ಗೆಳೆಯ ಹೇಳುತ್ತಿರುವಂತೆ,

'ನಮ್ಮ ಕೊಡಂಗಲೂರು ದೇವತೆಯನ್ನು ತಣಿಸಲು ಬೇಕು,

ತನ್ನಿ ಉದ್ದಾನುದ್ದದ ಧ್ವಜಸ್ತಂಭದುದ್ದಕ್ಕೆ ಕಡಿಮೆಯಿಲ್ಲದೊಂದು ಶಿಶ್ನ'

ಎಂಬುದಾಗಿ ಅವರು ಹಾಡುತ್ತಿರುವುದು ನಿಜವೇ ಅನ್ನುವ ಗೊಂದಲದಲ್ಲಿ ನಾವಿರುವಂತೆಯೇ; ಆ ಗುಂಪಿನಲ್ಲಿ ಒಂದಿಷ್ಟು ಜನ ಉದ್ದದ ಮರದ ಗಳುವೊಂದನ್ನು ಹೊತ್ತು ತಂದರು. ಹೂವು, ಅರಿಷಿಣದಿಂದ ಅದನ್ನು ಅಲಂಕರಿಸಿ ಪೂಜೆಯನ್ನೂ ಮಾಡಲಾಯಿತು. ತೂತು ಕೊರೆದ ತ್ರಿಕೋಣಾಕಾರದ ಹಲಗೆಯೊಂದರಲ್ಲಿ ಆಗಷ್ಟೇ

ಪೂಜಿಸಿದ ಮರದ ಗಳುವನ್ನು ಒಳಕ್ಕೆ ತೂರುವುದೂ ಹೊರತೆಗೆಯುವುದೂ ಮಾಡುತ್ತ, ಅಣಕವಾಡುತ್ತಿರುವ ಅವರ ಆಂಗಿಕವನ್ನು ನೋಡಿದ ನಮಗೆ, ಮಿತ್ರನ ಅನುವಾದ ಸರಿಯಾದದ್ದೇ ಎಂಬುದು ಮನವರಿಕೆಯಾಯಿತು.

ಹಾಗೆ ನೋಡಿದರೆ ಇದರಲ್ಲಿ ಅಚ್ಚರಿ ಪಡುವ ಸಂಗತಿಯೇನೂ ಇಲ್ಲ. ಭಾರತೀಯ ಪರಂಪರೆಯಲ್ಲಿ ಶಿಶ್ನಾರಾಧನೆ ಅಸಂಗತವೂ ಅಲ್ಲ. ಜೋಕುಮಾರ ಸ್ವಾಮಿಯನ್ನೇ ತೆಗೆದುಕೊಳ್ಳಿ, ಪೂಜಿಸಲ್ಪಡುವ ಆತನ ಪ್ರತಿಮೆಯಲ್ಲಿ ಲಿಂಗದ ಗಾತ್ರಕ್ಕೇ ಹೆಚ್ಚಿನ ಆದ್ಯತೆ. ಹಾಗೇ ಹುಡುಕುತ್ತ ಹೋದರೆ ಜಗತ್ತಿನ ಹಲವು ದೇಶಗಳಲ್ಲಿ ಶಿಶ್ನ ಪೂಜೆಯ ವಿವಿಧ ಪ್ರಕಾರಗಳು ನಮಗೆ ಸಿಕ್ಕಾವು. ಜಪಾನಿನ ಕವಾಸಾಕಿಯಲ್ಲಿ ಬೃಹದಾಕಾರದ ಪುರುಷ ಜನನಾಂಗದ ಲೋಹದ ಪ್ರತಿಮೆ ಹೊತ್ತು ಬೀದಿಗಳಲ್ಲಿ ಮೆರವಣಿಗೆ ಹೋಗುವುದು ('ಲೋಹದಂತ ಶಿಶ್ನದ ಹಬ್ಬ' ಎಂದೇ ಹೆಸರು ಅದಕ್ಕೆ), ಥೈಲಾಂಡಿನಲ್ಲಿ ಭಕ್ತರೆಲ್ಲ ವಿವಿಧ ಗಾತ್ರದ ಕಟ್ಟಿಗೆಯ ಶಿಶ್ನವನ್ನು ಕೊಂಡು ತಂದು ಒಂದೆಡೆ ರಾಶಿ ಹಾಕಿ ಸಾಮೂಹಿಕವಾಗಿ ಪೂಜಿಸುವುದು, ದಕ್ಷಿಣ ಕೊರಿಯಾದಲ್ಲಿ ಶಿಶ್ನರೂಪಿ ಮೇಣದಬತ್ತಿಯನ್ನು ಕತ್ತಲಲ್ಲಿ ಉರಿಸಿ ಆರಾಧಿಸುವುದು... ಹೀಗೆ ಒಂದೊಂದು ಆಚರಣೆಯೂ ಅನನ್ಯ, ವೈವಿಧ್ಯಮಯ.

ಇವುಗಳಿಗೆ ಹೋಲಿಸಿದರೆ ಭೂತಾನ್ ದೇಶದ ಶಿಶ್ನಾರಾಧನೆ ಸಂಪೂರ್ಣ ಭಿನ್ನ ಹಾಗೂ ವೈಶೇಷಿಕವಾದದ್ದು. ಉಳಿದೆಡೆಯಂತೆ ವರ್ಷದ ಯಾವುದೋ ಒಂದು ದಿನದ ಆಚರಣೆ, ಅಥವಾ ಎಲ್ಲೋ ಒಂದು ದೇವಸ್ಥಾನದಲ್ಲಿ ನಡೆಯುವ ಅಂಗ ಪೂಜೆಗೆ ಸೀಮಿತವಾಗಿಲ್ಲ ಅವರ ಶಿಶ್ನಪ್ರೀತಿ. ಅಲ್ಲಿಯ ಅನೇಕ ಮನೆಗಳ ಗೋಡೆಯಮೇಲೆ, ಹಲವು ಬಣ್ಣ ಗಾತ್ರದ, ವಿವಿಧ ಕುಸುರಿ ಕಲ್ಪನೆಗಳ ಶಿಶ್ನದ ಕಲಾತ್ಮಕ ಪೇಂಟಿಂಗನ್ನು ಕಾಣಬಹುದು ನಾವು. ಮನೆಗೆ ನೇತು ಹಾಕುವ ದೃಷ್ಟಿಗೊಂಬೆಯೂ ಶಿಶ್ನಕ್ಕೆ ಕಣ್ಣು ಮೂಗು ಬರೆದಿಟ್ಟ ವಸ್ತುವೇ ಆಗಿದೆ ಅಲ್ಲಿ. ಕೆಲವು ಹೊಟೇಲಿನ ಸ್ವಾಗತ ಫಲಕ, ದಾರಿ ತೋರಿಸುವ ಸೈನ್ ಬೋರ್ಡುಗಳು ಶಿಶ್ನಾಕಾರದ ಹಲಗೆ/ತಗಡಿನ ಮೇಲೆ ಬರೆದಿರುವಂಥವು. ಅಷ್ಟೇ ಏಕೆ, ಕೀ ಚೈನುಗಳು, ಮಹಿಳೆಯರ ಕುತ್ತಿಗೆ ಸರದ ಲಾಕೆಟ್ಟು, ಪೆನ್ನಿನ ಕ್ಯಾಪು, ಮಕ್ಕಳ ಆಟಿಕೆ, ಪೇಪರ್ ವೈಟ್, ಬಾಗಿಲ ಹ್ಯಾಂಡಲ್ಲು ಹೀಗೆ ಶಿಶ್ನವನ್ನು ವಿಭಿನ್ನ ರೂಪದಲ್ಲಿ ಕಲ್ಪಿಸಿ ಬಳಸಹುದಾದ ಯಾವ ವಸ್ತುಗಳನ್ನೂ ಅವರು ಬಿಟ್ಟಿಲ್ಲ. ಇವುಗಳು ಸಿಗದ ಅಂಗಡಿಯೇ ಇಲ್ಲವಲ್ಲಿ.

ಹಾಗಂತ, ಪುರುಷ ಜನನಾಂಗಕ್ಕೆ ದೇವರ ಸ್ಥಾನ ಕಲ್ಪಿಸಿ ಗುಡಿಯಲ್ಲಿಟ್ಟು ಪೂಜಿಸುವುದಿಲ್ಲ ಅವರು. ತಮ್ಮ ನಿತ್ಯ ಬಳಕೆಯ ಒಂದಿಲ್ಲೊಂದು ವಸ್ತುವನ್ನು ಶಿಶ್ನರೂಪಿಯಾಗಿಸಿ ಅತಿ ಸಹಜವೆಂಬಂತೆ ಸದಾ ತಮ್ಮ ಜೊತೆಯಲ್ಲಿ ಇಟ್ಟುಕೊಳ್ಳುವುದು ಅವರ ರೂಢಿ. ನಗರ ಪ್ರದೇಶಕ್ಕಿಂತಲೂ ಭೂತಾನಿನ ಗ್ರಾಮೀಣ ಭಾಗದಲ್ಲಿ ಈ ಪದ್ಧತಿ ವ್ಯಾಪಕವಾಗಿದೆ. ಪುನಾಖಾ ಎನ್ನುವ ಪ್ರದೇಶದ ಕೆಲ ಹಳ್ಳಿಗಳಂತೂ ಸರ್ವಂ ಶಿಶ್ನಮಯಂ ಎನ್ನುವ ಮಟ್ಟಿಗಿದೆ.

ಈ ಒಂದು ವಿಭಿನ್ನ ಸಂಪ್ರದಾಯದ ಹಿನ್ನೆಲೆ ಅರಸುತ್ತ ಹೊರಟ ನನಗೆ ಸಿಕ್ಕ ಕಥೆಗಳು ಹಲವು. ಶಿಶ್ನವನ್ನು ಅಲ್ಲಿಯ ಜನ ಅದೃಷ್ಟ, ಫಲವತ್ತತೆಯ ಸಂಕೇತ ಎಂದು ನಂಬುತ್ತಾರೆ. ಅದು ದುಷ್ಟ ಶಕ್ತಿಗಳಿಂದ ಅವರನ್ನು ಕಾಪಾಡುವ ಪರಿಕರವೂ ಹೌದು. ಹದಿನೈದನೇ ಶತಮಾನದಲ್ಲಿ, 'ಮನುಷ್ಯನ ಸಂತೋಷ ಅಡಗಿರುವುದು ಆತನ ಸೊಂಟದ ಕೆಳಗೆ' ಎಂದು ನಂಬಿ, ಅದನ್ನು ಪಾಲಿಸಿ, ಇತರರಿಗೂ ಬೋಧಿಸಿದ ಬೌದ್ಧ ಗುರುವೊಬ್ಬ ಭೂತಾನ್ ದೇಶ ಈ ಸಂಸ್ಕೃತಿಯನ್ನು ಅಪ್ಪಿಕೊಳ್ಳಲು ಮೂಲ ಕಾರಣ. ಆ ಬೌದ್ಧ ಗುರು ತನ್ನ ಶಿಶ್ನದಿಂದ ರಾಕ್ಷಸಿಯೊಬ್ಬಳನ್ನು ಬಡಿದು ಕೊಂದ ವೃತ್ತಾಂತವಿದೆ. ಆತ ಯಾವುದೇ ಸಭೆ ಸಮಾರಂಭಗಳಿಗೆ ಹೋದರೂ ತನ್ನ ಗುಪ್ತಾಂಗಕ್ಕೆ ರಿಬ್ಬನ್ ಕಟ್ಟಿಸಿಕೊಳ್ಳುತ್ತಿದ್ದನಂತೆ. (ಅದರ ಪ್ರತೀಕವೆಂಬಂತೆ ಅತಿಥಿಗಳ ಕೊರಳಿಗೆ ರಿಬ್ಬನ್ ಕಟ್ಟಿ ಸ್ವಾಗತಿಸುವ ಪರಿಪಾಠ ಇವತ್ತಿಗೂ ಭೂತಾನಿನಲ್ಲಿ ಚಾಲ್ತಿಯಲ್ಲಿದೆ) ವ್ಯಾಪಕವಾಗಿ ಬಳಕೆಯಲ್ಲಿರುವ ಶಿಶ್ನವಸ್ತುಗಳೆಲ್ಲ ಆ ಬೌದ್ಧ ಗುರುವಿನ ಆ ಶಕ್ತಿಶಾಲಿ ಅಂಗದ ಪ್ರತಿರೂಪ ಎಂಬುದಾಗಿಯೂ ಕೆಲವರು ಹೇಳುತ್ತಾರಲ್ಲಿ.

ಹೀಗೆ ಪುರಾಣೇತಿಹಾಸಗಳು ಏನೇ ಇರಲಿ, ಅಲ್ಲಿಯ ಈ ಆಚಾರದ ಹಿಂದಿನ ಉದ್ದೇಶವೇನಿದ್ದಿರಬಹುದೆಂಬ ಕುತೂಹಲ ನನಗೆ. ಜಗತ್ತಿನ ಹಲವು ಭೂಭಾಗದಲ್ಲಿ ಚಾಲ್ತಿಯಲ್ಲಿರುವ ಶಿಶ್ನಾರಾಧನೆಯ ಹಿನ್ನೆಲೆಯನ್ನು ಪರಾಮರ್ಶಿಸದೇ ಭೂತಾನಿನ ಈ ಸಂಸ್ಕೃತಿಯನ್ನು ಅವಲೋಕಿಸಲು ಸಾಧ್ಯವಿಲ್ಲವಷ್ಟೇ. ನಮ್ಮ ಪುರಾತನರು ನಮಗಿಂತಲೂ ಆಧುನಿಕವಾಗಿದ್ದರು. ಪ್ರಕೃತಿಗೆ ಹತ್ತಿರವಿದ್ದರು. ಪ್ರಾಕೃತಿಕವಾದ ಯಾವುದೇ ಸಂಗತಿಯನ್ನು ಮುಚ್ಚಿಡುವುದರಲ್ಲಿ ಅವರಿಗೆ ನಂಬಿಕೆಯಿರಲಿಲ್ಲ. ಲೈಂಗಿಕತೆ ಕೂಡಾ ಅದೇ ಸಾಲಿಗೆ ಸೇರುವಂಥದ್ದು ತಾನೆ? ಅದನ್ನು ಮುಚ್ಚಿಟ್ಟಷ್ಟೂ ಒಳಗೊಳಗೇ ವೃದ್ಧಿಸುತ್ತದೆಂಬ ಅರಿವು, ಬಯಲಾಗಿಸಿದಾಗಲೇ ಮೀರಲು ಸಾಧ್ಯವೆಂಬ ನಿಲುವು ಅವರುಗಳ ಇಂಥಹ ಆಚರಣೆಗಳಿಗೆ ಇಂಬುಗೊಟ್ಟಿದೆ ಎಂಬುದನ್ನು ಹಲವು ಅಧ್ಯಯನಗಳ ಮುಖೇನ ನಾವು ತಿಳಿದಿದ್ದಿದೆ.

ಅನೇಕ ದೇಶಗಳಿಗೆ ಹೋಲಿಸಿದರೆ ಭೂತಾನ ಅತಿ ಹೆಚ್ಚು ನಿಸರ್ಗಕ್ಕೆ ಅಂಟಿಕೊಂಡು ಬದುಕುತ್ತಿರುವ ದೇಶ. ಜಗತ್ತಿನ ಏಕೈಕ ಕಾರ್ಬನ್ ನೆಗೆಟಿವ್ ರಾಷ್ಟ್ರ ಅದು. ಅಲ್ಲಿಯ ರಾಜ ತನಗೆ ಮಗು ಜನಿಸಿದ ಖುಷಿಗೆ ಒಂದು ಲಕ್ಷ ಮರಗಳನ್ನು ನೆಡುತ್ತಾನೆ. ದೇಶದ ಪ್ರಗತಿಯನ್ನು 'ಜಿಡಿಪಿ' ಲೆಕ್ಕದಲ್ಲಿ ಅಳೆಯದೇ, ಪ್ರಜೆಗಳೆಷ್ಟು ಖುಷಿಯಾಗಿದ್ದಾರೆ (ಜಿಎನ್‌ಎಚ್-ಗ್ರಾಸ್ ನ್ಯಾಷನಲ್ ಹೆಪಿನೆಸ್) ಎನ್ನುವುದರ ಮುಖೇನ ಗುರುತಿಸಲಾಗುತ್ತದೆ ಅಲ್ಲಿ. ಇಂಥ ದೇಶದಲ್ಲಿ ಶಿಶ್ನಾರಾಧನೆಯ ಸ್ವರೂಪ ಕೂಡಾ ಉಳಿದೆಲ್ಲ ಕಡೆಗಿಂತ ಹತ್ತು ಪಟ್ಟು ಹೆಚ್ಚೇ ಇರಬಾರದೇಕೆ?

ಓಶೋ ಪ್ರವಚನವೊಂದು ಇಲ್ಲಿ ನೆನಪಾಗುತ್ತಿದೆ–

'ಖಜುರಾಹೋ, ಕೋಣಾರ್ಕ, ಪುರಿಯಲ್ಲಿಯ ಮಂದಿರಗಳಲ್ಲಿರುವಂತೆ ಲೈಂಗಿಕ ಶಿಲ್ಪಕಲೆಗಳನ್ನು ಹೊತ್ತ ದೇವಸ್ಥಾನಗಳು ಈ ದೇಶದ ಒಂದೊಂದು

ಹಳ್ಳಿಯಲ್ಲೂ ನಿರ್ಮಾಣವಾಗಬೇಕು. ಉಳಿದ ಯಾವ ದೇವಾಲಯಗಳೂ ಬೇಕಿಲ್ಲ. ಅವುಗಳೆಲ್ಲವೂ ಮೌಢ್ಯತೆಯಿಂದ ಕೂಡಿದ್ದು, ಅವುಗಳಲ್ಲಿ ಯಾವ ವೈಜ್ಞಾನಿಕತೆಯಾಗಲೀ ಹುರುಳಾಗಲೀ ಇಲ್ಲ. ಆದರೆ ಖಜುರಾಹೋ ಮಂದಿರ ಮಾತ್ರ ಅರ್ಥಪೂರ್ಣವಾದದ್ದು. ಕಾಮ ವಿಚಾರಗಳು ಯಾರಲ್ಲಿ ತುಂಬಿದ್ದರೂ ಅವರೆಲ್ಲರೂ ಒಮ್ಮೆ ಆ ದೇವಾಲಯದಲ್ಲಿ ಧ್ಯಾನಮಗ್ನರಾದರೆ ಅವರಲ್ಲಿರುವ ಲೈಂಗಿಕ ಸೆಳೆತವು ಕಡಿಮೆಯಾಗಿ ಮನಸು ಹಗುರಾಗುವುದು, ಶಾಂತವಾಗುವುದು. ನಮ್ಮಲ್ಲಿಯ ಪುರಾತನ ತಂತ್ರಿಗಳು ಖಂಡಿತವಾಗಿಯೂ ಕಾಮವನ್ನು ಈ ಮುಖೇನ ಅಧ್ಯಾತ್ಮಗೊಳಿಸಲು ಯತ್ನಿಸಿರಬಹುದು. ಆದರೆ ಈ ದೇಶದ ನೀತಿ ಶಾಸ್ತ್ರಜ್ಞರು ಆ ತತ್ವ ಸಮಾಜಕ್ಕೆ ತಲುಪಲೇ ಬಾರದೆಂಬಂತೆ ಅದನ್ನು ನಿಂದಿಸುತ್ತಲೂ, ನಿರಾಕರಿಸುತ್ತಲೂ ಬಂದರು. ಅವರುಗಳು ಈ ನನ್ನ ಮಾತನ್ನು ಸಹ ಸಾಮಾನ್ಯ ಜನಕ್ಕೆ ತಲುಪಗೊಡಲಾರರು'.

ಬಲು ಪ್ರಚಲಿತ 'ಸಂಭೋಗದಿಂದ ಸಮಾಧಿಯ ಕಡೆಗೆ' ಎನ್ನುವ ಪುಸ್ತಕದಲ್ಲಿ ಈ ಸಾಲುಗಳು ದಾಖಲಾಗಿವೆ.

'ಇಂತಹ ಮಾತುಗಳನ್ನಾಡುವ ನಿಮ್ಮನ್ನೇಕೆ ಗುಂಡಿಟ್ಟು ಕೊಲ್ಲಬಾರದು?' ಎನ್ನುವ ಬೆದರಿಕೆಯ ಪತ್ರಗಳು ಈ ಪ್ರವಚನದ ನಂತರ ತನಗೆ ಬಂದವು ಎಂಬುದನ್ನು ಕೂಡಾ ಓಶೋ ಇದೇ ಪುಸ್ತಕದಲ್ಲಿ ಹೇಳಿದ್ದಾರೆ.

ಭೂತಾನಿನ ಜನ ಓಶೋ ಹೇಳಿದ್ದನ್ನೇ ಯಥಾವತ್ತಾಗಿ ಪರಿಪಾಲಿಸಿರಬಹುದೇ? ಮುಳ್ಳನ್ನು ಮುಳ್ಳಿನಿಂದಲೇ ತೆಗೆಯಬೇಕು ಎಂದಂತೆ ಕಾಮವನ್ನು ಕಾಮದಿಂದಲೇ ಜಯಿಸಬೇಕು ಎಂಬ ಸಿದ್ಧಾಂತದ ಹಿನ್ನೆಲೆಯಿರಬಹುದೇ ಅವರ ಆಚರಣೆಗೆ? ಯಾವುದೇ ಒಂದು ವಸ್ತುವಿನ ಅತಿ ಬಳಕೆಯಿಂದ ಅದರ ಮೇಲಿನ ಮೋಹವನ್ನು ಮೀರಬಹುದಾದ ಶಕ್ಯತೆ; ನಿಗೂಢತೆಯನ್ನು ಸಾರ್ವತ್ರಿಕವಾಗಿಸಿ ವಿಷಯಾಸಕ್ತಿಯನ್ನು ಮೆಟ್ಟಿ ನಿಲ್ಲಬಹುದು ಎನ್ನುವ ನಂಬಿಕೆ ಇದ್ದಿರಬಹುದೇ ಅವರದು? ಹಾಗೇ, ತುಸು ಲಘುವಾಗಿ ಹೇಳುವುದಾದರೆ, ಈ ಸಿದ್ಧಾಂತವನ್ನು ಇಂತಹ ಒಂದು ವಿಲಕ್ಷಣ ಆಚರಣೆಯ ಮೂಲಕ ಪ್ರಚುರಪಡಿಸಿದ ಬೌದ್ಧ ಗುರುವನ್ನು ಗುಂಡಿಕ್ಕಿ ಕೊಲ್ಲುವ ಯಾವುದೇ ವ್ಯಕ್ತಿಯೂ ಅಲ್ಲಿ ಜನಿಸದೇ ಇರುವುದೂ ಆ ಸಂಪ್ರದಾಯದ ಮುಂದುವರಿಕೆಗೆ ಕಾರಣವಿರಬಹುದು!

■

ಇವೆಲ್ಲ ಪೂರಕ ಅಂಶಗಳಿವೆ ಅಂದಮಾತ್ರಕ್ಕೆ, ಈ ಆಚಾರದ ಹಿಂದೆ ಪುರುಷಾಹಂಕಾರದ ಛಾಯೆ ಇರಬಾರದೇಕೆ ಎಂಬ ವ್ಯತಿರಿಕ್ತ ಪ್ರಶ್ನೆ ಏಳಬಾರದಂತೇನೂ ಇಲ್ಲ. ನಮ್ಮಲ್ಲಿಯ ಇಂಥಹ ಹಲವು ಆಚರಣೆಗಳು ಪುರುಷಕೇಂದ್ರೀ ಪ್ರತೀಕವಾಗಿಯೇ ಹುಟ್ಟಿಕೊಂಡ ನಿದರ್ಶನಗಳಿವೆ. ಹೀಗಾಗಿ ಭೂತಾನಿನ ಶಿಶ್ನಸ್ನೇಹೀ ಪರಂಪರೆಯ ಹಿಂದೆಯೂ ಅಂಥದ್ದೊಂದು ಹಮ್ಮಿನ ಕೈವಾಡವಿರಬಹುದೇ? ಹೆಚ್ಚಿನ ಸಂಶೋಧನೆಗೆ

ಒಳಪಡಿಸದೇ ಈ ಪ್ರಶ್ನೆಗೆ ಸುಲಭದಲ್ಲಿ ಉತ್ತರಿಸಲಾಗುವುದಿಲ್ಲ, ನಿಜ. ಹಾಗೇ, ಅಲ್ಲಿ ಚಾಲ್ತಿಯಲ್ಲಿರುವ ಕೆಲವು ಪದ್ಧತಿಗಳು, ಅಂಕಿ ಅಂಶಗಳ ಹಿನ್ನೆಲೆಯಿಟ್ಟುಕೊಂಡು ಈ ವಿಷಯವನ್ನು ವಿಶ್ಲೇಷಿಸುವುದರಲ್ಲಿ ತಪ್ಪಿಲ್ಲವಷ್ಟೇ?

ಭೂತಾನಿನಲ್ಲಿ ಪಿತೃಪ್ರಧಾನ ಪದ್ಧತಿಗೆ ಅಷ್ಟೊಂದು ಮನ್ನಣೆಯೇನೂ ಇಲ್ಲ, ಮನೆಯ ಆಸ್ತಿ ಹೆಣ್ಣುಮಗಳಿಗೇ ಹೋಗುವುದು, ಮದುವೆಯಾದ ಗಂಡು ಹೆಣ್ಣಿನ ಮನೆಯನ್ನು ಸೇರುವುದು ಅಲ್ಲಿ ಅಪರೂಪವೂ ಅಲ್ಲ. ಅಲ್ಲಿನ ಕೆಲ ಸಮುದಾಯಗಳಲ್ಲಿ ಇಂದಿಗೂ 'ಬಹುಪತಿತ್ವ' ಅಸಿಂಧುವಲ್ಲ. ಅಲ್ಲಿಯ 70 ಪ್ರತಿಶತ ಕೃಷಿ ಭೂಮಿಯ ಮಾಲಿಕತ್ವ ಹೆಂಗಸರದ್ದೇ ಆಗಿದೆ. ಜನಸಂಖ್ಯಾ ಅನುಪಾತದಲ್ಲೂ 110 ಪುರುಷರಿಗಲ್ಲಿ 100 ರಷ್ಟು ಮಹಿಳೆಯರಿದ್ದಾರೆ... ಇತ್ಯಾದಿ ವಾಸ್ತವಾಂಶಗಳನ್ನು ಒರೆಗಲ್ಲಿಗೆ ಹಚ್ಚದೆಯೇ ನಾವು ಆ ದೇಶದ ಶಿಶ್ನಸಂಸ್ಕೃತಿಯ ಹಿಂದೆ ಗಂಡಸಿನ ಮೇಲ್ಮೆಕಾರಿಕೆಯಿರಬಹುದೇ ಎನ್ನುವ ಸಂಶಯವನ್ನು ಪರಿಹರಿಸಿಕೊಳ್ಳಲಾಗುವುದಿಲ್ಲ.

ಅದೇನೇ ಇರಲಿ. ಇಂತಹ ವಿಷಯಗಳಲ್ಲಿ 'ಇದಮಿತ್ಥಂ' ಎನ್ನುವ ತೀರ್ಮಾನವನ್ನೂ ಕೊಡಲಾಗುವುದಿಲ್ಲ ಎಂಬುದೂ ಅಷ್ಟೇ ಸತ್ಯ. ಹೀಗಾಗಿ ಈ ವಿಷಯಕ್ಕೆ ಪೂರಕವೂ, ವಿರೋಧಾಭಾಸವೂ ಅನ್ನಿಸುವಂತ ಎರಡು ಸಂಗತಿಗಳನ್ನು ಪ್ರಸ್ತಾವಿಸುತ್ತ ಈ ಲೇಖನ ಮುಗಿಸುತ್ತೇನೆ.

ಭೂತಾನಿನ ಹೋಮ್‌ಸ್ಟೇ ಒಂದರಲ್ಲಿ ನಮಗೆ ಆತಿಥ್ಯ ನೀಡಿದ್ದ ನಡು ವಯಸ್ಕ ಮಹಿಳೆಯಲ್ಲಿ ಅವರ ಆಚಾರದ ಕುರಿತು ಮಾಹಿತಿ ಪಡೆಯುತ್ತ, ಮಾತಿನ ನಡುವೆ, "ನಿಮಗೆ ಇವುಗಳಿಂದ ಮುಜುಗರವಾಗುವುದಿಲ್ಲವೇ ಹಾಗೂ ನಿಮ್ಮ ಸಂಗಾತಿಯೊಟ್ಟಿಗಿನ ಖಾಸಗೀ ಕ್ರಿಯೆಗೆ ಇದು ಯಾವುದೇ ಪರಿಣಾಮ ಬೀರುವುದಿಲ್ಲವೇ?" ಎನ್ನುವ ಪ್ರಶ್ನೆಯನ್ನು ಕೇಳುತ್ತಲೇ ಆಕೆ ನಾಚಿ ನೀರಾಗಿ ಏನನ್ನೂ ಉತ್ತರಿಸದೇ ಬಾಗಿಲಿನಲ್ಲಿ ಮರೆಯಾದಳು.

ಇನ್ನೊಂದು– ಬೆಂಗಳೂರಿನಲ್ಲಿ ಇತ್ತೀಚೆಗೆ ನಡೆದ ಘಟನೆ. ಕೇರಳದ ಗೆಳೆಯನೊಬ್ಬ ನೀಡಿದ ಬ್ಯಾಚುಲರ್ ಪಾರ್ಟಿಯೊಂದರಲ್ಲಿ ನಾನೂ ಭಾಗಿಯಾಗಿದ್ದೆ. ಬಹುತೇಕ ಮಲಯಾಳಿಗಳೇ ಇದ್ದ ಆ ಕಾರ್ಯಕ್ರಮದಲ್ಲಿ ಮದ್ಯದ ನಶೆ ಏರುತ್ತಿರುವಂತೆ ಎಲ್ಲರೂ ಸೇರಿ 'ಭರಣಿ ಪಾಟ್ಟು' (ಒಂದು ಪ್ರಕಾರದ ಹಾಡು) ವನ್ನು ವಿಕಾರ ಸ್ವರದಲ್ಲಿ ಹಾಡತೊಡಗಿದರು. ಹಾಡಿನ ಆ ಧಾಟಿ, ಅವರುಗಳ ಕೈಸನ್ನೆ ಇತ್ಯಾದಿಗಳನ್ನು ಗಮನಿಸಿದ ನನಗೆ, ದಶಕಗಳ ಹಿಂದೆ ನೋಡಿದ ಕೊಡಂಗಲೂರು ದೇವಿಯ ಉತ್ಸವವೇ ನೆನಪಿಗೆ ಬಂತು. ವಿಚಾರಿಸಲಾಗಿ, 'ಭರಣಿ ಪಾಟ್ಟು' ಕೊಡಂಗಲೂರು ಜಾತ್ರೆಯಲ್ಲಿ ಭಕ್ತರು ಹಾಡುವ ಪದ್ಯವೇ ಆಗಿದೆಯೆಂದೂ, ಇಂಥ ಎಣ್ಣೆ ಪಾರ್ಟಿಗಳಲ್ಲೆಲ್ಲ ಅದನ್ನು ಹಾಡಿ ಮಜ ತೆಗೆದುಕೊಳ್ಳುವುದು ಇತ್ತೀಚಿನ ಖಯಾಲಿ ಎಂಬುದು ತಿಳಿದುಬಂತು.

ಅಕ್ಟೋಬರ್ 2022

'ಬಾರ್ದೋ ತೋಡೋಲ್' ಹಾಗೂ ಹಾಸ್ಯದ ಹರಿಗೋಲು

'ಬಾರ್ದೋ ತೋಡೋಲ್' ಟಿಬೆಟಿಯನ್ನರ ಧಾರ್ಮಿಕ ಪುಸ್ತಕಗಳಲ್ಲೊಂದು. ವ್ಯಕ್ತಿಯೊಬ್ಬನ ಮರಣಾನಂತರ ನಮ್ಮಲ್ಲಿ 'ಗರುಡ ಪುರಾಣ'ವನ್ನು ಪಠಿಸಿದಂತೆ, ಅವರು ಈ ಪುಸ್ತಕವನ್ನು ಓದುತ್ತಾರೆ. ಮನುಷ್ಯನ ಸಾವಿನ ಕ್ಷಣದಿಂದ ಶುರುವಾಗಿ ಆತ ಅಂತಿಮವಾಗಿ ಅನಂತದಲ್ಲಿ ಲೀನವಾಗುವ ನಡುವಿನ ಪ್ರಕ್ರಿಯೆಯನ್ನು ತಿಳಿಸುತ್ತದೆ ಈ ಪುಸ್ತಕ. ಮನುಷ್ಯ ಸತ್ತ ನಂತರ ಮುಕ್ತಿಯನ್ನೋ, ಪುನರ್ಜನ್ಮವನ್ನೋ ಹೊಂದುವ ಮೊದಲು ನರಕಸದೃಶವಾದ ಹಲವು 'ಬಾರ್ದೋ'ಗಳನ್ನು ದಾಟಿ ಹೋಗಬೇಕು. ಪ್ರತಿ ಬಾರ್ದೋದಲ್ಲೂ ಅಪರಿಮಿತ ಹಿಂಸೆಯನ್ನು ಅನುಭವಿಸಬೇಕು. ಅಂಥವುಗಳಲ್ಲಿ 'ಪಶು ಲೋಕ'ದ ಬಾರ್ದೋ ಕೂಡಾ ಒಂದು. ಈ ಪ್ರಾಣಿಗಳ ಲೋಕದ ಬಾರ್ದೋ ಯಾಕೆ ಅಸಹನೀಯವೆಂದರೆ ಅಲ್ಲಿ 'ನಗು' ಎಂಬುದಿಲ್ಲ ಎನ್ನುವುದನ್ನೂ ಉಲ್ಲೇಖಿಸಲಾಗಿದೆ ಅಲ್ಲಿ.

'ಬಾರ್ದೋ ತೋಡೋಲ್'ನ್ನು ಅಧ್ಯಯನ ನಡೆಸಿ ಅಂತರಾರ್ಥವನ್ನು ವಿಶ್ಲೇಷಿಸಿದ ಜಗತ್ತಿನ ಹಲವು ವಿದ್ವಾಂಸರ ಪ್ರಕಾರ, ಇದರಲ್ಲಿಯ ಸಂಗತಿಗಳು ಮನುಷ್ಯ ಬದುಕಿದ್ದಾಗಲೇ ಅರಿತು ವಿವೇಚನೆಗೊಡ್ಡಿ ಅನ್ವಯಿಸಿಕೊಳ್ಳಬೇಕಾದವುಗಳೇ ಹೊರತು ಮರಣಾನಂತರವಲ್ಲ. ಅಲ್ಲಿ ಹೇಳಿದ ಪಶು ಲೋಕದ ಬಾರ್ದೋ ವಿಷಯಕ್ಕೇ ಬಂದರೆ; ಸತ್ತ ನಂತರ ನಗಲಾಗುವುದಿಲ್ಲ ಎಂಬುದನ್ನೂ, ನಗುವಿನ ಅನುಪಸ್ಥಿತಿಯೇ ನರಕವೆಂಬುದನ್ನೂ ಅದು ಸೂಚಿಸುತ್ತಿರುವುದು ಸ್ಪಷ್ಟವಾಗಿದೆ.

ಹೀಗೆ ನಗುವಿನ ಮಹತ್ವ ಇನ್ನಷ್ಟು ಹೇಳ ಹೊರಡುವುದು ಕ್ಲೀಷೆಯೇ ಸರಿ. ಈ ಲೇಖನದ ಉದ್ದೇಶವೂ ಅದಲ್ಲ. ನನ್ನ ಕುತೂಹಲವಿರುವುದು– ಇಂತಿಪ್ಪ ನಗು ಅಥವಾ ಹಾಸ್ಯಕ್ಕೆ ನಮ್ಮ ಸಾರಸ್ವತ ಲೋಕ ಅಷ್ಟೇ ಪ್ರಾಮುಖ್ಯತೆ ಕೊಟ್ಟಿದೆಯೆ? ಹಾಗೂ ಹಾಸ್ಯವನ್ನು ವೈಯಕ್ತಿಕವಾಗಿ ನಾವೆಷ್ಟು ಆಪ್ತವಾಗಿ ಸ್ವೀಕರಿಸುತ್ತೇವೆ ಎಂಬುದರಲ್ಲಿ.

ಪುರಾಣದ ಕಥೆಗಳನ್ನೇ ತೆಗೆದುಕೊಳ್ಳಿ. ರಾಮಾಯಣದಲ್ಲಿ ಶೂರ್ಪನಖಿಯ ಮೂಗನ್ನು ಛೇದಿಸುವ ಪ್ರಸಂಗ, ಮಾರುತಿಯು ಲಂಕಾನಗರಿಯಲ್ಲಿ ಮಾಡುವ ಕಿಡಿಗೇಡಿತನಗಳಂತ ಕೆಲ ಪ್ರಸಂಗಗಳನ್ನು ಹೊರತುಪಡಿಸಿದರೆ ಹಾಸ್ಯಸನ್ನಿವೇಶಗಳು ಅತಿ ವಿರಳ. ಹರಿಶ್ಚಂದ್ರ ಕಾವ್ಯ, ಮಹಾಭಾರತ, ನಳಚರಿತ್ರೆಗಳೂ ಕೂಡಾ ಇದೇ ಸಾಲಿಗೆ ಸೇರುವಂಥದ್ದೇ. ಮಕ್ಕಳಾಟದ ವಿನೋದದಲ್ಲಿ, ಶೃಂಗಾರ ಪ್ರಸಂಗಗಳಲ್ಲಿ, ರಾಜರುಗಳ ಹುಸಿ ಪೌರುಷ ಪ್ರದರ್ಶನ, ವೀರರ ನಡುವಿನ ಮೂದಲಿಕೆಯ ಮಾತು, ವಾಗ್ವಾದದಲ್ಲಿಯ ಚತುರತೆ ಇತ್ಯಾದಿ ಹಲವಾರು ಕಡೆಯಲ್ಲೆಲ್ಲ ಹಾಸ್ಯ ಮಿಂಚಿ ಮರೆಯಾಗುತ್ತದಾದರೂ ಹಾಸ್ಯವನ್ನೇ ಸ್ಥಾಯೀಭಾವವಾಗಿಟ್ಟುಕೊಂಡು ರಚಿತವಾದ ಪೌರಾಣಿಕ ಕೃತಿಗಳು ಕಡಿಮೆ.

ಹಾಗೇ ಮುಂದುವರಿದು, ಬೀಚಿ, ನಾ ಕಸ್ತೂರಿ, ಶ್ರೀರಂಗ ಮುಂತಾದವರು ಅನೇಕ ವಿನೋದಮಯ ಸಾಹಿತ್ಯ ಸೃಷ್ಟಿ ಮಾಡಿದ್ದರೂ, ಎಲ್ಲರೂ ಹಾಸ್ಯವನ್ನು ವಿಷಾದ, ವಿಡಂಬನೆ, ವ್ಯಂಗ್ಯಕ್ಕೆ ಬಳಸಿಕೊಂಡಿದ್ದೇ ಹೆಚ್ಚು. ಕೈಲಾಸಂರಂತೂ ಅದರಲ್ಲಿ ಎತ್ತಿದ ಕೈ. 'ಎಕ್ಕಡದಂತೆ ಇದ್ದೂ ಬೂಟ್ಸಿನಂತೆ ಕಟ್ಟಬಹುದಾದ ಚಪ್ಪಲಿಗೆ ಎಕ್ಕಡದ ಎಲಿಗೆನ್ಸೂ ಬೂಟ್ಸಿನ ಬಡಾಯಿಯೂ ಇದೆ' ಎನ್ನುವ ಅವರ ಸಾಲನ್ನು ನಾವು ತೇಲುಮಾತಿನ ತಮಾಷೆಗೆ ಸೀಮಿತಗೊಳಿಸಲಾಗುವುದಿಲ್ಲ.

■

ಇನ್ನು, ನವರಸಗಳಲ್ಲಿ ಹಾಸ್ಯಕ್ಕಿರುವಷ್ಟು ಬಹುಮುಖಿ ಪ್ರವರ್ತನೆ ಉಳಿದ ರಸಗಳಿಗಿಲ್ಲ. ವಿವಿಧ ರಸಗಳ ಮುಖಾಂತರವೂ ಹಾಸ್ಯರಸವನ್ನು ಹೊಮ್ಮಿಸಬಹುದಾದಂತೆ, ಹಾಸ್ಯದ ಮುಖೇನವೂ ಇತರೆ ರಸಗಳನ್ನು ಸ್ಫುರಿಸಬಹುದಾದ ಸಾಧ್ಯತೆಯಿದೆ ಇಲ್ಲಿ. ಚಾರ್ಲಿ ಚಾಪ್ಲಿನ್ ಈ ಸಂದರ್ಭಕ್ಕೆ ಒದಗಬಹುದಾದ ಸುಲಭದ ಉದಾಹರಣೆ. ಆತ ಪ್ರಸ್ತುತ ಪಡಿಸುವ ಹಾಸ್ಯ ನಗೆಯನ್ನು ಉಕ್ಕಿಸುವುದಕ್ಕಿಂತ ಹೆಚ್ಚಾಗಿ ಸಂಕಟ ಹತಾಶೆ ಅನುಕಂಪಗಳನ್ನೇ ಕರುಣಿಸುತ್ತದೆ. ಖುಷಿ ಹಾಗೂ ದುಃಖದ ನಡುವಿನ ಗೆರೆ ಬಹಳ ತೆಳು ಎಂಬುದನ್ನೂ ತೋರಿಸಿಕೊಡುತ್ತದೆ.

ತೇಜಸ್ವಿಯವರ 'ನಗು' ಎನ್ನುವ ಕಥೆಯನ್ನು ನೆನಪಿಸಿಕೊಳ್ಳೋಣ. ಅಲ್ಲಿ– ಪಾಠದ ನಡುವೆ ನಕ್ಕ ವಿದ್ಯಾರ್ಥಿಯೋರ್ವನಿಗೆ, ಕ್ಲಾಸು ಮುಗಿದ ಮೇಲೆ ಜೋರಾಗಿ ನಗುವ ಶಿಕ್ಷೆ ನೀಡುತ್ತಾಳೆ ಶಿಕ್ಷಕಿ. ಖಾಲೀ ಕೋಣೆಯಲ್ಲಿ, ಅದೂ ಒಬ್ಬನೇ ಹೇಗೆ ನಗುವುದೆಂದು ತಿಳಿಯದೇ ತಬ್ಬಿಬ್ಬಾಗುತ್ತಾನೆ ಆ ಹುಡುಗ. ಶಿಕ್ಷಕಿ ಪಟ್ಟುಬಿಡುವುದಿಲ್ಲ. ಆಕೆಯ ಭಯಕ್ಕೆ ನಗುವಂತೆ ನಾಟಕ ಮಾಡುವ ಹುಡುಗ ನಂತರ ಏನೇನೋ ಯೋಚಿಸುತ್ತ ನಿಜವಾಗಲೂ ಜೋರಾಗಿ ನಗಲಾರಂಭಿಸುತ್ತಾನೆ. ಕಥೆ ಮುಂದುವರಿಯುತ್ತ; ನಡುವೆ ಶಿಕ್ಷಕಿ ತಡೆಯಲಾರದಂತೆ ಅಳುವುದೂ, ಹುಡುಗನೂ ಅಳುವುದೂ, ನಂತರ ಇಬ್ಬರೂ ಸೇರಿ ನಗುವುದೂ ಕ್ರಮೇಣ ಅವರಿಬ್ಬರಿಗೂ ತಾವು

ನಗುತ್ತಿರುವುದೇ ಸುಳ್ಳೆನಿಸತೊಡಗುವ ಪ್ರಸಂಗಗಳು ಜರುಗುತ್ತವೆ. ಹೀಗೆ 'ನಗು' ಎನ್ನುವುದನ್ನು ಕೇಂದ್ರವಾಗಿಟ್ಟುಕೊಂಡ ಈ ಕಥೆ ವಿಷಾದ, ವ್ಯಂಗ್ಯ, ಶೋಕ, ಕರುಣೆ, ದ್ವಂದ್ವ ಹೀಗೆ ಹಲವು ಭಾವಗಳ ಕಾಣ್ಕೆಯನ್ನು ನೀಡುತ್ತದೆ. ಹಾಸ್ಯಕ್ಕಿರುವ ಹಲವು ರಸಸಾಧ್ಯತೆಗಳನ್ನು ಗುರುತಿಸುತ್ತಲೇ, ಈ ಕಥೆಯಲ್ಲಿ ಹಾಸ್ಯವೆಂಬುದು ಮುಖ್ಯ ಮುದ್ದೆಯಾಗಿಲ್ಲ ಎಂಬುದನ್ನೂ ಗಮನಿಸಬಹುದು ನಾವು.

ಹಾಗೆ ನೋಡಿದರೆ, ಹಾಸ್ಯದ ಅಭಿವ್ಯಕ್ತಿಯನ್ನು ಯಥೇಚ್ಛವಾಗಿ ಬಳಸಿಕೊಂಡಿದ್ದೆಂದರೆ ನಮ್ಮ ಪ್ರದರ್ಶನ ಕಲೆಗಳೇ. ನಾಟಕ, ಯಕ್ಷಗಾನ, ಸರ್ಕಸ್, ಜಾದೂ, ಸಿನೇಮಾ ಹೀಗೆ ದೃಶ್ಯಮಾಧ್ಯಮದ ಹಲವು ಪ್ರಕಾರಗಳಲ್ಲಿ ಹಾಸ್ಯವೇ ಪ್ರಾತಿನಿಧಿಕ ಸ್ಥಾನ ಪಡೆದ ಉದಾಹರಣೆಗಳು ಸಾಕಷ್ಟಿವೆ. ಮನುಷ್ಯರ ಭಾವಾಭಿನಯ ಮುನ್ನೆಲೆಯಲ್ಲಿ ಇಲ್ಲದ ಗೊಂಬೆಯಾಟ, ಕಾರ್ಟೂನು ಇತ್ಯಾದಿಗಳನ್ನೂ ನಾವು ಈ ಸಾಲಿಗೆ ಸೇರಿಸಿಕೊಳ್ಳಬಹುದು. ಹಾಗಾದರೆ, ಗ್ರಂಥಗಳಲ್ಲಿ ಅದೃಶ್ಯವಾಗಿದ್ದು, ಪ್ರದರ್ಶನಗೊಂಡಾಗ ಮಾತ್ರ ಹೊಮ್ಮುವುದು ಹಾಸ್ಯದ ಮೂಲಗುಣವಾಗಿರಬಹುದೇ?

ಓದುವಾಗ ಗಂಭೀರ ಎನ್ನಿಸಿದ್ದ ಲಂಕೇಶರ 'ಪೋಲೀಸರಿದ್ದಾರೆ ಎಚ್ಚರಿಕೆ' ನಾಟಕ ರಂಗದ ಮೇಲೆ ನಗೆಯ ಹೊನಲನ್ನೇ ಹರಿಸಿತ್ತು. ಶೇಕ್ಸ್‌ಪಿಯರನ 'ಕಾಮಿಡಿ ಆಫ್ ಎರರ್ಸ್' ಆಗಲೀ 'ಮಿಡ್‌ಸಮರ್ ನೈಟ್ಸ್ ಡ್ರೀಮ್' ಆಗಲೀ ಮುದ್ರಣಕ್ಕಿಂತ ಪ್ರಯೋಗ ರೂಪದಲ್ಲೇ ಅಧಿಕ ಮನ್ನಣೆ ಪಡೆದವುಗಳು. ಇವನ್ನೆಲ್ಲ ನಾವು ನೆನಪಿಸಿಕೊಂಡಾಗ; 'ಆಗಿಕಂ ಭುವನಂ ಯಸ್ಯ ವಾಚಿಕಂ ಸರ್ವವಾಙ್ಮಯಂ' ಎನ್ನುವ ರಂಗಶಿವನನ್ನು ಬಣ್ಣಿಸುವ ಸಾಲಿನಂತೆ, ಹಾಸ್ಯವೂ ಕೂಡಾ ಅಕ್ಷರಗಳಿಗಿಂತ ಹೆಚ್ಚು ಆಂಗಿಕಾಭಿನಯ, ಮಾತಿನ ಶೈಲಿ, ವೇಷ ಭೂಷಣಗಳನ್ನೇ ನೆಚ್ಚಿಕೊಂಡಿರುವುದು ಸ್ಪಷ್ಟವಾಗುತ್ತದೆ. ಇವುಗಳಲ್ಲಿ ನಾಟಕ, ಸಿನಿಮಾದಂಥ ಪ್ರಕಾರಗಳು ಪ್ರದರ್ಶನಕ್ಕೆಂದೇ ರಚಿಸಲ್ಪಟ್ಟಿದ್ದರೂ, ಅವು ದೃಶ್ಯಕ್ಕೆ ರೂಪಾಂತರಗೊಂಡಾಗ ಹಾಸ್ಯದ ಸಂವಹನಕ್ಕೆ ಸಿಗುವಷ್ಟು ನಮ್ಯತೆ ಮೂಲ ರೂಪದಲ್ಲಿ ದೊರೆಯಲಾರದು. (ಇಲ್ಲಿ ನಿರ್ದೇಶಕನ ಪರಿಕಲ್ಪನೆಯೂ ಅಷ್ಟೇ ಮುಖ್ಯವಾಗುತ್ತದೆ ಎಂಬುದನ್ನು ನಿರ್ಲಕ್ಷಿಸುವಂತಿಲ್ಲ)

ಇನ್ನೊಂದು ವಿಚಾರ– ನಗುವಿನ ಆಯಸ್ಸು ಬಹಳ ಕಮ್ಮಿ. ಉಳಿದ ಕೆಲವು ರಸಗಳಿಗಿರುವ ದೀರ್ಘ ತಾಳಿಕೆ ಹಾಗೂ ಬಾಳಿಕೆಗಳೆರಡೂ ಅದಕ್ಕಿಲ್ಲ. ಉದಾಹರಣೆಗೆ ಶೋಕವನ್ನೇ ತೆಗೆದುಕೊಳ್ಳಿ, ಅದು ನಿಧಾನವಾಗಿ ಇಂಗುತ್ತ ಪಸರಿಸಬಲ್ಲದು. ಶಾಶ್ವತವೂ, ಸಾರ್ವತ್ರಿಕವೂ ಆಗುವ ಗುಣಸಾಧ್ಯತೆಗಳಿದೆ ಅದಕ್ಕೆ. ಆದರೆ ಹಾಸ್ಯ ಹಾಗಲ್ಲ. ಭಾವನೆಗಳ ಆಸ್ಫೋಟದಿಂದ ಒಮ್ಮೆಲೇ ಶೃಂಗಕ್ಕೇರಿ ಅದೇ ವೇಗದಲ್ಲಿ ಇಳಿದು ತಣ್ಣಗಾಗುವಂಥದ್ದು. ಯಾಕೆಂದರೆ ಹಾಸ್ಯವನ್ನು ಸವಿಯಲು ಮನುಷ್ಯನಿಗೆ ಒಂದು ವಿಶೇಷ ಮನಸ್ಥಿತಿ, ಸ್ವಸ್ಥ ಘಳಿಗೆ ಇತ್ಯಾದಿಗಳ ಅನುಕೂಲವಿರಬೇಕು. ಅದು ಆತನಿಗೆ ಎಲ್ಲ ಸಂದರ್ಭಕ್ಕೂ ದೀರ್ಘಕಾಲಕ್ಕೂ ಒದಗಿ ಬಂದಿರುವುದಿಲ್ಲ. 'ಜನರನ್ನು ಅಳಿಸುವುದು ಬಹಳ ಸುಲಭ, ನಗಿಸುವುದು ಕಷ್ಟ' ಎನ್ನುವ ಒಪ್ಪಿತ ಸಂಗತಿಯ

ಹಿಂದೆ ಈ ಒಂದು ಕಾರಣವೂ ಇದೆ. ಹಾಗೇ, ವಿಷಯವೊಂದನ್ನು ತಮಾಷೆಯ ಮುಖೇನವೇ ಹೇಳಿದ್ದರೂ ಕೂಡಾ ನಮ್ಮಲ್ಲಿ ಶಾಶ್ವತವಾಗಿ ಉಳಿಯುವುದು ಅದರಲ್ಲಿ ಅಡಕವಾಗಿರುವ ವ್ಯಂಗ್ಯ, ವಿಷಾದಗಳೇ ವಿನಾ ಹಾಸ್ಯದ ಸನ್ನಿವೇಶವಲ್ಲ. ಈ ಹಿಂದೆ ಹೆಸರಿಸಿದ ಸಾಹಿತಿಗಳೆಲ್ಲ ತಮ್ಮ ಕೃತಿಯನ್ನು ಕೇವಲ ಹಾಸ್ಯಕ್ಕಷ್ಟೇ ಸೀಮಿತಗೊಳಿಸಿದ್ದಿದ್ದರೆ ಅವು ಜನಮಾನಸದಲ್ಲಿ ಉಳಿಯುತ್ತಿರಲಿಲ್ಲ.

ಬಹುಶಃ ನಮ್ಮೆಲ್ಲ ಗ್ರಂಥಕಾರರ ಉದ್ದೇಶ ಓದುಗನಿಗೆ ಅನವರತವಾದ ಅನುಭೂತಿಯನ್ನು ಕಟ್ಟಿಕೊಡುವುದೇ ಹೊರತು ಕೆಲ ಹೊತ್ತಿನ ಸುಖ ನೀಡಿ ಮರೆಯಾಗುವುದಲ್ಲ. ನಗುವಿಗಿಂತಲೂ ಅವರಿಗೆ ಆನಂದವೇ ಮುಖ್ಯವೆನಿಸಿರಬಹುದು.

■

ಹಾಸ್ಯ ರಸದಲ್ಲಿ ಆತ್ಮಸ್ಥ ಹಾಗೂ ಪರಸ್ಥ ಎನ್ನುವ ಎರಡು ವಿಭಾಗಗಳಿರುವುದು ತಿಳಿದದ್ದೇ ಆಗಿದೆ. ತಾನೇ ಹಾಸ್ಯಕ್ಕೆ ಮೂಲವಾಗಿ ಇತರರನ್ನು ನಗಿಸುವುದು ಮೊದಲನೆಯ ವರ್ಗವಾದರೆ, ಹಾಸ್ಯಕ್ಕೀಡಾಗುವ ಬೇರೊಬ್ಬ ವ್ಯಕ್ತಿಯನ್ನು ನೋಡಿ ತಾವು ನಗುವುದು ಎರಡನೇ ಬಗೆ. ಯಾವುದೇ ದೃಶ್ಯಮಾಧ್ಯಮವನ್ನು ತೆಗೆದುಕೊಳ್ಳಿ, ಅಲ್ಲಿ ಹಾಸ್ಯಕ್ಕೆಂದೇ ಸೃಷ್ಟಿಸಲ್ಪಟ್ಟ ಪಾತ್ರಗಳಲ್ಲಿ ಹೆಚ್ಚಿನವು ತನ್ನನ್ನೇ ತಾನು ಗೇಲಿ ಮಾಡಿಕೊಂಡು, ಶ್ರೋತೃಗಳಿಗೆ ಪರಸ್ಥ ಹಾಸ್ಯಾನುಭವ ನೀಡುವಂಥವೇ ಆಗಿರುತ್ತವೆ. ನಿತ್ಯಜೀವನದಲ್ಲೂ ನಮಗೆ ತಮ್ಮನ್ನೇ ಕುಚೇಷ್ಟೆಗೊಳಪಡಿಸಿಕೊಳ್ಳುವ ವ್ಯಕ್ತಿಗಳು ಅಪರೂಪಕ್ಕೆ ಸಿಗುತ್ತಾರೆ ಹಾಗೂ ಅವರೇ ಎಲ್ಲರ ಆಕರ್ಷಣೆಯ ಬಿಂದುವೂ ಆಗಿರುತ್ತಾರೆ. ಹಾಗೆಂದಮಾತ್ರಕ್ಕೆ, ತಾನೇ ಹಾಸ್ಯಕ್ಕೆ ತುತ್ತಾಗುವ ಸಂಗತಿ ಸಾಮಾನ್ಯದ್ದೇನಲ್ಲ. ಅದು ಎಲ್ಲರಿಗೂ ದಕ್ಕುವುದಿಲ್ಲ ಹಾಗೂ ಬಹುಪಾಲು ಜನ ಅದನ್ನು ಸುಲಭದಲ್ಲಿ ಸ್ವೀಕರಿಸುವುದೂ ಇಲ್ಲ.

ಅಶೋಕವನದಲ್ಲಿ ಬಂಧಿಸಿಟ್ಟ ಸೀತೆಯನ್ನು ನೋಡಲು ತನ್ನ ರಾಜನ ವೇಷ ಕಳಚಿಟ್ಟು ಸನ್ಯಾಸಿಯ ರೂಪದಲ್ಲಿ ಹೋಗುವ ರಾವಣ, 'ಒರಟಾದ ಬೂದಿ ಈ ದೇಹಕ್ಕೆ ಚಂದನದ ಲೇಪವಾಯ್ತು. ಇದಕ್ಕೆ ಹೊಂದಿದ ಯಜ್ಞಸೂತ್ರವೇ ಹಾರವಾಯಿತು, ಸಿಕ್ಕು ಜಡೆಗಳೇ ಸೊಬಗಿನ ಹೆಳಲುಗಳಾದವು, ರುದ್ರಾಕ್ಷಿಗಳಿಂದಲೇ ರನ್ನದ ಬಳೆಯಾಯಿತು... ಹೀಗೆ, ಅಹೋ, ಕಾಮಿಯಾದ ನನ್ನ ಮೈ ಸೀತೆಯ ಕಣ್ಸೆಳೆಯುವಂತೆ ಚೆಲುವಾಗಿ ಅಣಿಯಾಯಿತು' ಎನ್ನುತ್ತ ತನ್ನ ಪರಿಸ್ಥಿತಿಯನ್ನು ತಾನೇ ಅಪಹಾಸ್ಯ ಮಾಡಿಕೊಳ್ಳುವ ಸನ್ನಿವೇಶವನ್ನು ಆತ್ಮಸ್ಥ ಹಾಸ್ಯಕ್ಕೆ ಉದಾಹರಣೆಯಾಗಿ 'ದಶರೂಪಕ'ದಲ್ಲೇ ನೀಡಲಾಗಿದೆ. ಆದರೆ ಅದು ಕವಿಯೊಬ್ಬನ ಕಲ್ಪನೆ ಹಾಗೂ ದೃಷ್ಟಾಂತಕ್ಕೆಂದು ಬಳಸಿಕೊಂಡ ಸಾಲುಗಳಷ್ಟೇ. ಈ ರಾವಣೋಕ್ತಿಗೆ ಆಕರ ಯಾವುದೆಂಬುದೂ ಸ್ಪಷ್ಟವಿಲ್ಲ. ಆದರೆ ನಿಜ ಜೀವನದಲ್ಲಿ ತಮ್ಮ ಆಕಾರದ ಬಗ್ಗೆಯಾಗಲೀ, ದೌರ್ಬಲ್ಯದ ಕುರಿತಾಗಲೀ ಸಾರ್ವತ್ರಿಕವಾಗಿ ತಾವೇ ಆಡಿಕೊಂಡು ನಗುವ ಗಣ್ಯರು ಸಿಗುವುದು ಅಪರೂಪ.

'ಎಷ್ಟೋ ಜನರ ಹೆಸರಿಗೂ ಅವರ ರೂಪಿಗೂ ಸಂಬಂಧವೇ ಇರುವುದಿಲ್ಲ. ಕೃಷ್ಣ ಅನ್ನುವ ಹೆಸರಿನವನು ಬಿಳಿಯಿರುತ್ತಾನೆ. ಮೌನೇಶ ವಾಚಾಳಿಯಾಗಿರುತ್ತಾನೆ. ಹೆಸರಿಗೂ ಆಕೃತಿಗೂ ನೇರ ತಾಳೆಯಾಗುವವನು ನಾನೊಬ್ಬನೇ ಇರಬೇಕು' ಎಂದು ಡಿ.ವಿ.ಗುಂಡಪ್ಪನವರು ತಮ್ಮ 'ಜ್ಞಾಪಕ ಚಿತ್ರಶಾಲೆ'ಯಲ್ಲಿ ಬರೆದುಕೊಂಡಿದ್ದಾರೆ. ಸಂಗೀತ ಕ್ಷೇತ್ರದಲ್ಲಿ ಅಪರಿಮಿತ ಸಾಧನೆಗೈದು, ಮೈಸೂರು ಅರಸರಿಂದಲೇ 'ಟೈಗರ್' ಎಂಬ ಬಿರುದು ಪಡೆದ ವರದಾಚಾರ್ಯರು, ಆ ಬಿರುದನ್ನು ತಮ್ಮ ರೂಪದೊಂದಿಗೆ ಗೇಲಿ ಮಾಡಿಕೊಳ್ಳುತ್ತ, 'ಬರೀ ಟೈಗರ್ ಯಾಕೆ, ನಾನು ಟೈಗರ್-ಲಯನ್ ವರದಾಚಾರ್' ಎನ್ನುತ್ತ ನಗುತ್ತಿದ್ದರಂತೆ. ಈ ರೀತಿ ಸ್ವಅಪಹಾಸ್ಯ ಎಷ್ಟು ಜನರಿಗೆ ಸಾಧ್ಯ? ಕ್ಯಾಮರಾದ ಮುಂದೆ, ವೇದಿಕೆಯ ಮೇಲೆ ತಮ್ಮನ್ನೇ ತಾವು ಅಪಾರವಾಗಿ ನಿಂದಿಸಿಕೊಂಡು ಶ್ರೋತೃಗಳನ್ನು ನಗಿಸುವ ಅನೇಕರು, ಅದೇ ಚೇಷ್ಟೆಯನ್ನು ಯಾರಾದರೂ ತಮಗೆ ವೈಯಕ್ತಿಕವಾಗಿ ಮಾಡಿದರೆ ಸಹಿಸಿಯಾರೇ ಎಂಬುದು ಪ್ರಶ್ನೆ.

ಅದೇನೆಂದರೆ, ತಮ್ಮನ್ನು ತಾವೇ ಲೇವಡಿಗೆ ಒಳಪಡಿಸಿಕೊಳ್ಳುವ ವ್ಯಕ್ತಿಗೆ ಆ ಹಾಸ್ಯದಿಂದ ತನ್ನನ್ನು ಹೊರಗಿಟ್ಟುಕೊಂಡು ನೋಡುವ ಕಲೆ ಒಲಿದಿರಬೇಕು. ಆತನಲ್ಲೊಂದು ತಾತ್ಕಾಲಿಕ ತಾಳ್ಮೆಯೂ, ವಿಶಿಷ್ಟ ಸಜ್ಜನಿಕೆಯೂ ಅಂತರ್ಗತವಾಗಿರಬೇಕು. ಆ ಕ್ಷಣಕ್ಕಾದರೂ ತನ್ನ ಸ್ವಪ್ರತಿಷ್ಠೆ ಹಮ್ಮುಗಳನ್ನು ಬದಿಗಿಟ್ಟು ಇತರರಲ್ಲೊಬ್ಬನಾಗಿ ಹಾಸ್ಯ ಸವಿಯುವುದು ಸಾಧ್ಯವಾಗಬೇಕು. ಈ ಗುಣ ಎಲ್ಲರಿಗೂ ಸಿದ್ಧಿಸಿರಲು ಸಾಧ್ಯವಿಲ್ಲ. ಹೀಗಾಗಿಯೇ ಜನಸಾಮಾನ್ಯರನ್ನೂ ಸೇರಿದಂತೆ ಸಾರ್ವಜನಿಕ ಕ್ಷೇತ್ರದಲ್ಲಿರುವ ಹಲವು ಪ್ರಮುಖರು, ಸೆಲೆಬ್ರಿಟಿಗಳು, ನಾಯಕರು ತಮ್ಮ ಮೇಲಿನ ಹಾಸ್ಯವನ್ನು ಸಹಿಸಲಾರರು.

■

ಕೊನೆಯಲ್ಲಿ- ಈ ಸುಭಾಷಿತವನ್ನೊಮ್ಮೆ ನೋಡಿ;

> ಅಸಾರೇ ಖಲು ಸಂಸಾರೇ ಸಾರಂ ಶ್ವಶುರಮಂದಿರಮ್ ।
> ಹರೋ ಹಿಮಾಲಯೇ ಶೇತೇ ವಿಷ್ಣುಃ ಶೇತೇ ಮಹೋದಧೌ ॥

'ನೀರಸವಾದ ಈ ಜಗತ್ತಿನಲ್ಲಿ ಸಾರಭರಿತವಾಗಿರುವುದೆಂದರೆ ಹೆಣ್ಣು ಕೊಟ್ಟ ಮಾವನ ಮನೆಯೊಂದೇ. ಆದ್ದರಿಂದಲೇ ಶಿವನು ಹಿಮಾಲಯದಲ್ಲಿ ನೆಲೆಸಿದ್ದಾನೆ, ವಿಷ್ಣುವು ಕ್ಷೀರ ಸಾಗರದಲ್ಲಿ ಬೀಡುಬಿಟ್ಟಿದ್ದಾನೆ' (ಪಾರ್ವತಿ ಹಿಮವಂತನ ಮಗಳು ಹಾಗೂ ಲಕ್ಷ್ಮಿ ಸಮುದ್ರರಾಜನ ಪುತ್ರಿ ಎಂಬುದನ್ನು ನಾವಿಲ್ಲಿ ಗಮನಿಸಬೇಕು) ಎನ್ನುವುದು ಇದರರ್ಥ. ದೇವರನ್ನು ಇದಕ್ಕಿಂತಲೂ ತೀಕ್ಷ್ಣವಾಗಿ ಕುಚೋದ್ಯ ಮಾಡುವ ಸುಭಾಷಿತಗಳು ಹುಡುಕಿದರೆ ನೂರಾರು ಸಿಕ್ಕಾವು. ಅಂದರೆ ದೇವರ ಬಗ್ಗೆ ತಮಾಷೆ ಮಾಡಿ ನಗುವ ನಮ್ಮ ವರಸೆ ಇತ್ತೀಚಿನದೇನೂ ಅಲ್ಲ. ಅದು ಅನಾದಿಕಾಲದಿಂದಲೂ ನಡೆದುಕೊಂಡೇ ಬಂದಿದೆ.

ನಾವು ದೇವರನ್ನು ಅಪಹಾಸ್ಯವಾಡುವುದಕ್ಕಾಗಲೀ, ನಿಂದಿಸುವುದಕ್ಕಾಗಲೀ

ಕಾರಣ ಆತ ಇದಾವುದಕ್ಕೂ ಮುನಿಸಿಕೊಳ್ಳುವುದಿಲ್ಲ ಎಂಬ ಅರಿವು ಹಾಗೂ ವಿಶ್ವಾಸ ಇರುವುದಕ್ಕೇ ತಾನೆ? ಆದರೆ ಮನುಷ್ಯ ಮಾತ್ರ ಯಾರಾದರೂ ವ್ಯಂಗ್ಯವಾಡಿದರೆ ಮುನಿಸಿಕೊಳ್ಳುವುದೇಕೆ?

ನವಂಬರ್ 2022

ಸುಖದ ಅನ್ವೇಷಣೆಯಲ್ಲಿ...

ನಾನು ಮುಂಜಾನೆ ವಾಕಿಂಗ್ ಹೋಗುವ ಕೃಷಿ ವಿಶ್ವವಿದ್ಯಾಲಯದ ಕ್ಯಾಂಪಸ್ಸಿನಲ್ಲಿ, ಹಲವರು ಬಿಸ್ಕೆಟ್ ಪೊಟ್ಟಣವನ್ನು ಮನೆಯಿಂದ ತಂದು ನಾಯಿಗಳಿಗೆ ತಿನ್ನಿಸುವುದು, ಬ್ರೆಡ್ಡನ್ನು ಚೂರು ಮಾಡಿ ಕಾಗೆಗಳಿಗೆ ಎಸೆಯುವುದನ್ನು ದಿನವೂ ನೋಡುತ್ತೇನೆ. ನಿತ್ಯ ಕರ್ಮದಂತೆ ಅದನ್ನು ಪೂರೈಸುತ್ತಾರವರು. ಇತ್ತೀಚೆಗೆ ಆ ಪಂಗಡಕ್ಕೆ ಹೊಸ ವ್ಯಕ್ತಿಯೊಬ್ಬನ ಪ್ರವೇಶವಾಗಿದೆ. ಆತ ತನ್ನ ದುಬಾರಿ ಕಾರಿನ ಡಿಕ್ಕಿಯಲ್ಲಿ ಬರೋಬ್ಬರಿ ಒಂದಿಡೀ ಬಾಳೆಗೊನೆ ತಂದು ಹಣ್ಣುಗಳನ್ನು ಸೊಗೆಸೊಗೆದು ಕೋತಿಗಳಿಗೆ ಕೊಡುತ್ತಾನೆ. ಈತ ಎಸೆಯುವ ಹಣ್ಣನ್ನು ಮಂಗಗಳು ಮರದ ಮೇಲಿಂದಲೇ ಕ್ಯಾಚ್ ಹಿಡಿಯುವುದು, ಒಂದು ಕೈಯ್ಯಿಂದ ಕೊಂಬೆಗೆ ನೇತು ಬಿದ್ದು ಇನ್ನೊಂದು ಕೈಯ್ಯನ್ನು ಚಾಚಿ ಹಣ್ಣನ್ನು ಕಸಿದುಕೊಳ್ಳುವುದು ಇತ್ಯಾದಿ ಮಂಗನಾಟ ನೋಡಲು ಅದೆಷ್ಟು ಸೊಗಸೆಂದರೆ, ದಾರಿಯಲ್ಲಿ ಹೋಗುತ್ತಿರುವ ಕೆಲವು ಜನ ಆತನೊಡನೆ ಸೇರಿಕೊಂಡು ಕೋತಿಗೆ ತಿನ್ನಿಸುವ ಕಾಯಕದಲ್ಲಿ ತಾವೂ ಕೈಜೋಡಿಸುವುದಿದೆ.

ಆ ವ್ಯಕ್ತಿ ಸಹಜವಾಗಿ ನಮ್ಮೆಲ್ಲರ ಚರ್ಚೆಯ ಕೇಂದ್ರ. 'ಆತನ ಪ್ರಾಣಿ ಪ್ರೀತಿ ನೋಡಿ' ಎಂದು ಒಬ್ಬ ಪ್ರಶಂಸಿಸಿದರೆ, 'ಹಣದ ಮದ ಇದು' ಎಂದು ಇನ್ನೊಬ್ಬ ಮೂದಲಿಸುತ್ತಾನೆ. 'ಸ್ವಜಾತಿ ಪ್ರೇಮಕ್ಕಿದು ಒಳ್ಳೆಯ ಉದಾಹರಣೆ' ಎನ್ನುವ ತಮಾಷೆಯ ಮಾತು, 'ಅದ್ಯಾವುದೂ ಅಲ್ಲ. ಇದರ ಹಿಂದಿರುವುದು ನಂಬಿಕೆ. ಯಾವುದಾದರೂ ಜ್ಯೋತಿಷಿ ಇವನಿಗೆ ದಿನವೂ ಮಂಗಗಳಿಗೆ ಬಾಳೆ ಹಣ್ಣು ತಿನ್ನಿಸುವುದರಿಂದ ದೋಷಗಳೆಲ್ಲಾ ಪರಿಹಾರವಾಗುತ್ತೆ ಎಂದು ಹೇಳಿರುತ್ತಾನೆ ಅದಕ್ಕೆ...' ಎನ್ನುವ ವಿಚಾರಗಳ ಮುಖೇನ ಈ ಸುಕೃತ್ಯಕ್ಕೆ ಕಾರಣವಾಗಿರಬಹುದಾದ ಅಂಶಗಳೆಲ್ಲಾ ವಿಶ್ಲೇಷಣೆಗೊಳಗಾಗುತ್ತವೆ. ಮೇಲ್ನೋಟದ ಕಾರಣ ಏನೇ ಇರಲಿ, ಇದರ ಹಿಂದೆ ಕೆಲಸಮಾಡುತ್ತಿರುವುದು ಮನುಷ್ಯನ ಅಹಂಕಾರವಿರಬಹುದೇ ಎನ್ನುವುದು ನನ್ನ ಸಂಶಯ. ಏಕೆಂದರೆ– 'ಮೂಕ ಪ್ರಾಣಿಯೊಂದರ ಹಸಿವನ್ನು ತೀರಿಸುವಲ್ಲಿ ನನ್ನದೊಂದು ಸಣ್ಣ ಕಾಣ್ಕೆಯಿದು' ಎನ್ನುವ ಭಾವವೊಂದು ಆತನ ಅರಿವಿದ್ದೋ ಇಲ್ಲದೆಯೋ ಸೂಕ್ಷ್ಮವಾಗಿ ಮೆದುಳಿನ ತಳದಲ್ಲಿ ಪ್ರವಹಿಸುತ್ತಿರುವ ಸಾಧ್ಯತೆಯೇ ಹೆಚ್ಚಿದೆಯಿಲ್ಲಿ.

ಇದಕ್ಕೆ ಪೂರಕವೆನಿಸುವ ಇನ್ನೆರಡು ಉದಾಹರಣೆಗಳನ್ನು ನೋಡಿ. ಲಡಾಕ್‌ನ ಮರುಭೂಮಿಯಲ್ಲಿ ಸಂಚರಿಸುತ್ತಿರುವಾಗ, ನಡುನಡುವೆ ಅಲ್ಲಲ್ಲಿ ಒಂಟಿ ಮನೆಗಳು ಕಾಣಿಸುತ್ತವೆ. ಕಣ್ಣಳತೆಯ ದೂರದಲ್ಲೆಲ್ಲೂ ನಾಲ್ಕೈದು ಕಿಲೋಮೀಟರುಗಳು ಕೇವಲ ಕಲ್ಲು ಮಣ್ಣು, ಕುರುಚಲು ಗಿಡಗಳ ಹೊರತಾಗಿ ಮತ್ತಾವ ಮನೆಯಾಗಲೀ, ಮನುಷ್ಯ ವಸತಿಯಾಗಲೀ ಕಾಣುವುದಿಲ್ಲ. ಅಂಥ ಜಾಗದ ಆ ಒಂಟಿ ಮನೆಯಲ್ಲಿ ವ್ಯಕ್ತಿಯೊಬ್ಬ, ತನ್ನ ಹೆಂಡತಿ, ಪುಟ್ಟ ಮಗು, ಎರಡು ಕುರಿ, ಹತ್ತಾರು ಯಾಕ್ ಪ್ರಾಣಿಗಳೊಡನೆ ಸಂಸಾರ ಮಾಡುತ್ತಾನೆಂಬುದು ನಮ್ಮ ಗ್ರಹಿಕೆಗೆ ದಕ್ಕುವ ಸಂಗತಿಯಲ್ಲ; ಆ ವಿಷಯ ಬದಿಗಿಡೋಣ. ದೂರದಲ್ಲೆಲ್ಲೋ ವಾಹನವೊಂದು ಕಾಣುತ್ತಿರುವಂತೆ ಆ ಮನೆಯ ಮಗು ಓಡುತ್ತ ಬಂದು ರಸ್ತೆಯ ಬದಿಯಲ್ಲಿ ಕೈ ಚಾಚಿ ನಿಂತುಕೊಳ್ಳುತ್ತದೆ. ಅದಕ್ಕೆ ಗೊತ್ತಿದೆ, ಬೈಕು ಕಾರುಗಳಲ್ಲಿ ಲಡಾಕ್ ಸುತ್ತಲು ಬರುವ ಪ್ರವಾಸಿಗಳು ತಮ್ಮಲ್ಲಿರುವ ಬಿಸ್ಕತ್ತು ಚಾಕಲೇಟು ಅಥವಾ ಅರೆ ತಿಂದ ಚಿಪ್ಸು ಪೊಟ್ಟಣವನ್ನು ಆ ಮಗುವಿನ ಕೈಲಿಟ್ಟು ಸಾಗುತ್ತಾರೆಂದು. ಅದನ್ನು ಆ ಮಗುವಿಗೆ ರೂಢಿ ಮಾಡಿಸಿಯಾಗಿದೆ.

ಇಲ್ಲಿ ಪ್ರವಾಸಿಗ ಮಾಡುತ್ತಿರುವುದು ಸರಿಯೋ ತಪ್ಪೋ? ಮಗುವಿನೆಡೆಯ ಸಹಜ ಪ್ರೀತಿಯನ್ನು ಆತ ವ್ಯಕ್ತಪಡಿಸುತ್ತಿರಲಿ ಅಥವಾ ತನ್ನ ಕರುಣೆಯ ಪ್ರದರ್ಶನಕ್ಕೆ ಆ ಮಗುವನ್ನು ಬಳಸಿಕೊಳ್ಳುತ್ತಿರಲಿ, ಇದರಿಂದ ಆ ಮಗು ಉಪಕೃತವಾಯಿತೇ? ಅಥವಾ ಅದರಿಂದಾಗುವ ತೊಂದರೆಯೇ ಹೆಚ್ಚೋ? ಆ ಮಗುವಿನ ಅಪ್ಪ, ಇವರೆಲ್ಲ ಏನೇನೋ ಹಾಳುಮೂಳು ತಿನ್ನಲು ಕೊಟ್ಟು ಮಗುವನ್ನು ಹಾಳುಗೆಡವುತ್ತಿದ್ದಾರೆ ಅಂದುಕೊಳ್ಳಬಹುದೇ ಅಥವಾ ಖುಷಿ ಪಡಬಹುದೇ? ಹೊಟ್ಟೆಗೆ ಎರಡು ಹೊತ್ತಿನ ಅನ್ನ ಗಿಟ್ಟಿಸಿಕೊಳ್ಳುವ ಸಾಮರ್ಥ್ಯವಿರದಿದ್ದರೆ ಆ ಕುಟುಂಬ ಅಲ್ಲಿ ಜೀವಿಸುವ ಆಯ್ಕೆ ಮಾಡಿಕೊಳ್ಳುತ್ತಿತ್ತೇ? ಪ್ರವಾಸಿಗರ ಈ ಕೃತ್ಯ, ಆ ಮಗುವಿನಲ್ಲಿ ತನ್ನದಲ್ಲದ ಆಹಾರ ಪದ್ಧತಿಯ, ತನ್ನ ಜೀವನ ಶೈಲಿಯ ಚೌಕಟ್ಟಿನ 'ಹೊರಗಿನ ಆಮಿಷ'ವೊಂದು ಮೊಳಕೆಯೊಡೆಯುವಂತೆ ಪ್ರೇರೇಪಿಸಬಹುದಲ್ಲವೇ?

ಇನ್ನೊಂದು ಪ್ರಸಂಗ– ಅಂಡಮಾನಿನ ದಟ್ಟ ಕಾಡುಗಳಲ್ಲಿ 'ಸಫಾರಿ' ಮಾಡುವಾಗ ರಸ್ತೆಯ ಬದಿಯಲ್ಲಿ ಯಾವುದಾದರೂ ಆದಿವಾಸಿಗಳು ಕಣ್ಣಿಗೆ ಬೀಳಲೆಂದು ಪ್ರವಾಸಿಗರು ಕಾತರಿಸುತ್ತಿರುತ್ತಾರೆ. ಹಾಗೇನಾದರೂ ಕಣ್ಣಿಗೆ ಬಿದ್ದ ಪಕ್ಷದಲ್ಲಿ, ಯಾರೇ ಜೋರಾಗಿ ಚೀರುವುದಾಗಲೀ, ಫೋಟೋ ತೆಗೆಯುವುದು, ಅವರತ್ತ ಆಹಾರ ಪೊಟ್ಟಣಗಳನ್ನು ಎಸೆಯುವುದಾಗಲೀ ಮಾಡಕೂಡದೆಂದು ಮೊದಲೇ ಕಟ್ಟುನಿಟ್ಟಾಗಿ ಸೂಚನೆ ನೀಡಿರಲಾಗುತ್ತದೆ. ಆದಾಗ್ಯೂ ಕೂಡಾ ಜನ ಆ ಸೂಚನೆಯನ್ನು ಮೀರಿ ತಮ್ಮ ಕರುಣಾ ಭಾವವನ್ನು ಹತ್ತಿಕ್ಕಿಕೊಳ್ಳಲಾಗದ್ದನ್ನು ನಾನು ನೋಡಿದ್ದೇನೆ. ಆದಿವಾಸಿಯೊಬ್ಬ ಕಂಡು ಮರೆಯಾಗುವ ಅರೆಕ್ಷಣದ ನಡುವೆಯೇ, ಬಸ್ಸಿನ ಸಿಬ್ಬಂದಿಯ ಕಣ್ಣು ತಪ್ಪಿಸಿ, 'ಫೇಕೋ...ಫೇಕೋ..' ಎಂದು ಗುಸುಗುಸು ಮಾಡುತ್ತ ಲಗುಬಗೆಯಿಂದ ಕಿಟಕಿಯ ಸರಳುಗಳ ನಡುವೆ ಕೈತೂರಿ ತಿಂಡಿಯ ಪೊಟ್ಟಣವನ್ನು ಹೊರಗೆ ಬಿಸಾಕಿತ್ತು ನನ್ನೆದುರು ಕುಳಿತಿದ್ದ ಒಂದು

ಗುಂಪು. ಅಂಡಮಾನಿನಲ್ಲಿ ಕಾಣಸಿಗುವ ಆದಿವಾಸಿಗೆ ಆಹಾರ ಕೊಡಲೆಂದೇ ದೇಶದ ಯಾವುದೋ ಮೂಲೆಯಿಂದ ಇಲ್ಲಿಗೆ ಬಂದಿದ್ದೇವೆನ್ನುವ ನಿಲುವಿರುವಂತಿತ್ತು ಆ ಜನಗಳದ್ದು. ಇಂಥ ಜಾಗಗಳಲ್ಲೆಲ್ಲ ಪ್ರವಾಸಿಗರನ್ನು ಹೊತ್ತು ಸಂಚರಿಸುವ ಸಫಾರಿ ವಾಹನಗಳ ಕಿಟಕಿಗೆ ಪಂಜರದಂತೆ ಸರಳುಗಳನ್ನು ಜೋಡಿಸಿರುವುದು ಒಳಗಿರುವವರ ರಕ್ಷಣೆಗೆಂದೋ ಅಥವಾ ಇವರಿಂದ ಹೊರಗಿನವರಿಗೆ ತೊಂದರೆ ಆಗಕೂಡದೆಂಬ ಉದ್ದೇಶಕ್ಕೋ ಎನ್ನುವ ಸಂಶಯವಾಯಿತು ನನಗೆ.

ಪ್ರಾಣಿಗಳಿಗೆ ಹಣ್ಣು ತಿನ್ನಿಸುವುದು, ಬುಡಕಟ್ಟು ಜನರಿಗೆ ಆಹಾರ ನೀಡುವುದು ಇತ್ಯಾದಿ ವಿಷಯಗಳು ಒಂದೆಡೆಯಾಯಿತು. ಎಲ್ಲೆಲ್ಲೂ ವ್ಯಾಪಕವಾಗಿ ಕಾಣಸಿಗುವ ಮನುಷ್ಯನ ಸಾಕು ಪ್ರಾಣಿಗಳ ಮೇಲಿನ ಮೋಹವನ್ನು ಯಾವ ನಿಟ್ಟಿನಿಂದ ನೋಡೋಣ? ಪ್ರೀತಿಯ ನಾಯಿಯನ್ನು ತನ್ನ ಮಂಚದಮೇಲೇ ಮಲಗಿಸಿಕೊಳ್ಳುವುದು, ಕಾರಿನಲ್ಲಿ ಕೂರಿಸಿ ತಾವು ಹೋಗುವಲ್ಲೆಲ್ಲ ಕರೆದೊಯ್ಯುವಂತಹ ಶೋಕಿಯ ಸಂಗತಿಗಳನ್ನು ಬದಿಗಿಡೋಣ; ಯಾರೋ ಒಬ್ಬ ಅದನ್ನು ಮನೆಯ ಇನ್ನೊಂದು ಸದಸ್ಯನಂತೆ ಪರಿಗಣಿಸುತ್ತೇನೆಂದು ಪ್ರಾಮಾಣಿಕವಾಗಿ ನಂಬಿಕೊಂಡಿದ್ದರೂ, ಅದರ ಹಿಂದಿರುವುದು ಮನುಷ್ಯನ ಸ್ವಾರ್ಥವೇ ತಾನೆ? ತನ್ನಾತ್ಮದ ಸುಖಕ್ಕಾಗಿಯೇ ತಾನೆ ಅದನ್ನವನು ಮಾಡುವುದು? ಇನ್ನೂ ತುಸು ಆಳಕ್ಕಿಳಿದು ನೋಡಿದರೆ, ಅಸಹಾಯಕ ಪ್ರಾಣಿಯೊಂದನ್ನು ಪಳಗಿಸಿ ತನ್ನ ಅಂಕೆಯಲ್ಲಿ ಇಟ್ಟುಕೊಳ್ಳುವ ಮಾನವ ದರ್ಪವೇ ಇಲ್ಲಿಯೂ ಯಾರರಿವಿಗೂ ಬಾರದೇ ಪ್ರವಹಿಸುತ್ತಿರಬಹುದೇ? ಪ್ರಾಣಿಗಳ ಕೊರಳಿಗೆ ಸರಪಳಿ ಕಟ್ಟಿಯೋ, ಪಂಜರದಲ್ಲಿ ಕೂಡಿ ಹಾಕಿಯೋ ಅದನ್ನು ಪ್ರೀತಿಸುವೆನೆನ್ನುವುದರಲ್ಲಿ ಮತ್ಯಾವ ನಿಸ್ವಾರ್ಥವಡಗಿರಲು ಸಾಧ್ಯ?

ಒಂದು ವಿಷಯವನ್ನು ನಾವು ಪರಾಮರ್ಶಿಸುವುದೊಳಿತು. ಈ ಭೂಮಿಯ ಮೇಲೆ ಯಾವುದಾದರೂ ಪ್ರಾಣಿಗೆ ಮನುಷ್ಯನ ಕರುಣೆಯ ಅಗತ್ಯವುಂಟೇ? ಹಾಗೆ ನೋಡಿದರೆ ಮನುಷ್ಯನಿಗೇ ಬದುಕಲು ಸುತ್ತಮುತ್ತಲಿನ, ಆತನ ದೇಹದೊಳಗಿನ ಸಹಸ್ರ ಜೀವಿಗಳ ಅವಲಂಬನೆಯಿದೆ. 'ಬೆಟ್ಟದಾ ತುದಿಯಲ್ಲಿ ಹುಟ್ಟಿದಾ ವೃಕ್ಷಕ್ಕೆ ಕಟ್ಟೆಯನು ಕಟ್ಟಿ ನೀರೆರೆದವರು ಯಾರೋ? ಅಡವಿಯೊಳಗಾಡುವ ಮೃಗ ಪಕ್ಷಿಗಳಿಗೆಲ್ಲ ಅಡಿಗಡಿಗೆ ಆಹಾರವಿತ್ತವರು ಯಾರೋ' ಎನ್ನುವ ದಾಸರ ಪ್ರಶ್ನೆಗೆ ಉತ್ತರ 'ಮನುಷ್ಯ' ಎಂದುಕೊಂಡುಬಿಟ್ಟಿದ್ದೇವೆಯೇ ನಾವು? 'ಹುಟ್ಟಿಸಿದ ದೇವರು ಹುಲ್ಲು ಮೇಯಿಸುವುದಿಲ್ಲ' ಎನ್ನುವ ಗಾದೆಗೆ ಸೀಮಿತ ಅರ್ಥ ಕಲ್ಪಿಸಿಕೊಂಡಿದ್ದೇವೆಯೇ?

■

ಗಿಡಗಳನ್ನು ನೆಟ್ಟು ಬೆಳೆಸುವ ಮನುಷ್ಯನ ಹವ್ಯಾಸವನ್ನೂ ನಾವು ಇದೇ ತತ್ವದಡಿಯಲ್ಲಿ ಅವಲೋಕಿಸಬಹುದು. ಹಾಗೆ ನೋಡಿದರೆ ಈ ಕೃಷಿ ಎನ್ನುವುದೇ ಪರಿಸರ ವಿರೋಧಿ ಪ್ರಕ್ರಿಯೆಗಳಲ್ಲೊಂದು. ನಾವಿಂದು ಅನೇಕ ಕಾರಣಗಳಿಂದಾಗಿ ಕೃಷಿಗೆ ಮಹತ್ತರ ಸ್ಥಾನವನ್ನು ನೀಡಿರುವುದು, ಅದಿಲ್ಲದೇ ಉಳಿಗಾಲವಿಲ್ಲದ

ಅನಿವಾರ್ಯತೆಗೆ ನಮ್ಮನ್ನು ಒಡ್ಡಿಕೊಂಡಿರುವುದೇನೋ ನಿಜ. ಆದರೆ ಮೂಲಕ್ಕೆ ಹೋಗಿ ಶೋಧಿಸಿದಾಗ, ಮಾನವನ ವಿಕಾಸದಲ್ಲಿ ಈ ಕೃಷಿಯೆಂಬುದು ಸಾವಯವವಾಗಿ ಒದಗಿಬಂದದ್ದಲ್ಲ ಎಂಬುದು ತಿಳಿಯುತ್ತದೆ. ಕೃಷಿಯ ಅನ್ವೇಷಣೆ ಮನುಕುಲಕ್ಕೆ ನಿಜಕ್ಕೂ ಒಳ್ಳೆಯದನ್ನು ಮಾಡಿದೆಯೋ ಅಥವಾ ಹಾನಿಯನ್ನೋ ಎಂಬುದೇ ಚರ್ಚಾರ್ಹ ಸಂಗತಿ. ಹೀಗಿರುವಾಗ, ಕುಂಡಗಳಲ್ಲಿ ಗಿಡ ಬೆಳೆಸುವುದು, ಕೈತೋಟ ಮಾಡುವುದು ಇಂತಹ ಕ್ರಿಯೆಯ ಬಗ್ಗೆ ಏನನ್ನುವುದು? ಇವೂ ಕೂಡಾ ಸಹಜವಾದ, ಪ್ರಕೃತಿಗೆ ಪೂರಕವಾದ ಕ್ರಿಯೆ ಅನ್ನಿಸಿಕೊಳ್ಳುವುದಿಲ್ಲ.

'ಒಂದು ಗಿಡ ಚೆನ್ನಾಗಿ ಬೆಳೆಯುವುದಕ್ಕೆ ನಿಮ್ಮ ಯಾರ ನೆರವೂ ಅದಕ್ಕೆ ಬೇಕಾಗಿಲ್ಲ, ಬೆಳೆಯುವ ಸಾಮರ್ಥ್ಯ ಅದರಲ್ಲೇ ಇದೆ ಎಂದು ನಂಬುವುದಕ್ಕೆ ನಿಮಗೇನು ಕಷ್ಟ?' ಎಂಬುದಾಗಿ ತಮ್ಮ ಗುರು ಸಮಾನರಾದ ಸೂಫಿ ಬ್ಯಾರಿಯವರು ಕೇಳುತ್ತಿದ್ದರು ಎಂದು ಲಕ್ಷ್ಮೀಶ ತೋಳ್ಪಾಡಿಯವರು ಅವರ ಸಂದರ್ಶನವೊಂದರಲ್ಲಿ ಹೇಳಿದ್ದಿದೆ. ಸಸಿಯೊಂದು ಬೇರೂರಬೇಕಾದ ಭೂಮಿಯನ್ನು ಗ್ರಾನೈಟ್ ಹಾಸಿನಿಂದ ಮುಚ್ಚಿ ಅದರ ಮೇಲೆ ಕುಂಡವನಿಟ್ಟು ಒಳಗೆ ಗಿಡ ಬೆಳೆಸುವುದರಲ್ಲಿ ಇರುವ ಹೆಗ್ಗಳಿಕೆಯಾದರೂ ಏನು? ಇದಕ್ಕೆ ಪ್ರಕೃತಿ ಪ್ರೇಮದ ಹಣೆಪಟ್ಟಿಯನ್ನಂತೂ ಕಟ್ಟಲಾಗುವುದಿಲ್ಲವಷ್ಟೇ?

ಹಾಗಾದರೆ ಮನೆಯಂಗಳದಲ್ಲಿ ಗಿಡ ಬೆಳೆಯುವ, ಒಳಾಂಗಣವನ್ನು ಹಸಿರಿನಿಂದ ಅಲಂಕರಿಸುವ ನಾಗರಿಕ ಜನರ ಸಸ್ಯಪ್ರೀತಿಗೆ ಕಾರಣ ಅವರ ಅಮಾಯಕತೆ ಇರಬಹುದೇ? ಅಥವಾ, ಈ ಭೂಮಿಯ ಮೇಲೆ ನೈಸರ್ಗಿಕ ಸಂಗತಿಗಳು ನಶಿಸುತ್ತಿರುವುದಕ್ಕೆ ಒಂದಲ್ಲಾ ಒಂದು ರೀತಿಯಲ್ಲಿ ತನ್ನ ಸಹಯೋಗವೂ ಇದೆ ಎಂಬ ತಪ್ಪಿತಸ್ಥ ಮನೋಭಾವ ಅಯಾಚಿತವಾಗಿ ಆತನ ಸೂಕ್ಷ್ಮಮತಿಯೊಳಗೆ ಬೆರೆತು, ಆ ಪಶ್ಚಾತ್ತಾಪವನ್ನು ಹೊರಹಾಕಲು ಕಂಡುಕೊಂಡ ಮಾರ್ಗವೇ ಇದು? ಇವೆರಡೂ ಕಾರಣಗಳನ್ನು ಹೊರತುಪಡಿಸಿ, ತನ್ನ ಮನಸ್ಸನ್ನು ಉಲ್ಲಸಿತಗೊಳಿಸುವುದಕ್ಕೋಸ್ಕರ, ತನ್ನ ಮನೆಯ ಆವರಣದ ಅಂದವನ್ನು ಹೆಚ್ಚಿಸುವುದಕ್ಕೋಸ್ಕರ ಸಸ್ಯವೊಂದನ್ನು ತನ್ನಣತಿಗೆ ತಕ್ಕಂತೆ ಬೆಳೆಸಿಕೊಳ್ಳುವುದರ ಹಿಂದೆ ಮನುಷ್ಯನ ಅಹಮ್ಮಿನ ಪೋಷಣೆಯೂ ಇರಬಹುದಲ್ಲವೇ?

■

ಸುಖಕ್ಕಾಗಿ ಹಪಹಪಿಸುವುದು ಮನುಷ್ಯನ ಮೂಲ ಪ್ರಕೃತಿ. ಆ ಸುಖ ಪ್ರಾಪ್ತಿಗಾಗಿ ಆತ ಯಾವ ಮಾರ್ಗವನ್ನೂ ಹಿಡಿಯಲು ಸಿದ್ಧ. ದೈಹಿಕ ಶ್ರಮ ಬೇಡುವ ಕೆಲಸದಲ್ಲಿ (ಕ್ರೀಡೆ, ವ್ಯಾಯಾಮ ಇತ್ಯಾದಿ) ತನ್ನನ್ನು ತೊಡಗಿಸಿಕೊಳ್ಳುವುದು, ಲೈಂಗಿಕ ಕ್ರಿಯೆ, ಇಷ್ಟದ ಆಹಾರ ಸೇವನೆ, ಮಾದಕ ದ್ರವ್ಯದ ಮೊರೆ ಹೋಗುವುದು ಇತ್ಯಾದಿಗಳೆಲ್ಲ ಆತ ಸುಖದ ಅನ್ವೇಷಣೆಯಲ್ಲಿ ಕಂಡುಕೊಂಡ ದಾರಿಗಳೇ ಆಗಿವೆ. ಇನ್ನೊಂದೆಡೆ,

ಸಹಜೀವನ ಪ್ರೀತಿ ಧರ್ಮಕಾರ್ಯ ಇತರರಿಗೆ ಸಹಾಯ ಮಾಡುವುದರಲ್ಲೂ ಆ ಸುಖವನ್ನು ಆತ ಪಡೆಯಬಲ್ಲ. ಬಹುಸಂಖ್ಯಾತ ಜನರ ಪ್ರಾಣಿ, ಸಸ್ಯಗಳೆಡೆಗಿನ ಪ್ರೀತಿಯ ಮೂಲ ಸೆಲೆ ಈ ಎರಡನೆಯ ವಿಧದಲ್ಲಿಯೇ ಇದ್ದೀತು.

'ನಿಜವಾದ ಸುಖವೆಂದರೆ ಆತ್ಮಸ್ಥ ಸುಖ ಮಾತ್ರ. ಮನುಷ್ಯ ಸುಖಕ್ಕಾಗಿ ಹಂಬಲಿಸುವುದು ಆತ್ಮವನ್ನು ಕುರಿತು ಹಂಬಲಿಸಿದಂತೆಯೇ ಆದರೂ ಅದರ ಅರಿವಿಲ್ಲದೇ ಆತ ಬಾಧೆ ಪಡುತ್ತಾನೆ. ನಿಜಾತ್ಮವು ಅಳಿದುಹೋಗದಂಥದ್ದು. ಆದ್ದರಿಂದ ಮನುಷ್ಯನು ಆತ್ಮಸ್ಥ ಸುಖವನ್ನು ಪಡೆದಾಗ, ಶಾಶ್ವತ ಸುಖವನ್ನು ಹೊಂದುತ್ತಾನೆ. ಆ ನಿಜ ಸುಖದ ಅರಿವಿಲ್ಲದೇ ಪ್ರತಿಯೊಬ್ಬನೂ ಅರಿತೋ ಅರಿಯದೆಯೋ ಅದರ ಹುಡುಕಾಟದಲ್ಲೇ ಜೀವನ ಪೂರ್ತಿ ಅಸುಖಿಯಾಗಿಯೇ ಇರುತ್ತಾನೆ' ಎನ್ನುತ್ತಾರೆ ರಮಣ ಮಹರ್ಷಿಗಳು.

ಆತ್ಮಸ್ಥ ಸುಖ ಹಾಗೂ ದೇಹಸ್ಥ ಸುಖದ ನಡುವಿನ ವ್ಯತ್ಯಾಸ ಅರಿಯದ ಮನುಷ್ಯ, ದೇಹಸ್ಥ ಸುಖವೇ ನಿಜಸುಖವೆಂಬ ತಿಳಿವಳಿಕೆಯಿಂದ ಅದನ್ನು ದಕ್ಕಿಸಿಕೊಳ್ಳಲೋಸುಗ ಏನಾದರೂ ಒಂದು ಮಾಡುತ್ತಲೇ ಇರುತ್ತಾನೆ. ಪಾಪಕಾರ್ಯವನ್ನೇ ಮಾಡಲಿ ಅಥವಾ ಸಾಕು ಪ್ರಾಣಿಗಳನ್ನು ಪ್ರೀತಿಸುವಂಥ ಕಾರ್ಯದಲ್ಲಿ ತೊಡಗಿಸಿಕೊಳ್ಳಲಿ. ಎರಡರ ಗುರಿಯೂ ಒಂದೇ, ಮಾರ್ಗಗಳು ಬೇರೆ ಬೇರೆ ಅಷ್ಟೇ. ಒಂದು ತಾಮಸ ಮಾರ್ಗ ಇನ್ನೊಂದು ಸಾತ್ವಿಕ ಮಾರ್ಗ ಎಂದು ನಾವು ವಿಂಗಡಿಸಿಕೊಳ್ಳಬೇಕಷ್ಟೇ. ಯಾವುದರಲ್ಲೂ ಆತನಿಗೆ ಶಾಶ್ವತ ಸುಖ ಲಭ್ಯವಾಗದ ಕಾರಣ ಆತನ ಈ ಎಲ್ಲ ಕ್ರಿಯೆಗಳು ಅನವರತವಾಗಿ ಸಾಗುತ್ತಲೇ ಇರುತ್ತದೆ.

■

ಕೊನೆಯಲ್ಲೊಂದು ಘಟನೆಯನ್ನು ನೆನಪಿಸಿಕೊಳ್ಳುತ್ತ ಈ ಲೇಖನ ಮುಗಿಸುತ್ತೇನೆ.

ಮೊನ್ನೆ ಬಿಳಿಗಿರಿ ರಂಗನ ದರ್ಶನ ಮುಗಿಸಿ ಕೆಳಗಿಳಿಯುತ್ತಿರುವ ಸಂದರ್ಭದಲ್ಲಿ– ಗಂಡ ಹೆಂಡತಿ ಹಾಗೂ ಹತ್ತೋ–ಹನ್ನೆರಡೋ ವಯಸ್ಸಿನ ಮಗನನ್ನೊಳಗೊಂಡ ಕುಟುಂಬವೊಂದು ದಾರಿಯ ಅಕ್ಕ ಪಕ್ಕ ಸುಳಿದಾಡುವ ಮಂಗಗಳಿಗೆ ತಿನ್ನಲು ನೀಡುತ್ತ ಖುಷಿ ಪಡುತ್ತಿದ್ದರು. ತಮ್ಮ ಕೈಲಿದ್ದ ಆಹಾರ ಖಾಲಿಯಾಗುತ್ತಲೇ, ಆ ಗಂಡಸು ಹತ್ತಿರದ ಅಂಗಡಿಯಿಂದ ಏನಾದರೂ ಖರೀದಿಸಿ ತರುವಂತೆ ಮಗನನ್ನು ಕಳಿಸಿದ. ಆತ ಜಿಗಿಜಿಗಿದು ಹೋಗಿ ಮೂರ್ನಾಲ್ಕು ಬಾಳೆ ಹಣ್ಣು, ಪೇರಲಗಳನ್ನು ತಂದ. ಅದನ್ನೂ ಹೆಮ್ಮೆಯಿಂದ ಮಂಗಗಳಿಗೆ ತಿನ್ನಿಸಿ ತೃಪ್ತಿಯಾದ ನಂತರ ಮೆಟ್ಟಿಲುಗಳನ್ನಿಳಿಯುತ್ತಿರುವಾಗ, ಅಲ್ಲೇ ಪಕ್ಕದಲ್ಲಿ ಕೂಗಿ ಕರೆಯುತ್ತಿರುವ ಭಿಕ್ಷುಕರನ್ನು ಗಮನಿಸಿಯೂ ಅತ್ತ ದೃಷ್ಟಿ ಹರಿಸದೇ, ತಲೆಯೆತ್ತಿ ನೇರ ನೋಡುತ್ತ ತನ್ನ ಕಾರಿನತ್ತ ಧಾವಿಸಿದ ಆತ. ತನ್ನ ಕಾರಿನವರೆಗೂ ಹಿಂಬಾಲಿಸಿ ಬಂದ ಬೇಡುವ ಬಾಲಕನನ್ನು ದೂರ ಸರಿಯುವಂತೆ ಬೈದು ಕಾರಿನ ಬಾಗಿಲು ಹಾಕಿಕೊಂಡ.

ಆತ ಬೆಲ್ಟ್ ಧರಿಸಿ, ತಂಪು ಕನ್ನಡಕ ಏರಿಸಿ, ಹಿಂದೆ ಮುಂದೆ ನೋಡುತ್ತ ಕಾರನ್ನು ಪಾರ್ಕಿಂಗ್ ಜಾಗದಿಂದ ಹಿಂದೆಗೆಯುವಷ್ಟರಲ್ಲಿ, ಹಿಂದಿನ ಸೀಟಿನಲ್ಲಿ ಕುಳಿತಿದ್ದ ಆತನ ಮಗ ಟ್ಯಾಬಿನಲ್ಲಿ ಯಾವುದೋ ಆಟ ಆಡಲು ಶುರುಮಾಡಿದ್ದ. ಆ ಕ್ಷಣಕ್ಕೆ– ಕಾಡಿನಲ್ಲಿ ಸಂಚರಿಸುತ್ತ ಎದುರು ಸಿಕ್ಕ ಪ್ರಾಣಿಗಳನ್ನು ಕೋವಿಯಿಂದ 'ಡಿಶುಂ...' 'ಡಿಶುಂ...' ಎಂದು ಶೂಟ್ ಮಾಡುವ ಯಾವುದಾದರೂ ಹಂಟಿಂಗ್ ಗೇಮನ್ನೇ ಆತ ಆಡುತ್ತಿರಬಹುದು ಎಂದೆನಿಸಿಬಿಟ್ಟಿತು ನನಗೆ!

'ಎಲ್ಲದರಲ್ಲೂ ನೆಗೆಟೀವನ್ನೇ ಕಾಣುವ ನಿನಗೆ ಇಂಥಾ ಆಲೋಚನೆಗಳೇ ಬರುವುದು. ಆತ ಬೇರ್‍ಯಾವುದೋ ವಿಡಿಯೋ ಗೇಮನ್ನು ಆಡುತ್ತಿರಬಾರದೇಕೆ?' ಎಂದು ಯಾರಾದರೂ ನನ್ನನ್ನು ಹಳಿದರೆ, ನನಗಷ್ಟು ಸಮಾಧಾನ. ಆತ್ಮಸ್ಥ ಸುಖದ ಅರಿವು ಸಾಮಾನ್ಯರಾದ ನಮ್ಮಂಥವರಾರಿಗೂ ಇಲ್ಲವೆಂದಮೇಲೆ, ಇತರರ ಸುಖದ ಆಯ್ಕೆಯನ್ನು ಪ್ರಶ್ನಿಸುವ, ವಿಶ್ಲೇಷಿಸುವ ಹಕ್ಕು ನಮಗೆಲ್ಲಿದೆ?

ಡಿಸೆಂಬರ್ 2022

ಭಾಗ 2

ಶೂಟಿಂಗ್ ಅ ಟೈಗರ್

"ನಾನೂ ಹುಲಿಯ ಮರಿಗಳಿಗೆ ಹಾಲು ಕುಡಿಸ್ಬೇಕು... ನಾನೂ ಹಾಲು ಕುಡಿಸ್ತೇನೆ ಪ್ಲೀಸ್..." ಎಂದು ದುಂಬಾಲು ಬಿದ್ದ ನನ್ನ ಮಿತ್ರನ ಹತ್ತು ವರ್ಷದ ಮಗ.

ಬ್ಯಾಂಕಾಕಿನ ಹೊರವಲಯದಲ್ಲಿರುವ ಉದ್ಯಾನ ಅದು, ಝೂ ಅನ್ನಲೂ ಬಹುದು. ಪ್ರವಾಸಿಗರನ್ನು ಸೆಳೆಯುವ ಹಲವಾರು ಆಕರ್ಷಣೆಗಳಿವೆ ಅಲ್ಲಿ. ಮೊಸಳೆಗಳಿಗೆ ಮಾಂಸ ತಿನ್ನಿಸುವುದು (ಸೇತುವೆಯ ಮೇಲೆ ನಿಂತು ಮಾಂಸದ ಮುದ್ದೆಯನ್ನು ಗಾಳಕ್ಕೆ ಸಿಕ್ಕಿಸಿ ಕೆಳಗಿರುವ ಕೊಳಕ್ಕೆ ಇಳಿ ಬಿಡುತ್ತಿರುವಂತೆ, ಕೊಳದಲ್ಲಿಯ ಮೊಸಳೆ ಚಂಗನೆ ನೆಗೆದು ಮಾಂಸವನ್ನು ಕಚ್ಚಿ ಎಳೆದುಕೊಳ್ಳುತ್ತದೆ), ಮಕಾವ್ ಹಕ್ಕಿಗಳಿಗೆ ಕಾಳುಣಿಸುವುದು (ಅಲ್ಲೇ ಸಿಗುವ ಪಕ್ಷಿ ಆಹಾರವನ್ನು ಖರೀದಿಸಿ ಬೊಗುಣೆಯಲ್ಲಿ ಹಿಡಿದು ನಿಂತರೆ, ದೊಡ್ಡ ಗಾತ್ರದ ಬಣ್ಣ ಬಣ್ಣದ ಗಿಳಿಗಳು ನಿಮ್ಮ ಹೆಗಲು, ಕೈಗಳ ಮೇಲೆ ಕುಳಿತು ಅದನ್ನು ತಿನ್ನುತ್ತವೆ)... ಹೀಗೇ ಟೂರಿಸ್ಟುಗಳ ರೋಮಾಂಚಕಾರಿ ಫೋಟೋ/ವಿಡಿಯೋಗಳಿಗೆ ಇಂಬುಗೊಡುವ ಸಂಗತಿಗಳೆಲ್ಲ ಅಲ್ಲಿವೆ.

ಅದೇ ರೀತಿ, ಹುಲಿ ಮರಿಗಳಿಗೆ ಹಾಲು ಕುಡಿಸುವುದು ಕೂಡಾ. ಕೋಣೆಯೊಂದರಲ್ಲಿ ಸಾಲು ಪಂಜರಗಳಿವೆ. ಒಂದೊಂದು ಪಂಜರದಲ್ಲೂ ನಾಲ್ಕರಿಂದ ಆರು ಹುಲಿ ಮರಿಗಳನ್ನು ಕೂಡಿಹಾಕಲಾಗಿದೆ. ಎಲ್ಲವೂ ಹೆಚ್ಚು ಕಮ್ಮಿ ಬೆಕ್ಕಿನ ಗಾತ್ರಕ್ಕಿಂತ ತುಸು ದೊಡ್ಡವು. ಅಲ್ಲೇ ಸಿಗುವ ನಿಪ್ಪಲ್ ಬಾಟಲಿಯಲ್ಲಿನ ಹಾಲು ಖರೀದಿಸಿ ಪ್ರವಾಸಿಗರು ಅವುಗಳಿಗೆ ಹಾಲುಣಿಸಬಹುದು. ನೀವು ಕೈಯಲ್ಲಿ ಬಾಟಲಿ ಹಿಡಿದು ಹತ್ತಿರ ಬರುತ್ತಿರುವಂತೆ, ಆ ಮರಿಗಳು ತಾಮುಂದು ತಾಮುಂದು ಎಂದು ಪೈಪೋಟಿಗೆ ಬಿದ್ದು ಪಂಜರದ ಸರಳುಗಳ ನಡುವೆ ಮೂತಿ ಹೊರಹಾಕಿ ದೈನ್ಯದಿಂದ ನಿಮ್ಮೆಡೆ ನೋಡುವುದನ್ನು ಕಂಡಾಗ, ಇವುಗಳಿಗೆ ಆಹಾರ ನೀಡದೇ ಹಸಿವಿನಿಂದ ಬಳಲುವಂತೆ ಮಾಡಿರಬೇಕು ಎಂದು ಯಾರಿಗಾದರೂ ಅನ್ನಿಸದೇ ಇರಲಾರದು. ನನ್ನ ಗೆಳೆಯನ ಮಗನೂ ಅವುಗಳಿಗೆ ಹಾಲು ಕುಡಿಸಲು ಕಾತರನಾಗಿದ್ದ, ನಮ್ಮಿಂದ ಅದರ ಹಸಿವಾದರೂ ಅಷ್ಟಿಷ್ಟು ಇಂಗಲಿ ಎನ್ನುತ್ತ ನಾವೂ ಅಲ್ಲಿ ಹಾಲಿನ ಬಾಟಲಿಗಳನ್ನು ತುಸು ಧಾರಾಳವಾಗೇ ಖರೀದಿಸಿದೆವು.

ಅಲ್ಲಿಂದ ಹೊರಬಿದ್ದು ಮುಂದೆ ನಡೆದರೆ, ನಮ್ಮ ಮನರಂಜನೆಗೆಂದೇ ವಿವಿಧ ಪ್ರಾಣಿಗಳು ತಯಾರಾಗಿದ್ದವು. ದೊಡ್ಡ ಪಂಜರವೊಂದರಲ್ಲಿ ಬಾಕ್ಸಿಂಗ್ ಗ್ಲೌಸ್ ಧರಿಸಿದ ಒರಾಂಗುಟಾನ್ ತಳಿಯ ಮಂಗಗಳು ಒಂದಕ್ಕೊಂದು ಕೈ ಕೈ ಮಿಲಾಯಿಸಿ ಹೊಡೆದಾಡುತ್ತಿದ್ದವು (ಅದೂ ಗಂಡು ಕೋತಿ ಬರ್ಮುಡಾ ಚಡ್ಡಿ ಧರಿಸಿ, ಹೆಣ್ಣು ಕೆಂಪು ಬಣ್ಣದ ಬಿಕಿನಿ ತೊಟ್ಟು!), ಅಂಗಳವೊಂದರಲ್ಲಿ ಆನೆಗಳು ಫುಟ್‌ಬಾಲ್ ಆಡುತ್ತ, ವಿವಿಧ ಕಸರತ್ತುಗಳನ್ನು ಮಾಡುತ್ತಿದ್ದವು. ಇನ್ನೊಂದೆಡೆ, ಕಾಲಿನಿಂದ ಕುತ್ತಿಗೆಯ ತನಕ ಮೈಮೇಲೆ ಚೇಳುಗಳನ್ನು ಹತ್ತಿಸಿಕೊಂಡು ಹೆಂಗಸೊಬ್ಬಳು ನಿಂತಿದ್ದಳು. ನಮಗೂ ಆಸಕ್ತಿಯಿದ್ದರೆ ಮೈಕೈಮೇಲೆ ಚೇಳು ಹರಿಬಿಟ್ಟುಕೊಳ್ಳುವ ಅವಕಾಶವಿತ್ತಲ್ಲಿ.

ಇವುಗಳನ್ನೆಲ್ಲಾ ಅಚ್ಚರಿಯಿಂದ ನೋಡುತ್ತ ಕೊನೆಯಲ್ಲಿ ಬಂದರೆ, ಅಲ್ಲಿದ್ದುದು ಇಡೀ ಉದ್ಯಾನದ ಆಕರ್ಷಣೆಯ ಕೇಂದ್ರ ಸ್ಥಾನ. ಹಾಗೂ, ವಾರೆಂಟ್ ಸಾಟ್ ಎನ್ನುವ ಈ ವ್ಯಕ್ತಿ ನನಗೆ ಸಿಕ್ಕಿದ್ದೂ ಅಲ್ಲಿಯೇ.

ಅಲ್ಲಿ– ಸದೃಢವಾಗಿ ಬೆಳೆದ ಕಟ್ಟುಮಸ್ತಿನ ಹುಲಿಗಳ ಬೆನ್ನ ಮೇಲೆ ಕೈ ಇಟ್ಟು ನೀವು ಫೋಟೋ ತೆಗೆಸಿಕೊಳ್ಳಬಹುದು. ಅವುಗಳ ಕುತ್ತಿಗೆಯ ಸರಪಳಿ ಹಿಡಿದು ನಾಯಿಯ ಜೊತೆ ವಾಕಿಂಗ್ ಹೋದಂತೆ ಒಂದು ಸುತ್ತು ನಡೆದಾಡಿ ವಿಡಿಯೋ ಮಾಡಬಹುದು. ಹುಲಿಯೊಂದು ತನ್ನ ಕತ್ತು ತುಸುವೇ ತಿರುಗಿಸಿದರೂ, ಕಾಲನ್ನು ಎತ್ತಿ ಒಂದೇ ಹೆಜ್ಜೆ ಮುಂದಿಟ್ಟರೂ ಅದರಲ್ಲಿ ವಿಶೇಷ ಆಕರ್ಷಣೆಯಿದೆಯಷ್ಟೇ? ಅಂಥದ್ದರಲ್ಲಿ ಅದರ ಬೆನ್ನು ಸವರುವ ಅವಕಾಶವೆಂದರೆ ಕೇಳಬೇಕೇ? ಬಹಳಷ್ಟು ಪ್ರವಾಸಿಗರು ಅಲ್ಲಿ ನೆರೆದು ಅತ್ಯುತ್ಸಾಹದಿಂದ ಓಡಾಡುತ್ತ ಫೋಟೋ ವಿಡಿಯೋ ಮಾಡುವಲ್ಲಿ ತಲ್ಲೀನರಾಗಿದ್ದರು.

ಬೇಕಾದರೆ ಹುಲಿಯ ಮೂತಿಗೆ ಕೋಲಿನಿಂದ ಜೋರಾಗಿ ತಿವಿದು ಅದು ಬಾಯಿ ತೆಗೆದು ಗರ್ಜಿಸುವಂತೆಯೂ ಮಾಡಲಾಗುತ್ತದೆ. ಆಗ ಗರ್ಜಿಸುತ್ತಿರುವ ಹುಲಿಯ ಪಕ್ಕ ನಿಂತು ಫೋಟೋ ತೆಗೆಸಿಕೊಂಡ ಹೆಮ್ಮೆ ನಿಮ್ಮದಾಗುತ್ತದೆ. ಅದಕ್ಕಾಗಿ ನೀವು ಸ್ವಲ್ಪ ಹೆಚ್ಚು ಹಣ ನೀಡಬೇಕಷ್ಟೇ.

ಇದೆಲ್ಲ ಹೇಗೆ ಎಂದು ದಿಗ್ಭ್ರಮೆಗೊಳ್ಳುತ್ತ ತುಸು ದೂರದಿಂದಲೇ ನಾವು ಅಲ್ಲಿ ನಡೆಯುತ್ತಿರುವುದನ್ನು ವೀಕ್ಷಿಸುತ್ತಿದ್ದೆವು. ಅಲ್ಲೇ ನಮ್ಮ ಪಕ್ಕದಲ್ಲಿ ಸುಮಾರು ಹೊತ್ತಿನಿಂದ ಇವೆಲ್ಲವನ್ನೂ ಒಂದು ಸ್ಥಾಯೀಭಾವದಲ್ಲಿ ನೋಡುತ್ತ ನಿಂತಿದ್ದ ವ್ಯಕ್ತಿ ನನ್ನ ಗಮನಕ್ಕೆ ಬಾರದಿರಲಿಲ್ಲ. ಎಪ್ಪತ್ತರ ಹತ್ತಿರದ ವಯಸ್ಸು, ನೋಡಲು ಥೈಲಾಂಡ್ ದೇಶಿಗನಂತೆಯೇ ಇದ್ದ. ಕೂದಲನ್ನು ಹಿಂದಕ್ಕೆ ಕಟ್ಟಿ ಹೆಂಗಸರಂತೆ ಜುಟ್ಟು ಬಿಟ್ಟಿದ್ದ. ಪಂಚೆಯಂತೆ ಕಾಣುವ ದೊಗಳೆ ಪ್ಯಾಂಟು, ಟೀಶರ್ಟ್ ಧರಿಸಿದ್ದ. ಅತ್ತ– ಹುಲಿಯೊಡನೆ ಫೋಟೋ ತೆಗೆಸಿಕೊಳ್ಳುವ ಹುಮ್ಮಸ್ಸಿನಲ್ಲಿದ್ದ ಗುಂಪಿನಲ್ಲಿಯ ಒಬ್ಬ ಇನ್ನೊಬ್ಬನಿಗೆ, "ಹುಲಿಯ ಕಣ್ಣುಗಳ ಮೇಲೆಯೇ ಫೋಕಸ್ ಮಾಡು. ಅವು ಲೆನ್ಸಿಗೆ ಕಾಂಟಾಕ್ಟ್ ಆಗಬೇಕು, ಆಗ ಫೋಟೋ ಅಮೋಘವಾಗಿ ಬರುತ್ತದೆ" ಎನ್ನುವ ಸಲಹೆ

ನೀಡುತ್ತಿದ್ದರೆ; ಅದನ್ನು ಕೇಳಿಸಿಕೊಂಡ ನನ್ನ ಪಕ್ಕದಲ್ಲಿಯ ಈ ಜುಟ್ಟಿನ ವ್ಯಕ್ತಿ, "ಅದು ಸಹಜವಾಗಿರುವ ಹುಲಿಗಳಿಗೆ ಅಷ್ಟೈ ಆಗುವ ಸಂಗತಿ ಮರುಳಾ, ಇವುಗಳಿಗಲ್ಲ. ಪ್ರಾಣಿಗಳ ಕಣ್ಣು ಎಂದೂ ಸುಳ್ಳು ಹೇಳುವುದಿಲ್ಲ..." ಎಂದು ತನ್ನಷ್ಟಕ್ಕೇ ತಾನು ಗೊಣಗಿಕೊಂಡ.

ಆ ಮಾತು ನನ್ನ ಕುತೂಹಲ ಕೆರಳಿಸಿ, ಅದೇನೆಂದು ನಾನು ಆತನಲ್ಲಿ ವಿಚಾರಿಸಿ, ಅಲ್ಲಿಂದಲೇ ನಮ್ಮಿಬ್ಬರ ಪರಿಚಯವೂ ಆಗಿ, ಇಬ್ಬರೂ ಉದ್ಯಾನವನದಲ್ಲಿ ಒಂದು ಸುತ್ತು ತಿರುಗಿಬಂದು, ರೆಸ್ಟಾರೆಂಟಿನಲ್ಲಿ ಬ್ಲಾಕ್ ಕಾಫಿ ಹೀರುತ್ತ ಕುಳಿತು ಹರಟುವ ಘಟ್ಟಕ್ಕೆ ತಲುಪಿದ್ದು ಒಂದು ರೀತಿಯ ಕಾಕತಾಳೀಯವೇ. ಅದು ಹೇಗೆ ವಿದೇಶೀಯನೊಬ್ಬ ಅಷ್ಟು ಕಡಿಮೆ ಸಮಯದಲ್ಲಿ ಆತ್ಮೀಯತೆ ಬೆಳೆಸಿಕೊಂಡು ತನ್ನ ಕಥೆಯನ್ನೆಲ್ಲ ಅರುಹಿದ ಎನ್ನುವ ಆಶ್ಚರ್ಯ ನನಗೆ ಇಂದಿಗೂ ಇದೆ.

■

ಅವನ ಹೆಸರು ವಾರೆಂಟ್ ಸಾಟ್. ಥೈಲಾಂಡಿನವನೇ. ಅಮೇರಿಕನ್ ಸೈನ್ಯದಲ್ಲಿ ನಾಲ್ಕು ವರ್ಷ ಕೆಲಸ ಮಾಡಿರುವವ. ಹತ್ತೊಂಭತ್ತರ ಶತಕದಲ್ಲಿ ನಡೆದ ವಿಯಟ್ನಾಂ ಯುದ್ಧದಲ್ಲಿ ಭಾಗವಹಿಸಿದ್ದ... ಎನ್ನುವ ವಿವರಗಳನ್ನೆಲ್ಲ ಕೇಳಿ ತಿಳಿದ ನಾನು;

"ಹಾಗಾದರೆ ನೀವು ನಿವೃತ್ತ ಅಮೇರಿಕನ್ ಯೋಧ ಅನ್ನಿ..." ಎಂದೆ.

"ಅಲ್ಲ ನಾನೊಬ್ಬ ಪ್ರೊಫೆಷನಲ್ ಫೋಟೋಗ್ರಾಫರ್" ಎಂದು ಉತ್ತರಿಸಿದ ಆತ.

ನನಗಾದ ಅಚ್ಚರಿಯ ಅರಿವಾಗಿರಬೇಕು ಅವನಿಗೆ. 'ಇಲ್ಲಿ ನೋಡಿ ನಾನು ತೆಗೆದ ಫೋಟೋಗಳು' ಎನ್ನುತ್ತ ತನ್ನ ಮೊಬೈಲಿನಲ್ಲಿ ಹತ್ತಾರು ಅಮೇರಿಕನ್ ರೂಪದರ್ಶಿಗಳ ವಿವಿಧ ಭಂಗಿಯ ಮಾದಕ ಫೋಟೋಗಳನ್ನು ಸ್ಕ್ರಾಲ್ ಮಾಡಿ ತೋರಿಸಿದ. ಈತ ತಮಾಷೆ ಮಾಡುತ್ತಿರಬೇಕೆನ್ನಿಸಿತು ನನಗೆ. ನಂತರ- ತಾನು ನ್ಯೂಯಾರ್ಕಿನ ಫ್ಯಾಷನ್ ಮ್ಯಾಗಝಿನ್ ಒಂದರ ಮುಖ್ಯಸ್ಥನಾಗಿದ್ದೆ. ಎಂತೆಂಥವರೆಲ್ಲ ತನ್ನ ಕ್ಯಾಮರಾ ಕೈಚಳಕದಿಂದ ಪ್ರಸಿದ್ಧ ಮಾಡೆಲ್‌ಗಳಾದರು, ಹಾಲಿವುಡ್ಡಿಗೆ ಎಂಟ್ರಿ ಪಡೆದರು ಎಂಬುದನ್ನೆಲ್ಲಾ ವಿವರಿಸಿದ. ನಾನು ಅಲ್ಲಿಯೇ ಆತನ ಹೆಸರನ್ನು ಗೂಗಲ್ ಮಾಡಿ, ಆತ ಹೇಳುತ್ತಿರುವುದು ನಿಜವಿರಬಹುದೇ ಎಂದು ಮೊಬೈಲಿನಲ್ಲಿ ಪರೀಕ್ಷಿಸತೊಡಗಿದೆ. ಆತನೇ ಮುಂದಾಗಿ, 'ವಾರೆಂಟ್ ಸಾಟ್' ಎನ್ನುವ ತನ್ನ ಹೆಸರಿನ ಸ್ಪೆಲ್ಲಿಂಗನ್ನು ಬಿಡಿಬಿಡಿಯಾಗಿ ಉಚ್ಚರಿಸುತ್ತ ಟೈಪಿಸಲು ಸಹಾಯ ಮಾಡಿದ.

ಆತ ನ್ಯೂಯಾರ್ಕ್ ಪತ್ರಿಕೆಯೊಂದರ ಕ್ರಿಯೇಟಿವ್ ಡೈರಕ್ಟರನೆನ್ನುವ ಮಾಹಿತಿಯೊಂದಿಗೆ, ಅನೇಕ ಮಾಡೆಲ್ಲುಗಳ ಪಟದ ಜೊತೆಗೆ ಆತನ ಹತ್ತಾರು ಫೋಟೋಗಳನ್ನೂ ಗೂಗಲ್ ಹೆಕ್ಕಿ ಕೊಟ್ಟಿತು. ಭುಜದಿಂದ ಇಳಿಬಿದ್ದು ಸೊಂಟದವರೆಗೂ ಚಾಚಿರುವ ನೀಳ ಕೇಶರಾಶಿಯನ್ನು ಹೊರತುಪಡಿಸಿದರೆ ಆತ

ಈತನೇ ಎಂಬುದು ಖಚಿತವಾಯಿತು ನನಗೆ.

"ಆಗ ಉದ್ದ ಕೂದಲು ಬಿಟ್ಟಿದ್ದೆ. ಈಗ ಇದಷ್ಟೇ ಇದೆ" ಎಂದು ತನ್ನ ಪೋನಿ ಟೇಲನ್ನು ಅಲ್ಲಾಡಿಸುತ್ತ ಮುಗುಳ್ನಕ್ಕ. ತಾನು ಆತುಕೊಂಡು ನಿಂತಿರುವ ಪೋರ್ಷೆ ಕಾರಿನ ಫೋಟೋವನ್ನು ನನ್ನೆದುರಿಗೆ ಹಿಡಿದು,

"ಇಂಥ ಮೂರು ಕಾರುಗಳಿದ್ದವು ನನ್ನಲ್ಲಿ. ಅವನ್ನೆಲ್ಲ ತ್ಯಜಿಸಿ ಬಂದು, ಈಗ ಸ್ವದೇಶದಲ್ಲಿ ಅಂಡಲೆಯುತ್ತ ಆರಾಮದಲ್ಲಿದ್ದೇನೆ" ಎಂಬುದಾಗಿ ಹೇಳಿದ.

■

ಆತನ ಕಥೆಯನ್ನು ಸಂಕ್ಷಿಪ್ತವಾಗಿ ಹೇಳಿಬಿಡುತ್ತೇನೆ. ವಾರೆಂಟ್ ಸಾಟ್‌ನಿಗೆ ಚಿಕ್ಕಂದಿನಿಂದಲೂ ಫೋಟೋಗ್ರಾಫಿ ಹುಚ್ಚು. ಬ್ಯಾಂಕಾಕ್ ಯುನಿವರ್ಸಿಟಿಯಲ್ಲಿ ಅದೇ ವಿಷಯದಲ್ಲಿ ವ್ಯಾಸಂಗ ಮಾಡುತ್ತಿದ್ದ ಅವನನ್ನು ಯು.ಎಸ್. ಆರ್ಮಿಯವರು ಕ್ಯಾಂಪಸ್ ರಿಕ್ರೂಟ್ ಮಾಡಿ ಸೀದಾ ತೆಗೆದುಕೊಂಡು ಹೋಗಿ ಬಿಟ್ಟದ್ದು ವಿಯಟ್ನಾಮ್ ಯುದ್ಧ ಭೂಮಿಯಲ್ಲಿ. 1969 ನೇ ಇಸ್ವಿಯಂತೆ ಅದು. ಈತನಿಗಾಗ ಇಪ್ಪತ್ತು ವರ್ಷ. ಅಲ್ಲಿ ಅವನ ಕೆಲಸವೂ ವಿಚಿತ್ರವಾಗಿತ್ತು. ಹಾರುತ್ತಿರುವ ಹೆಲಿಕಾಪ್ಟರಿನಲ್ಲಿ ಕುಳಿತು ಕಿಟಕಿಯಿಂದ ಕೆಳಕ್ಕೆ ಬಗ್ಗಿ ಕೈಲಿರುವ ಕ್ಯಾಮರಾದಿಂದ ಭೂಮಿಯ ಫೋಟೋವನ್ನು ತೆಗೆಯುವುದು. ಒಂದೆರಡು ಫೋಟೋವಲ್ಲ, ಹಾರಾಡುತ್ತಿರುವ ಅಷ್ಟೂ ಸಮಯ ಕೈ ಅಲುಗದಂತೆ ಗಟ್ಟಿಯಾಗಿ ಹಿಡಿದು ಚಕಚಕನೆ ಫೋಟೋ ತೆಗೆಯುತ್ತಲೇ ಇರಬೇಕು. ನಂತರ ಡಾರ್ಕ್ ರೂಮಿನಲ್ಲಿ ಆ ಫೋಟೋಗಳನ್ನೆಲ್ಲ ಡೆವಲಪ್ ಮಾಡಿ, ಸರಿಯಿರುವುದನ್ನು ಆಯ್ದು, ಹೊಂದಿಸಿ, ಆಯಾ ಭೂಪ್ರದೇಶದ ನಕಾಶೆ ಸಿದ್ಧಪಡಿಸಬೇಕು.

ಆ ನಕಾಶೆಯನ್ನು ನೋಡಿಯೇ ಸೈನ್ಯಾಧಿಕಾರಿಗಳು ಮರುದಿನ ಯಾವ ಸ್ಥಳದಲ್ಲಿ ಬಾಂಬ್ ಹಾಕಬೇಕೆಂಬುದನ್ನು ನಿಶ್ಚಯಿಸುತ್ತಿದ್ದರು. (ವೈರಿ ದೇಶದ ನಿರ್ದಿಷ್ಟ ಭಾಗದ ಕರಾರುವಾಕ್ ಭೂಪಟ ಪಡೆಯಲು ಇವತ್ತಿಗಿರುವ ಟೆಕ್ನಾಲಜಿಗಳು ಅಂದು ಲಭ್ಯವಿರಲಿಲ್ಲವಷ್ಟೇ) ಈತ ಅದೆಷ್ಟು ಚಾಕಚಕ್ಯತೆಯಿಂದ ಫೋಟೋಗಳನ್ನು ಕ್ಲಿಕ್ಕಿಸುತ್ತಾನೆ, ಅದೆಷ್ಟು ಬುದ್ಧಿವಂತಿಕೆಯಿಂದ ಅವನ್ನೆಲ್ಲ ಹೊಂದಿಸಿ ಭೂಪಟ ಸಿದ್ಧಪಡಿಸುತ್ತಾನೆ ಎಂಬುದರ ಮೇಲೇ, ಅಮೇರಿಕನ್ ಸೈನ್ಯ ವಿಯಟ್ನಾಮ್ ನೆಲದ ಮೇಲೆ ಮಾಡುವ ಹಾನಿಯ ಪ್ರಮಾಣ ನಿರ್ಧರಿತವಾಗುತ್ತಿತ್ತು.

ಹೀಗೊಮ್ಮೆ, ವಿಯಟ್ನಾಮೀ ಸೈನಿಕರು ನೆಲದಿಂದ ಮೇಲಕ್ಕೆ ಹೆಲಿಕಾಪ್ಟರಿನತ್ತ ಹಾರಿಸಿದ ಗುಂಡು ವಾರೆಂಟ್ ಸಾಟ್‌ನ ಕತ್ತಿನ ಪಕ್ಕದಲ್ಲೇ ತೂರಿ ಕಿವಿಯನ್ನು ಸವರಿ ಹೋಗಿ, ಈತ ಆ ತುರ್ತಿಗೆ ಮಿಲಿಟರಿ ಕ್ಯಾಂಪು, ಆನಂತರ ಬ್ಯಾಂಕಾಕಿನ ದೊಡ್ಡ ಆಸ್ಪತ್ರೆಗಳಲ್ಲೆಲ್ಲ ಚಿಕಿತ್ಸೆ ಪಡೆದು ಗುಣಮುಖನಾದ. ನಂತರ ಅವನಿಗೆ ಅಮೇರಿಕಾದ

ವಿಸಾ ದೊರೆತು, ಸೈನ್ಯದಿಂದ ನಿವೃತ್ತಿ ಪಡೆದು ತನ್ನ ಮೆಚ್ಚಿನ ಫೋಟೋಗ್ರಾಫಿ ಕ್ಷೇತ್ರದಲ್ಲೇ ಮುಂದುವರಿದು, ನ್ಯೂಯಾರ್ಕಿನ ಪ್ರತಿಷ್ಠಿತ ಫ್ಯಾಷನ್ ಮ್ಯಾಗಜಿನ್ನಿನ ಮುಖ್ಯಸ್ಥನಾಗಿ, ಗ್ಲಾಮರ್ ಲೋಕದಲ್ಲಿ ಮಿಂಚಿ, ಹಣ ಕೀರ್ತಿಯನ್ನೆಲ್ಲ ದಂಡಿಯಾಗಿ ಸಂಪಾದಿಸಿದ. ತನ್ನ ಹರಿದ ಕಿವಿಯನ್ನು ಮುಚ್ಚಿಡಲೋಸ್ಕರವೇ ಉದ್ದ ಕೂದಲು ಬೆಳೆಸಿಕೊಂಡಿದ್ದ ಎಂಬುದು ಆತನದೇ ಸಮಜಾಯಿಷಿ.

ಅಷ್ಟೆಲ್ಲಾ ಇದ್ದವ, ಐಷಾರಾಮಿ ಲೋಕದಲ್ಲಿ ಮುಳುಗಿದ್ದವ ಈಗೇಕೆ ಈರೀತಿ ತನ್ನ ಹರಕು ಕಿವಿ ಪ್ರದರ್ಶಿಸಿಕೊಂಡು, ಮಾಸಿದ ದೊಗಲು ಬಟ್ಟೆ ಧರಿಸಿ, ಥೈಲಾಂಡಿನ ಮೃಗಾಲಯಗಳಲ್ಲಿ ಅಲೆದಾಡುತ್ತಿದ್ದಾನೆ ಎನ್ನುವ ಪ್ರಶ್ನೆ ಮೂಡುತ್ತಿರುವಂತೆ ಆತನ ಕಥೆಯ ಉತ್ತರಾರ್ಧ ತೆರೆದುಕೊಳ್ಳುತ್ತದೆ.

"ಹಣ ದಂಡಿಯಾಗಿ ಸಿಕ್ಕಮೇಲೆ ಅದನ್ನು ಖರ್ಚು ಮಾಡಲು ಮತ್ತೇನಾದರೊಂದು ಗೀಳು ಕೆಲವರಿಗೆ ಅಂಟಿಕೊಳ್ಳುತ್ತದಲ್ಲ. ಅದು ನನಗೂ ಹತ್ತಿತು. ಅರೆನಗ್ನ ಮಾಡೆಲ್ಲುಗಳ ಫೋಟೋ ತೆಗೆಯುತ್ತ ಗಳಿಸಿದ ಹಣವನ್ನು, ಸಂಪೂರ್ಣ ನಗ್ನ ಮಾಡೆಲ್ಲುಗಳ ಫೋಟೋ ಸೆರೆಹಿಡಿಯಲೋಸುಗ ವ್ಯಯಿಸತೊಡಗಿದೆ. ಐ ಸ್ವೇರ್, ಈ ಪೂರ್ಣ ಬೆತ್ತಲಿರುವ ಮಾಡೆಲ್ಲುಗಳ ಫೋಟೋ ತೆಗೆಯುವ 'ಕಿಕ್'ನ ಮುಂದೆ ಇವೆಲ್ಲ ಏನೂ ಅಲ್ಲ. ಅದೇ ನನ್ನ ಹವ್ಯಾಸವೂ ವ್ಯಸನವೂ ಆಗಿಹೋಯಿತು" ಎಂದ ಆತ.

ಇವನದು ಅಂಥ ಘನಂದಾರಿ ಕಥೆಯೇನಲ್ಲ. ಯಾವುದೋ ಪಾರ್ನ್ ಸ್ಕ್ಯಾಮಿನಲ್ಲಿ ಸಿಕ್ಕಿಹಾಕಿಕೊಂಡು ದಿವಾಳಿಯಾಗಿ ಅಮೇರಿಕಾ ಬಿಟ್ಟು ಓಡಿ ಬಂದಿರಬೇಕು ಎಂದು ನಾನು ಯೋಚಿಸತೊಡಗಿದೆ. ಅದನ್ನು ಸಹಜವಾಗಿ ಊಹಿಸಿದ ಆತ,

"ನಿನ್ನ ತಲೆಯಲ್ಲಿ ಏನು ಓಡ್ತಾ ಇದೆ ಅನ್ನೋದ ಬಲ್ಲೆ. ಅಂಥದ್ದೇನೂ ಇಲ್ಲ ಮಾರಾಯ. ಸುಮ್ಮನೇ ಮಾತಿಗೆ ಹಾಗೆ ಹೇಳಿದೆನಷ್ಟೇ. ನೇಕೆಡ್ ಮಾಡೆಲ್ಸ್ ಅಂತಾ ನಾನು ಅಂದದ್ದು ವನ್ಯಜೀವಿಗಳಿಗೆ" ಎನ್ನುವ ಸ್ಪಷ್ಟೀಕರಣ ನೀಡಿದ.

■

ವನ್ಯಜೀವಿ ಛಾಯಾಗ್ರಹಣದ ಹುಚ್ಚು ಹಿಡಿಸಿಕೊಂಡ ಆತ ಉದ್ದುದ್ದ ಕೊಳವೆಯ ಕ್ಯಾಮರಾ ಹೊತ್ತು ಕಾಡು ಮೇಡು ಅಲೆದನಂತೆ. ಮೆಕ್ಸಿಕೋದ ಕಾಡುಗಳಲ್ಲಿ ಈತರದ ಹವ್ಯಾಸಿಗಳಿಗೆಂದೇ ಒಂದು ವಿಶೇಷ ವ್ಯವಸ್ಥೆಯಿದೆ ಎಂಬುದನ್ನು ತಿಳಿದು, ಅಲ್ಲಿಗೂ ಹೋದ. ಅದೆಂತಹ ಅನನ್ಯ ಫೋಟೋಗಳನ್ನು ಅಲ್ಲಿ ತೆಗೆಯಲು ಸಾಧ್ಯವಾಗುತ್ತಿತ್ತೆಂದರೆ, ಕೇಳಿದಷ್ಟು ಹಣ ತೆತ್ತು ಪದೆ ಪದೆ ಹೋಗುತ್ತಿದ್ದ.

"ಅದೆಂಥಾ ವಿಶೇಷ ವ್ಯವಸ್ಥೆಯಿದೆ ಅಲ್ಲಿ?" ಎನ್ನುವ ನನ್ನ ಪ್ರಶ್ನೆಗೆ ಉತ್ತರವಾಗಿ ಆತ ನೀಡಿದ ಮಾಹಿತಿ ಆಘಾತಕಾರಿಯಾಗಿತ್ತು.

ಅದೊಂದು ದೊಡ್ಡ ಮಾಫಿಯಾ. ಇಂಥ ಶ್ರೀಮಂತ ಶೋಕಿದಾರರ ಕ್ಯಾಮರಾಕ್ಕೆ

ಸುಲಭದಲ್ಲಿ ಸೆರೆ ಸಿಕ್ಕಲೆಂದೇ ಅಲ್ಲಿಯ ಹುಲಿ ಸಿಂಹಗಳಿಗೆ ಮೆದು ಪ್ರಮಾಣದ ಡ್ರಗ್ಸ್ ನೀಡಿರುತ್ತಾರೆ. ಕಾಡ ನಡುವಿನ ಕೊಳದ ನೀರಲ್ಲಿ ಮಾದಕ ದ್ರವ್ಯ ಬೆರೆಸಿ, ಪ್ರಾಣಿಗಳೆಲ್ಲ ಮತ್ತೆ ಮತ್ತೆ ಅಲ್ಲಿ ನೀರು ಕುಡಿಯಲು ಬರುವಂತೆ ಮಾಡುತ್ತಾರೆ. ಆ ಕೊಳದ ಸುತ್ತಮುತ್ತಲಿನ ಮರಗಳ ಮರೆಯಲ್ಲಿ ಫೋಟೋ ತೆಗೆಯುವವರಿಗೆ ಅನುಕೂಲ ಒದಗಿಸಿರುತ್ತಾರೆ. ಪಕ್ಷಿಗಳಿಗೆಲ್ಲ ಮತ್ತು ಬರಿಸುವ ಕಾಳು ಕಡಿ ತಿನ್ನಿಸಿ ಅವುಗಳ ಆಹಾರ ಕ್ರಮವನ್ನೇ ಬದಲಾಯಿಸುವುದು, ಮರದ ಕೊಂಬೆಗಳಿಗೆಲ್ಲ ಅಂಟು ಬಳಿದು ಅಲ್ಲಿ ಕುಳಿತ ಹಕ್ಕಿಗಳು ರೆಕ್ಕೆ ಬಡಿಬಡಿಯುತ್ತ ಹಾರಲು ಹೆಣಗುವಂತೆ ಮಾಡುವುದು... ಹೀಗೇ ಆ ಇಡೀ ಕಾಡಿನ ಇಕೋ ಸಿಸ್ಟಂಅನ್ನೇ ಫೋಟೋಗ್ರಫಿಗೆ ಪೂರಕವಾಗುವಂತೆ ಮಾರ್ಪಡಿಸಲಾಗುತ್ತದೆ... ಇತ್ಯಾದಿ.

ಆಫ್ರಿಕಾದ ಕೆಲ ಕಾಡುಗಳಲ್ಲಿ, ಬೇಟೆಯಾಡುವವರಿಗಾಗಿ ಇಂಥದೇ ಒಂದು ವಿಶಿಷ್ಟ ವ್ಯವಸ್ಥೆ ಜಾರಿಯಲ್ಲಿದೆ ಎಂಬುದನ್ನು ಕೇಳ್ಪಟ್ಟಿದ್ದೆ ನಾನು. ಅಲ್ಲಿ ವನ್ಯ ಜೀವಿಗಳಿಗೆ ಮಾದಕ ದ್ರವ್ಯ ಕುಡಿಸಿ, ಅವು ಬೇಟೆಗಾರರಿಗೆ ಸುಲಭ ತುತ್ತಾಗುವಂತೆ ಮಾಡಲಾಗುತ್ತದೆ. ಬೇಟೆಗಾರನಿಗೆ ಆಟದಲ್ಲಿ ಸಾಕಷ್ಟು ಮಜವೂ ಸಿಗುವಂತಿರಬೇಕು, ಅದೇ ವೇಳೆ ಬೇಟೆ ಖಾತ್ರಿಯಾಗಿ ದಕ್ಕುವಂತೆಯೂ ಇರಬೇಕು. ಇಂಥ ಗ್ಯಾರಂಟೀ ಯೋಜನೆಯಿದು. ಗಲ್ಫ್ ದೇಶದ ಶೇಖ್‌ಗಳು, ಅಮೇರಿಕಾ ಯುರೋಪಿನ ಅತಿ ಸಿರಿವಂತ ಜನರು ಬೇಟೆಯಾಡಲು ಅಲ್ಲಿ ಸಾಕಷ್ಟು ಪ್ರಮಾಣದಲ್ಲಿ ಹೋಗುತ್ತಾರೆ. ಆದರೆ, ಹೀಗೆ ಛಾಯಾಚಿತ್ರಕ್ಕೋಸ್ಕರ ಕಾಡಿನ ಭಾಗವೊಂದರ ಪ್ರಾಣಿಗಳ ಜೀವನಕ್ರಮವನ್ನೇ ತಮ್ಮ ಹತೋಟಿಗೆ ತೆಗೆದುಕೊಳ್ಳುವ ಸಂಗತಿ ನಾನು ಮೊದಲಬಾರಿಗೆ ಕೇಳಿದ್ದೆ.

"ರಾಜಕೀಯ ನಾಯಕರು, ಸರಕಾರಿ ಅಧಿಕಾರಿಗಳ ಶಾಮೀಲಿನಿಂದಲೇ ಇವೆಲ್ಲ ನಡೆಯುವುದು. ಇದು ಹೊಸತೇನೂ ಅಲ್ಲ. ಜಗತ್ತಿನ ಹಲವೆಡೆ ಈ ಮಾಫಿಯಾ ಅಸ್ತಿತ್ವದಲ್ಲಿದೆ, ಬೇಕಾದರೆ ವಿಚಾರಿಸಿ ನೋಡು, ನಿಮ್ಮ ಭಾರತದಲ್ಲೂ ಇದು ನಡೆಯುತ್ತೆ. ಅಭಯಾರಣ್ಯಗಳೆಂದು ಕರೆಯಲ್ಪಡುವ ನ್ಯಾಷನಲ್ ಪಾರ್ಕುಗಳಲ್ಲಿ ಈ ದಂಧೆ ಹೆಚ್ಚು" ಎಂದ ಆತನ ಮಾತನ್ನು ಅರಗಿಸಿಕೊಳ್ಳಲು ನನಗೆ ಕಷ್ಟವೆನಿಸಿತು.

"ಅಂದಹಾಗೆ, ಇಲ್ಲಿ ಬೇರೇನೋ ನಡೆಯುತ್ತಿದೆ ಅಂದುಕೊಂಡಿದ್ದೀಯಾ?" ಎನ್ನುತ್ತ ಮಾತು ಮುಂದುವರಿಸಿದ ವಾರೆಂಟ್ ಸಾಟ್–

"ಗಾಳಕ್ಕೆ ಸಿಕ್ಕಿಸಿದ ಮಾಂಸದ ತುಂಡಿಗೆ ಅದೇನನ್ನು ಬೆರೆಸಿರಬಹುದು, ಮೊಸಳೆಗಳು ಆ ಪರಿಯಲ್ಲಿ ಮೇಲಕ್ಕೆ ನೆಗೆದು ಅದನ್ನು ಕಚ್ಚಿಕೊಳ್ಳುತ್ತವಲ್ಲ? ಬೋಗುಣಿಯಲ್ಲಿದ್ದುದು ಬರೀ ಕಾಳುಕಡಿಯಾಗಿದ್ದರೆ ಮಕಾವ್ ಪಕ್ಷಿಗಳು ಅರಸಿಬಂದು ನಿನ್ನ ಹೆಗಲ ಮೇಲೆ ಕುಳಿತು ಅವನ್ನು ತಿನ್ನುತ್ತಿದ್ದವೇ? ಹುಲಿಮರಿಗಳು ಹಾಲಿಗಾಗಿ ಪರಿತಪಿಸಲು ಅವುಗಳ ಹಸಿದ ಹೊಟ್ಟೆಯೊಂದೇ ಕಾರಣವೇ? ಚೇಳುಗಳ ವಿಷದ ಕೊಂಡಿಯನ್ನು ತುಂಡರಿಸಿ ಅವು ಕುಟುಕಲಾಗದಂತೆ ಮಾಡಿರುವುದಕ್ಕೇ ಅಲ್ಲವೇ ಅವನ್ನು ಮೈಮೇಲೆ ಬಿಟ್ಟುಕೊಳ್ಳಲು ಸಾಧ್ಯವಾಗುವುದು?..." ಆತ ಹೇಳುತ್ತಲೇ ಹೋದ–

"ಆ ಹುಲಿಗಳಿಗೆಲ್ಲ ಮಂಪರು ಬರಿಸುವ ಡ್ರಗ್ಸ್ ನೀಡಲಾಗಿದೆ. ಹೀಗಾಗಿಯೇ ಅವುಗಳೊಂದಿಗೆ ಪ್ರವಾಸಿಗರಿಗೆ ಈ ರೀತಿಯ ಒಡನಾಟ ಸಾಧ್ಯ. ಹುಲಿಯ ಕಣ್ಣುಗಳನ್ನು ಸೂಕ್ಷ್ಮವಾಗಿ ಗಮನಿಸಿದಾಗ ಅನುಭವಿಗಳಿಗೆ ಆ ವ್ಯತ್ಯಾಸ ಕಾಣುತ್ತದೆ. ಈ ಕುರಿತು ಸಾಕಷ್ಟು ಅಧ್ಯಯನ ನಡೆಸಿಬಿಟ್ಟಿರುವೆ ನಾನು."

■

ಇಲ್ಲೇನೋ ಸರಿಯಿಲ್ಲ ಎಂದು ನನಗೆ ಆರಂಭದಿಂದಲೇ ಅನ್ನಿಸಿತ್ತಾದರೂ ವಾರೆಂಟ್ ಸಾಟ್‌ನ ವಿವರದಿಂದ ಎಲ್ಲವೂ ಮತ್ತಷ್ಟು ಸ್ಪಷ್ಟವಾಗತೊಡಗಿತು.

"ಈಗ ಹೇಳು. ಹುಲಿಯೊಂದನ್ನು ಬಂದೂಕಿನಿಂದ ಶೂಟ್ ಮಾಡುವುದು ಒಳಿತೋ ಅಥವಾ ಕ್ಯಾಮರಾದಿಂದ ಶೂಟ್ ಮಾಡುವುದು ಒಳಿತೋ?" ಎನ್ನುವ ಪ್ರಶ್ನೆ ತೂರಿಬಿಟ್ಟ ಆತ.

ಈ ಒಂದು ಅನಿರೀಕ್ಷಿತ ಪ್ರಶ್ನೆಗೆ ಗೊಂದಲಗೊಳ್ಳುತ್ತಲೇ ನನ್ನ ಮನಸ್ಸು ಇನ್ನೊಂದೆಡೆ ಏನೇನೋ ಆಲೋಚಿಸತೊಡಗಿತು. ನ್ಯಾಷನಲ್ ಜಿಯೋಗ್ರಾಫಿಕ್ ಸಂಸ್ಥೆಯವರು ಪ್ರತಿ ವರ್ಷ ಆಯೋಜಿಸುವ ವನ್ಯಜೀವಿ ಫೋಟೋಗ್ರಾಫಿ ಸ್ಪರ್ಧೆಯಲ್ಲಿ ಬಹುಮಾನ ಪಡೆದಿದ್ದ ಏರೋಪ್ಲೇನ್ ಚಿಟ್ಟೆಯ ಫೋಟೊ ಕಣ್ಮುಂದೆ ಬಂತು. ಹುಲ್ಲು ಕಡ್ಡಿಯೊಂದರ ಮೇಲೆ ಕುಳಿತಿರುವ ಚಿಟ್ಟೆ, ಧಾರಾಕಾರ ಮಳೆಯ ರಭಸಕ್ಕೆ ಹಾರಲಾರದೇ ಕಷ್ಟ ಪಡುತ್ತಿರುವ ಆ ಪಟ ಬಹಳ ಪ್ರಚಲಿತವಾಗಿತ್ತು. ನಂತರ ಆ ಫೋಟೋ ಕೃತಕವಾಗಿ ಸೃಷ್ಟಿಸಲ್ಪಟ್ಟಿದ್ದು ಎಂಬುದನ್ನು ಪತ್ತೆ ಹಚ್ಚಿದ ನ್ಯಾಷನಲ್ ಜಿಯೋಗ್ರಫಿಯವರು ತಮ್ಮ ಪ್ರಶಸ್ತಿಯನ್ನು ಹಿಂಪಡೆದುದೂ ಸುದ್ದಿಯಾಗಿತ್ತು. ಚಿಟ್ಟೆಯ ಪಾದಗಳನ್ನು ಹುಲ್ಲು ಕಡ್ಡಿಗೆ ಗ್ಲೂ ಬಳಸಿ ಅಂಟಿಸಿ, ಅದರ ಮೇಲೆ ನೀರನ್ನು ಸ್ಪ್ರೇಯರ್‌ನಿಂದ ಸಿಂಪಡಿಸಿ, ಅದು ರೆಕ್ಕೆ ಬಡಿಯುತ್ತ ಹಾರಲಾಗದೇ ಚಡಪಡಿಸುತ್ತಿರುವಾಗ ಕ್ಲಿಕ್ಕಿಸಿದ ಫೋಟೋ ಅದಾಗಿತ್ತು! ಫೋಟೋಕ್ಕಾಗಿ ಏನೆಲ್ಲಾ ಮಾಡುತ್ತಾರಲ್ಲ ಜನ ಎಂದೆನಿಸಿತು ನನಗೆ, ವಾರೆಂಟ್ ಸಾಟ್ ಕೇಳಿದ ಪ್ರಶ್ನೆಯೂ ಹಿನ್ನೆಲೆಯಲ್ಲಿ ಕಾಡುತ್ತಿತ್ತು.

ನಾನು ಏನೂ ಉತ್ತರಿಸದಿದ್ದುದ ಕಂಡು, ಆತನೇ ಹೇಳಿದ–

"ಸಾರಿ, ತುಂಬಾ ಅಸಡ್ಡಾಳದ ಪ್ರಶ್ನೆ ಕೇಳಿದೆ ನಾನು ಎಂಬ ಅರಿವಾಗಿದೆ ನನಗೆ. ಇದು ಬಹಳ ಅಂದರೆ ಬಹಳ ವೈಯಕ್ತಿಕವಾದ, ನನ್ನಂಥ ನನ್ನವರಿಗೆ ಮಾತ್ರ ಅನ್ವಯವಾಗುವ ಪ್ರಶ್ನೆ. ಇದನ್ನ ಜನರಲೈಸ್ ಮಾಡಿದರೆ ತಪ್ಪಾಗುತ್ತದೆ. ಅದೆಷ್ಟೋ ಪ್ರಾಮಾಣಿಕ, ಛಾಯಾಗ್ರಹಣವನ್ನು ಗಂಭೀರವಾಗಿ ತೆಗೆದುಕೊಂಡು ಶ್ರಮಿಸುತ್ತಿರುವವರಿಗೆ ಅವಮಾನ ಮಾಡಿದಂತಾಗುತ್ತದೆ. ಇದು ನನ್ನೊಳಗಿನ ಪ್ರಶ್ನೆಯಷ್ಟೇ. ಅದು ಪ್ರತಿ ಹಂತದಲ್ಲೂ ನನ್ನನ್ನು ಕಾಡುವಂಥದ್ದು. ಕಾಡಲಿ ಬಿಡು. ಐ ಡಿಸರ್ವ್ ಇಟ್. ಒಂದು ವೇಳೆ, ವೈರಿ ಪಡೆಗಳ ಆಯಸ್ಥಾನವನ್ನು ಫೋಟೋ ಮುಖೇನ ಶೂಟ್ ಮಾಡುವುದಕ್ಕೂ, ಮಿಸೈಲ್ ಹಾರಿಸಿ ಶೂಟ್ ಮಾಡುವುದಕ್ಕೂ

ವ್ಯತ್ಯಾಸವೇನು?' ಎಂದು ಯಾರಾದರೂ ಕೇಳಿದರೆ ಅದು ನನ್ನ ಹಳೆಯ ವೃತ್ತಿಗೆ ಮಾತ್ರ ಸಂಬಂಧಿಸಿದ ಪ್ರಶ್ನೆಯಾಗುತ್ತದೆಯೇ ಹೊರತೂ ಅದು ಸಾರ್ವತ್ರಿಕವಾಗುವುದಿಲ್ಲ. ಇಂತಹ ಪ್ರಶ್ನೆಗಳನ್ನೆಲ್ಲ ಇತರರಿಗೆ ಕೇಳಿ ಗೊಂದಲಗೊಳಿಸಬಾರದು ನಾನು. ಹೀಗಾಗಿ ನನ್ನ ಪ್ರಶ್ನೆಯನ್ನು ಹಿಂಪಡೆಯುತ್ತೇನೆ. ಸಾರಿ ಅಗೇನ್"

ಹಳೆಯದನ್ನೆಲ್ಲ ನೆನಪಿಸಿಕೊಂಡು ಉದ್ವೇಗಕ್ಕೊಳಗಾಗುತ್ತಿದ್ದಾನೆ ಈತ ಎಂಬುದು ಆ ದನಿಯಲ್ಲಿ ಕಾಣುತ್ತಿತ್ತು. ಅದು ಅವನ ಅರಿವಿಗೂ ಬಂದಿರಬೇಕು. ಅಲ್ಲೇ ತುಸು ಸುಧಾರಿಸಿಕೊಂಡು ಮುಂದುವರಿಸಿದ–

"ಇಷ್ಟೆಲ್ಲಾ ಫಿಲಾಸಫಿ ಮಾತಾಡುವವ ಈ ಪಾರ್ಕಿನಲ್ಲೇನು ಮಾಡುತ್ತಿದ್ದಾನೆ ಎನ್ನುವ ಸಂಶಯ ನಿನಗೆ ಬರುತ್ತಿರಬಹುದು. ಇದೇ ಊರಿನವನಾದರೂ ನನ್ನ ಬುಡದಲ್ಲೇ ನಡೆಯುತ್ತಿರುವ ಈ ವಿದ್ಯಮಾನದ ಬಗ್ಗೆ ನನಗೆ ಗೊತ್ತೇ ಇರಲಿಲ್ಲ ನೋಡು. ಕೆಲ ದಿನಗಳ ಹಿಂದೆ, ಮಲಗಿರುವ ದೈತ್ಯ ಹುಲಿಯೊಂದರ ದಪ್ಪ ವೃಷಣಗಳನ್ನು ಕೈಯ್ಯಲ್ಲಿ ಹಿಡಿದು ಸೆಲ್ಫಿ ತೆಗೆದು ಇನ್‌ಸ್ಟಾಗ್ರಾಮಿನಲ್ಲಿ ಹಾಕಿದ್ದ ಮಹಿಳೆಯ ಪೋಸ್ಟ್ ಒಂದು ಸಿಕ್ಕಾಪಟ್ಟೆ ವೈರಲ್ ಆಯಿತಲ್ಲ...

"ವ್ಹಾಟ್?"

"ಯಸ್, ಗ್ರ್ಯಾಬಿಂಗ್ ದ ಬಾಲ್ಸ್ ಆಫ್ ಅ ಬಿಗ್ ಟೈಗರ್... ಆ ಫೋಟೋ ನೋಡಿ ನನಗೆ ತಲೆ ಕೆಟ್ಟು ಹೋಯಿತು. ಅದರ ಜಾಡು ಅರಸಿ ಹೊರಟ ನಾನು ಇಲ್ಲಿಗೆ ಬಂದು ತಲುಪಿದೆ. ಇಲ್ಲಿ ನಡೆಯುತ್ತಿರುವ ಸಂಗತಿಯ ಬಗ್ಗೆ ಒಂದು ವಿಸ್ತ್ರತ ಡಾಕ್ಯುಮೆಂಟರಿ ಮಾಡಬೇಕು ಅಂದುಕೊಂಡಿರುವೆ. ಇವುಗಳಲ್ಲಿ ಎಷ್ಟು ಲೀಗಲ್ಲು, ಎಷ್ಟು ಇಲ್ಲೀಗಲ್ಲು, ಇದರ ಹಿಂದೆ ಯಾವ್ಯಾವ ಪ್ರಭಾವಿಗಳ ಕೈವಾಡವಿದೆ ಎಂಬುದರೆಲ್ಲದರ ಬೆನ್ನು ಹತ್ತಿ ಹೋಗುತ್ತೇನೆ. ಅದಕ್ಕಾಗಿ ನನ್ನ ಪ್ರತಿಜ್ಞೆ ಮುರಿದು ಮತ್ತೆ ಕ್ಯಾಮರಾ ಕೈಯ್ಯಲ್ಲಿ ಹಿಡಿಯಬೇಕಾಗಬಹುದು, ತೊಂದರೆಯಿಲ್ಲ..."

"ಏನು? ಕ್ಯಾಮರಾ ಮುಟ್ಟುವುದಿಲ್ಲವೆಂದು ಶಪಥ ಗೈದಿರುವೆಯೇ? ಯಾಕೆ?" ಆಶ್ಚರ್ಯದಿಂದ ಕೇಳಿದೆ ನಾನು .

"ಮನುಷ್ಯನ ಜೀವನದ ಪ್ರಮುಖ ನಿರ್ಧಾರಗಳೆಲ್ಲವುದಕ್ಕೂ ಇಂಥದೇ ನಿಖರ ಕಾರಣ ಇರಬೇಕು ಅಂತೇನಿಲ್ಲ. ಆ ನಿರ್ಧಾರದ ಪ್ರಕಾರವೇ ಬಹು ದೂರ ಸಾಗಿಬಂದಮೇಲೆ, ಮತ್ತೆ ಹಿಂದಿರುಗಿ ನೋಡುತ್ತ ಕಾರಣಗಳನ್ನು ಹುಡುಕುವುದರಲ್ಲಿ, ನಮಗೆ ಯೋಗ್ಯವೆನಿಸಿದ ಕಾರಣವನ್ನು ಆರೋಪಿಸಿಕೊಳ್ಳುವುದರಲ್ಲಿ ಅರ್ಥವಿಲ್ಲ" ಎಂದು ಉತ್ತರಿಸಿ, ಕೆಲ ಕ್ಷಣ ಸುಮ್ಮನಿದ್ದು, ನಂತರ–

"ನನ್ನ ಮಗಳು ಡ್ರಗ್ಸ್ ವ್ಯಸನಿಯಾಗಿದ್ದಳು. ಅದು ಅತಿರೇಕಕ್ಕೆ ಹೋಗಿ ಕೊನೆಗೆ ಪ್ರಾಣವನ್ನೇ ಕಳಕೊಂಡಳು. ಶಿ ವಸ್ ಫೋರ್ಟೀನ್" ಎಂದು ಚುಟುಕಾಗಿ ಹೇಳಿ ಮತ್ತೆ ಮೌನಕ್ಕೆ ಜಾರಿದ.

■

"ನಾನು ಇದುವರೆಗೆ ಸೆರೆಹಿಡಿದಿರುವ ಅಷ್ಟೂ ವನ್ಯಜೀವಿಗಳ ಫೋಟೋಗಳನ್ನು ಎಲ್ಲೂ ಸಿಗದಂತೆ ಡಿಲೀಟ್ ಮಾಡಿದ್ದೇನೆ. ಪತ್ರಿಕೆಗಳಲ್ಲಿ ಪ್ರಕಟವಾದ, ನನ್ನ ಸಂಗ್ರಹದಲ್ಲಿದ್ದ ಅಷ್ಟೂ ಪಟಗಳನ್ನು ಸುಟ್ಟುಹಾಕಿದ್ದೇನೆ. ಆದರೆ ನನ್ನ ಮಗಳ ಫೋಟೋವನ್ನು ನೋಡುವಾಗಲೆಲ್ಲ; ಒಂದು ಕಾಲದಲ್ಲಿ ನನ್ನ ಹೆಗ್ಗಳಿಕೆಯ ಕುರುಹಾಗಿದ್ದ ನಾ ತೆಗೆದ ಒಂದೊಂದೇ ಪ್ರಾಣಿಗಳ ಫೋಟೋ ಕಣ್ಮುಂದೆ ಬರುತ್ತದೆ... ಏನು ಮಾಡಲಿ..." ಎನ್ನುತ್ತ ಮುಷ್ಟಿ ಕಟ್ಟಿದ ಕೈಯ್ಯಿಂದ ಹಣೆ ಕುಟ್ಟಿಕೊಂಡ ವಾರೆಂಟ್ ಸಾಟ್.

ಅಗಸ್ಟ್ 2023

ವಿಮಾನ ನಿಲಯವೆಂಬ 'ಟರ್ಮಿನಲ್'

'ವಿಮಾನ ನಿಲಯ' ಹಾಗೂ 'ವಿಮಾನ ನಿಲ್ದಾಣ' ಇವೆರಡರ ನಡುವಿನ ವ್ಯತ್ಯಾಸವೇನು?

ಇಂತಹ ಒಂದು ಪ್ರಶ್ನೆ ಎದುರಾದದ್ದು, ಬೆಂಗಳೂರು ಅಂತಾರಾಷ್ಟ್ರೀಯ ವಿಮಾನ ನಿಲ್ದಾಣದ ನಿರ್ಮಾಣ ಕಾಮಗಾರಿಯ ಸಂದರ್ಭದಲ್ಲಿ. ಮುಖ್ಯ ರಸ್ತೆಯಿಂದ ಶುರುಮಾಡಿ ಏರ್ಪೋರ್ಟಿನ ಮೂಲೆಯ ಶೌಚಾಲಯದವರೆಗೂ ಎಲ್ಲೆಡೆ ಸೂಚನಾ ಫಲಕಗಳನ್ನು ಅಳವಡಿಸುವ ಕೆಲಸದಲ್ಲಿ ನಿರತರಾಗಿದ್ದೆವು ನಾವು. ನಿಲ್ದಾಣದಲ್ಲಿ ಬಳಸಲ್ಪಡುವ ವಿಶಿಷ್ಟವಾದ ಆಂಗ್ಲ ಭಾಷೆಯ ಪದಗಳಿಗೆ ಪರ್ಯಾಯ ಹಾಗೂ ಸೂಕ್ತವೆನಿಸುವ ಕನ್ನಡ ಶಬ್ದಗಳನ್ನು ಹೊಂದಿಸುವುದು ಭಾರೀ ಸವಾಲಾಗಿತ್ತು ನಮಗೆ. ಅದಕ್ಕೆಂದೇ ಪರಿಣಿತ ಕನ್ಸಲ್‌ಟಂಟುಗಳಿದ್ದರು. ಅವರು ಭಾಷಾಂತರಿಸಿ ನೀಡುವ ಕನ್ನಡ ಶಬ್ದಗಳು ವಿಲಕ್ಷಣವಾಗಿರುತ್ತಿದ್ದವು. 'ಡೇ ಹೊಟೆಲ್'ಗೆ 'ಹಗಲಿನ ಹೊಟೆಲ್' ಎಂದೂ 'ಬ್ಯಾಗೇಜ್ ಕ್ಲೇಮ್' ಬದಲಿಗೆ 'ಸಾಮಾನುಗಳ ವಾರಸು' ಎಂದೆಲ್ಲಾ ಬರೆದು ಕೊಟ್ಟದ್ದನ್ನು ಒಪ್ಪಿಕೊಳ್ಳಲು ಮನಸ್ಸಾಗುತ್ತಿರಲಿಲ್ಲ. 'ವಿಮೆನ್ ಸೆಕ್ಯೂರಿಟಿ ಚೆಕ್' ಅನ್ನುವುದಕ್ಕೆ 'ಮಹಿಳೆ ಭದ್ರತಾ ತಪಾಸಣೆ' ಅನ್ನುವ ಬದಲು 'ಮಹಿಳೆಯರ' ಎನ್ನುವುದು ಸಮಂಜಸವಲ್ಲವೇ? 'ಡೊಮೆಸ್ಟಿಕ್' ಅನ್ನುವುದಕ್ಕೆ ಒಂದೆಡೆ 'ಸ್ವದೇಶೀ' ಎಂಬುದಾಗಿಯೂ ಮತ್ತೊಂದೆಡೆ 'ದೇಶೀಯ' ಎಂದೂ ಬಳಸುವುದ್ಯಾಕೆ? ಲಿಫ್ಟ್‌ಗೆ 'ಜನರನ್ನು ಕರೆದೊಯ್ಯುವ ತೇರು' ಎಂದರೆ ಹಾಸ್ಯಾಸ್ಪದ ಅನ್ನಿಸುವುದಿಲ್ಲವೇ?

ಇವೆಲ್ಲವುಗಳಿಗಿಂತ ಹೆಚ್ಚು ಗೊಂದಲಮಯವೆಂದರೆ 'ಟರ್ಮಿನಲ್'ನ ಕನ್ನಡ ರೂಪಾಂತರ. ಅದಕ್ಕೆ ಅವರು ಕರೆದುದು 'ವಿಮಾನ ನಿಲಯ'!

ಈ ಶಬ್ದಕ್ಕೆ ತಗಾದೆ ತೆಗೆಯದೇ ಇರಲಾಗಲಿಲ್ಲ ನನಗೆ. ಟರ್ಮಿನಲ್ ಎನ್ನುವ ಇಂಗ್ಲೀಷ್ ಪದಕ್ಕೆ ಒಂದು ನಿರ್ದಿಷ್ಟ ಅರ್ಥವಿದೆ. ಕೊನೆಯ, ಅಂತ್ಯದ, ಕಡೆಯ... ಇತ್ಯಾದಿ. 'ಅಂತಿಮವಾದದ್ದು' ಎನ್ನುವುದರ ಅರ್ಥ ಸೂಚಕ ಅದು. ಈ ತಾತ್ಪರ್ಯದ ಟರ್ಮಿನಲ್ ಶಬ್ದವನ್ನು ಪ್ರಯಾಣಿಕರು ವಿಮಾನವನ್ನೇರುವ ಸ್ಥಳಕ್ಕೆ ಅನ್ವಯಿಸುವುದರಲ್ಲೂ ಒಂದು ಲಾಜಿಕ್ ಇದೆ. ಒಂದು ರೀತಿಯಲ್ಲಿ

ನೋಡುವುದಾದರೆ ಪ್ರಯಾಣಿಕನೊಬ್ಬನಿಗೆ ಭೂಮಿಯ ಮೇಲಿನ ಕೊನೆಯ ತಾಣ ಅದು. ಭಾಷೆಯ ಲೆಕ್ಕಾಚಾರಕ್ಕೇ ಬಂದರೆ, ಟರ್ಮಿನಲ್ಲಿಗೂ ವಿಮಾನಕ್ಕೂ ಯಾವುದೇ ನೇರ ಸಂಬಂಧವಿಲ್ಲ. ಬಸ್ಸುಗಳು ತಂಗುವ ಜಾಗಕ್ಕೂ 'ಬಸ್ ಟರ್ಮಿನಲ್' ಅಂತ ಹೇಳುತ್ತಾರಲ್ಲ? ಸಾವು ಖಚಿತವಾದ ಖಾಯಿಲೆಯಿಂದ ಬಳಲುತ್ತಿರುವವರಿಗೆ 'ಟರ್ಮಿನಲಿ ಇಲ್' ಎನ್ನುತ್ತೇವಲ್ಲ? ಹೀಗಾಗಿ ತಾರ್ಕಿಕ ಅರ್ಥದಲ್ಲಿ ವ್ಯಕ್ತಿಯೊಬ್ಬ ತನ್ನ ನೆಲದ ನಂಟನ್ನು ಕಳೆದುಕೊಳ್ಳುವ ಜಾಗಕ್ಕೆ ಈ ಪದಬಳಕೆ ಯೋಗ್ಯವಿದೆ. 'ವಿಮಾನ ನಿಲಯ' ಎಂದು ಕರೆದರೆ ಅದಕ್ಕೆ ಏರ್ಪೋರ್ಟ್ ಅಥವಾ ವಿಮಾನ ನಿಲ್ದಾಣ ಅನ್ನುವ ಅರ್ಥವೇ ಬರುತ್ತೆ ಹಾಗಾಗಿ ಈ ಶಬ್ದದ ಉಪಯೋಗ ದಿಕ್ಕುತಪ್ಪಿಸುವುದಾಗಿದೆ ಎಂಬುದು ನನ್ನ ವಾದವಾಗಿತ್ತು. 'Stations and airports are rehearsals for separations by death' ಎನ್ನುವ ಯಾವುದೋ ಪಾಶ್ಚಾತ್ಯ ಲೇಖಕಿಯ ಹೇಳಿಕೆಯನ್ನೆಲ್ಲಾ ಅಸಂಗತವೆನ್ನಿಸಿದರೂ ಉಲ್ಲೇಖಿಸಿ ನನ್ನ ಮಾತನ್ನು ಪ್ರತಿಪಾದಿಸಲು ಪ್ರಯತ್ನಿಸಿದೆ.

ವಿಮಾನ ನಿಲ್ದಾಣದ ಟೆಕ್ನಿಕಲ್ ಮ್ಯಾನೇಜರ್ ಆಗಿದ್ದ ನನಗೆ ಅದನ್ನೆಲ್ಲ ಪ್ರಶ್ನಿಸುವ ಅಧಿಕಾರವೇನೋ ಇತ್ತು, ಆದರೆ ಕನ್ಸಲ್‌ಟಂಟುಗಳ ಒಪ್ಪಿಗೆಯಿಲ್ಲದೇ ತಿದ್ದುಪಡಿ ಮಾಡುವಂತಿರಲಿಲ್ಲ.

"ಕೆಲವು ಪದಗಳಿಗೆ ಸಮಾನಾಂತರ ಕನ್ನಡ ಪದ ಇರುವುದಿಲ್ಲ" ಎಂದು ಮನವರಿಕೆ ಮಾಡಲು ಪ್ರಯತ್ನಿಸಿದರು ಅವರು.

"ಹಾಗಾದರೆ 'Check-in' ಅನ್ನುವುದಕ್ಕೆ ಏನು ಹೇಳುತ್ತೀರಿ?" ನಾನು ಸುಲಭಕ್ಕೆ ಒಪ್ಪಲು ಸಿದ್ಧನಿರಲಿಲ್ಲ

"ಅದನ್ನು 'ಚೆಕ್-ಇನ್' ಎಂದೇ ಹಾಕುತ್ತೇವೆ"

"ಇಲ್ಲಿಯೂ ಟರ್ಮಿನಲ್ ಎಂದೇ ಬರೆಯಬಹುದಲ್ಲ? ಅಸಮಂಜಸ ಅನುವಾದಕ್ಕಿಂತ ಇಂಗ್ಲೀಷಿನಲ್ಲೇ ಇರುವುದು ಒಳ್ಳೆಯದು" ನಾನಂದೆ.

"ಏರ್ಪೋರ್ಟ್ ಅಥಾರಿಟಿ ಆಫ್ ಇಂಡಿಯಾದವರು ಪ್ರತಿ ಆಂಗ್ಲಪದಕ್ಕೂ ಆಯಾ ಪ್ರಾದೇಶಿಕ ಭಾಷೆಯಲ್ಲಿ ಏನು ಬರೆಯಬೇಕೆಂಬ ಪಟ್ಟಿ ಮಾಡಿಟ್ಟಿದ್ದಾರೆ. ಅದಕ್ಕೆ ವಿರುದ್ಧ ಹೋದರೆ ನಿಮಗೆ ಅವರಿಂದ ಅನುಮೋದನೆ ಪಡೆಯಲು ಕಷ್ಟವಾಗುತ್ತದೆ. ಹೀಗಾಗಿ ಇದನ್ನೇ ಇಟ್ಟುಕೊಳ್ಳುವುದು ಅನಿವಾರ್ಯ" ಎನ್ನುವ ಕೊನೆಯ ಅಸ್ತ್ರ ಪ್ರಯೋಗಿಸಿದರು ಅವರು.

■

BIAL (Bangalore International Airports Limited) ಎನ್ನುವ ಸಂಸ್ಥೆ ಸ್ಥಾಪಿತವಾದ ಆರಂಭದ ದಿನಗಳಲ್ಲಿ ಆ ಕಂಪನಿಯಲ್ಲಿದ್ದ ಕೆಲವೇ ಕೆಲವು ಕನ್ನಡಿಗರಲ್ಲಿ

ನಾನೂ ಒಬ್ಬ. ಹೀಗಾಗಿ ಕನ್ನಡದ ವಿಷಯ ಬಂದಾಗಲೆಲ್ಲ ನನ್ನ ಕಿವಿ ಹಾಗೂ ಕಣ್ಣುಗಳು ಒಮ್ಮೆಲೇ ಜಾಗ್ರತವಾಗುವುದೂ, ಹಾಗೂ ಕನ್ನಡಕ್ಕೆ ಸಂಬಂಧಿಸಿದ ಯಾವುದೇ ಸಂಗತಿಯಾದರೂ ಅದು ನನ್ನ ಟೇಬಲ್ಲಿಗೇ ಎಡತಾಕುವುದು ಸಹಜವಾಗಿತ್ತು. ಕಚೇರಿಗೆ ಸಂಬಂಧಪಟ್ಟ ಯಾವುದಾದರೂ ಸರಕಾರಿ ಸರ್ಕ್ಯುಲರ್ ಜಾರಿಯಾದರೆ, ಪತ್ರಿಕೆಗಳಲ್ಲಿ ಏನಾದರೂ ವರದಿ ಬಂದರೆ, 'ಇದೇನು ಒಂಚೂರು ನೋಡು' ಎನ್ನುತ್ತ ನನ್ನಲ್ಲೇ ಬರುತ್ತಿದ್ದರು. ಸರೋಜಿನಿ ಮಹಿಷಿ ವರದಿಯನ್ನು ಕಾರ್ಯರೂಪಕ್ಕೆ ತರುವ ಸಾಧ್ಯಸಾಧ್ಯತೆಗಳ ಚರ್ಚೆ, ರಾಜ್ಯ ಸರಕಾರದ ಉನ್ನತ ಅಧಿಕಾರಿಗಳ ಜೊತೆಯ ಮೀಟಿಂಗು ಇತ್ಯಾದಿಗಳಲ್ಲಿ ನಾನೂ ಇರುತ್ತಿದ್ದೆ.

ಅದೆಲ್ಲ ಬಿಡಿ, ನಿರ್ಮಾಣ ಕಾಮಗಾರಿಯಲ್ಲಿ ಸ್ಥಳೀಯರನ್ನು ತೆಗೆದುಕೊಳ್ಳಬೇಕು ಎಂದು ಒತ್ತಾಯಿಸಿ ಕಚೇರಿಗೆ ಮುತ್ತಿಗೆ ಹಾಕಿದ ಗುಂಪಿನೊಡನೆ ಮಾತುಕತೆಗೂ ನನ್ನನ್ನೇ ಮುಂದೂಡುತ್ತಿದ್ದರು. ಶ್ರೀಯುತ ವಾಟಾಳ್ ನಾಗರಾಜ್ ತಮ್ಮ ಸಂಗಡಿಗರೊಂದಿಗೆ ಬಂದು, 'ಏರ್ಪೋರ್ಟಿಗೆ ಇದೇ ವ್ಯಕ್ತಿಯ ಹೆಸರನ್ನಿಡಬೇಕು' 'ವಿಮಾನದಲ್ಲಿ ಆಹಾರ ನೀಡುವಾಗ ಮುದ್ದೆಯನ್ನೂ ಕೊಡಬೇಕು' ಇತ್ಯಾದಿ ಬೇಡಿಕೆಗಳನ್ನಿಟ್ಟು ಧರಣಿ ಕುಳಿತಾಗ, ಅವರನ್ನು ಸಂಭಾಳಿಸುವ ಜವಾಬ್ದಾರಿ ನನ್ನದಾಗಿತ್ತು. ಇಲ್ಲಿಯ ಜನ ಮಾತನಾಡುವುದು ಕೆನಡಾ ದೇಶದ ಭಾಷೆ ಎಂದು ಬಹು ದಿನದ ವರೆಗೆ ಅಂದುಕೊಂಡಿದ್ದ ನನ್ನ ವಿದೇಶೀ ಬಾಸ್‌ನ ಜೊತೆಗೂಡಿ (ಕನ್ನಡ ಎನ್ನುವ ಪದವನ್ನು ಕೆನಡಾ ಎಂಬುದಾಗಿ ಜರ್ಮನ್ ಪ್ರಜೆಯೊಬ್ಬ ಅರ್ಥ ಮಾಡಿಕೊಂಡರೆ ಅದರಲ್ಲಿ ಅಂಥ ಆಶ್ಚರ್ಯವೇನೂ ಇಲ್ಲ ಬಿಡಿ) ವಾಟಾಳ್ ಹಾಗೂ ಅವರ ಸಂಗಡಿಗರನ್ನು ಸಮಾಧಾನ ಪಡಿಸುವಾಗ, ನಾನೂ ಅವರ ಬಣದಲ್ಲೇ ಇದ್ದಿದ್ದರೆ ಚೆನ್ನಾಗಿತ್ತು ಎಂದೆನಿಸಿದ್ದು ಸುಳ್ಳಲ್ಲ.

■

ಇಂಥವುಗಳನ್ನೆಲ್ಲ ಬಹಳ ಖುಷಿಯಿಂದಲೇ ನಿರ್ವಹಿಸುತ್ತಿದ್ದ ನನಗೆ ನಿಜಕ್ಕೂ ಕಷ್ಟದ ಪ್ರಸಂಗವೊಂದು ಎದುರಾಯ್ತು. ವಿಮಾನ ನಿಲ್ದಾಣಕ್ಕಾಗಿ ಸರಕಾರ ನಾಲ್ಕು ಸಾವಿರ ಎಕರೆ ಭೂಮಿಯನ್ನು ಸ್ವಾಧೀನ ಪಡಿಸಿಕೊಂಡಿತ್ತಷ್ಟೇ. ಅಲ್ಲಿ ಸಾಗುವಳಿ ಮಾಡುತ್ತಿದ್ದ ರೈತರನ್ನೆಲ್ಲ ಮಾಮೂಲಿನಂತೆ ಒಕ್ಕಲೆಬ್ಬಿಸಿಯೂ ಆಗಿತ್ತು. ಆದರೆ ಓರ್ವ ವೃದ್ಧೆ ಮಾತ್ರ ಹೊರಹೋಗದೇ ತನ್ನ ಒಂದುವರೆ ಎಕರೆ ದ್ರಾಕ್ಷಿ ತೋಟವನ್ನು ಅಲ್ಲಿಯೇ ಕಾಪಿಟ್ಟುಕೊಂಡು ಬಂದಿದ್ದಳು. ಕನ್ನಡ ಬಿಟ್ಟು ಮತ್ಯಾವ ಭಾಷೆಯೂ ಬಾರದ ಅವಳಿಗೆ ತಿಳಿ ಹೇಳುವ ಕೆಲಸ ನನಗೇ ಬಂತು.

ಆರಂಭದ ಹಂತದಲ್ಲಿ ಕಾಮಗಾರಿ ಕೆಲವು ಸೀಮಿತ ಪ್ರದೇಶದಲ್ಲಿ ಮಾತ್ರ ನಡೆಯುತ್ತಿದ್ದು, ಒಂದು ಮೂಲೆಯಲ್ಲಿರುವ ಆಕೆಯ ದ್ರಾಕ್ಷಿ ತೋಟದಿಂದ ನಿರ್ಮಾಣ ಕಾರ್ಯಕ್ಕೆ ತೊಂದರೆಯೇನೂ ಇರಲಿಲ್ಲ. ಹೀಗಾಗಿ ಆಕೆಯನ್ನು ಅಲ್ಲಿಂದ ಹೊರದೂಡುವುದನ್ನು ನಾನು ಮುಂದೂಡುತ್ತಲೇ ಇದ್ದೆ. ನಡುನಡುವೆ ತೋಟದತ್ತ

ಹೋಗಿ ಆ ಅಜ್ಜಿಯನ್ನು ಸೌಮ್ಯವಾಗಿ ಎಚ್ಚರಿಸಿ ಬರುತ್ತಿದ್ದೆ. ಆಕೆ– "ಇದೊಂದು ಬೆಳೆ ತೆಗೆದು ಹೋಗುತ್ತೇನೆ ಮಗಾ", "ಇದನ್ನ ಬಿಟ್ಟರೆ ನನಗೆ ಮತ್ಯಾವುದೂ ದಿಕ್ಕಿಲ್ಲ" ಎಂದೆಲ್ಲಾ ಗೋಗರೆಯುವಾಗ ನನಗೆ ಮರು ಮಾತನಾಡುವುದು ಸಾಧ್ಯವಾಗುತ್ತಿರಲಿಲ್ಲ.

ಮೀಟಿಂಗುಗಳಲ್ಲಿ ಕುಳಿತಾಗ, ಈ ದ್ರಾಕ್ಷಿ ತೋಟವಿನ್ನೂ ಖಾಲಿಯಾಗದ ವಿಷಯ ಬಂದಾಗಲೆಲ್ಲ ಎಲ್ಲರೂ ನನ್ನತ್ತ ನೋಡುತ್ತಿದ್ದರು. ಪೋಲೀಸರನ್ನು ಕರೆಸಿ, ಜೇಸಿಬಿ ಓಡಿಸಿ ತೋಟವನ್ನು ನೆಲಸಮ ಮಾಡುವುದು ಕೆಲವೇ ಗಂಟೆಗಳ ಕೆಲಸವೆಂಬುದು ಎಲ್ಲರಿಗೂ ಗೊತ್ತಿದ್ದುದೇ. ಆದರೆ ಆದಷ್ಟು ಬೇಗ ಖಾಲಿ ಮಾಡಿಸುವ ಆಶ್ವಾಸನೆಯನ್ನು ನಾನು ಪ್ರತಿ ಬಾರಿಯೂ ನೀಡುತ್ತಿದ್ದೆನಾದ್ದರಿಂದ ಮ್ಯಾನೇಜ್‌ಮೆಂಟೂ ಸುಮ್ಮನಿತ್ತು. ಕೊನೆಗೊಂದು ದಿನ, ನಾಲ್ಕು ಕಿಲೋಮೀಟರು ಉದ್ದದ ರನ್–ವೇ ತಯಾರಾಗುತ್ತ ಆಗುತ್ತ ದ್ರಾಕ್ಷಿ ಚಪ್ಪರದ ಹತ್ತಿರವೇ ಬಂದು ನಿಂತಿತು. ಆದರೂ ಮುದುಕಿ ಕದಲಲಿಲ್ಲ.

ಆ ಬಾರಿಯ ಮೀಟಿಂಗಿನಲ್ಲಿ ಗಂಭೀರವಾಗಿಯೇ ವಿಷಯದ ಕುರಿತು ಚರ್ಚೆಯಾಯಿತು. "ಅವರಿಗೆಲ್ಲ ಕೈತುಂಬ ಪರಿಹಾರ ಧನ ನೀಡಲಾಗಿದೆ. ಯಾವುದೇ ಕರುಣೆ ತೋರುವ ಅಗತ್ಯವಿಲ್ಲ. ಹೋಗಿ ಕೊನೆಯ ಬಾರಿ ಮಾತಾಡಿ ನೋಡಿ" ಎಂಬ ತಾಕೀತಾಯಿತು ನನಗೆ.

ನಾನು ಅಜ್ಜಿಯೊಡನೆ ಈ ವಿಷಯ ಪ್ರಸ್ತಾಪಿಸಿದೆ. ಪರಿಹಾರ ಸಿಕ್ಕಿದ್ದೇನೋ ನಿಜ. "ಆದ್ರೆ ಅದ್ರಾಗೆ ನನ್ಮಗಾ ಹ್ಯಾಮ್ಮರ್ ಒಡೀತವ್ನೆ... ನನ್ ಒಟ್ಟೆಗೆ ಚಪ್ಡೀನೇಯಾ" ಎಂದಳು ಆಕೆ.

ಮೊದಲಿಗೆ ಆಕೆಯ ಮಾತು ನನಗರ್ಥವಾಗಲಿಲ್ಲ. ಮತ್ತೂ ವಿವರಿಸಿ ಹೇಳಿದಾಗ; ಪರಿಹಾರದಿಂದ ಈಕೆಗೆ ದಕ್ಕಿದ್ದೇನೂ ಇಲ್ಲ. ಅದನ್ನೆಲ್ಲ ಆಕೆಯ ಮಗನೇ ಕಬಳಿಸಿದ್ದಾನೆ, ಇವಳಿಗೆ ಈ ವ್ಯವಸಾಯವಿಲ್ಲದಿದ್ದರೆ ಹೊಟ್ಟೆಗೂ ಗತಿ ಇಲ್ಲ ಎಂಬ ಅರಿವಾಗಿತ್ತು ನನಗೆ. 'ಮಗ ಸುತ್ತಿಗೆಯಿಂದ ಹೊಡೆಯುತ್ತಿದ್ದಾನೆ' ಎನ್ನುವ ಉಪಮೆ ಬಳಸಿ ತನ್ನ ಗೋಳು ಹೇಳಿಕೊಳ್ಳುತ್ತಿದ್ದಾಳೆ ಅಂದುಕೊಂಡೆ ನಾನು. ನಂತರ ಇನ್ನಷ್ಟು ವಿಚಾರಿಸಲಾಗಿ, ಸರಕಾರದಿಂದ ಸಿಕ್ಕ ಹಣದಲ್ಲಿ ಆಕೆಯ ಮಗ ಐಷಾರಾಮಿ 'ಹಮ್ಮರ್' ವಾಹನ ಖರೀದಿಸಿ ಮೋಜು ಮಾಡುತ್ತಿರುವುದಾಗಿಯೂ, ಅದನ್ನೇ ಆಕೆ 'ಹ್ಯಾಮರ್ ಒಡೀತವ್ನೆ' ಎಂದದ್ದು ಎಂಬುದಾಗಿ ತಿಳಿದು ಬಂತು.

■

ಹೀಗೊಂದು ಮುಂಜಾನೆ ನಾನು ಪರಿಶೀಲನೆಗೆಂದು ಹೋದಾಗ, ದ್ರಾಕ್ಷಿ ತೋಟ ಕುರುಹಿಲ್ಲದಂತೆ ಸಪಾಟಾಗಿತ್ತು. ಆ ಜಾಗದಲ್ಲಿ ದೊಡ್ಡ ದೊಡ್ಡ ಏರ್‌ಫೀಲ್ಡ್ ಲೈಟುಗಳನ್ನು ನೆಲದಮೇಲೆ ಅಳವಡಿಸಿ ಅವುಗಳ ಪ್ರಯೋಗಾತ್ಮಕ ಪರೀಕ್ಷೆ ನಡೆಸಲಾಗುತ್ತಿತ್ತು. ಪಾತಿಯಂತೆ ಸಾಲಿನಲ್ಲಿ ಜೋಡಿಸಿಟ್ಟಿದ್ದ ಅವುಗಳ ಬೆಳಕು ಹಗಲಿನಲ್ಲೂ ಕಣ್ಣು

ಕುಕ್ಕುತ್ತಿತ್ತು. ಸುಮಾರು ದಿನದಿಂದ ಕಟ್ಟದೇ ಹಾಗೇ ಬಿಟ್ಟಿದ್ದ ಆ ಭಾಗದ ಕಂಪೌಂಡ್ ಗೋಡೆ ಪೂರ್ಣಗೊಂಡು ಅದರ ಮೇಲೆ ಮುಳ್ಳು ತಂತಿಯ ಸುರುಳಿ ಕುಳಿತಿತ್ತು. ಅಲ್ಲೇ ತುಸು ದೂರದಲ್ಲಿ ತಯಾರಾಗಿ ನಿಂತಿದ್ದ ಟರ್ಮಿನಲ್ ಕಟ್ಟಡಕ್ಕೆ ಕೊನೆಯ ಹಂತದ ಗಾಜು ಅಳವಡಿಕೆ ಕೆಲಸ ನಡೆಯುತ್ತಿತ್ತು.

ಕಂಪೌಂಡಿನ ಆಚೆ ನಿಂತು, ಹಿಮ್ಮಡಿಯೆತ್ತಿ ಕತ್ತು ಚಾಚಿ ಮುಳ್ಳು ತಂತಿಗಳ ನಡುವಿಂದ, ಆ ವೃದ್ಧ ಹೆಂಗಸು ಇತ್ತಲೇ ನೋಡುತ್ತಿರಬಹುದೇ ಅನ್ನಿಸಿತು ನನಗೆ. ಅಲ್ಲಿಂದ ನೋಡಿದರೆ ಆಕೆಗೆ ಕಾಣುವುದು ಬಣ್ಣ ಬಳಿದುಕೊಂಡು ವಿರಾಜಿಸುತ್ತಿರುವ ನಿಲ್ದಾಣದ ಟರ್ಮಿನಲ್ ಮಾತ್ರ. ಅನುವಾದಕ ಕನ್ಸಲ್‌ಟಂಟನೊಂದಿಗೆ ಇದೇ ಟರ್ಮಿನಲ್ ಶಬ್ದದ ಅರ್ಥದ ಕುರಿತು ವಾದ ಮಾಡಿದ್ದೆಲ್ಲಾ ಬೇಡವೆಂದರೂ ನೆನಪಾಯ್ತು.

ಜುಲೈ2022

ಟು ಕಿಲ್ ಅ ಬರ್ಡ್

"ನೋಡಿ ಸರ್, ಹಕ್ಕಿಗಳನ್ನು ಬೆದರಿಸಲು ಹತ್ತಾರು ಉಪಕರಣಗಳಿರಬಹುದು. ಆದರೆ ಅವ್ಯಾವವೂ ಫೂಲ್‌ಪ್ರೂಫ್ ಅಲ್ಲ. ಉದಾಹರಣೆಗೆ ಲೇಸರ್ ಟೆಕ್ನಿಕ್ಕನ್ನೇ ತೆಗೆದುಕೊಳ್ಳಿ. ಅದರಿಂದ ಕೆಲ ಮಟ್ಟಿಗೆ ಹಕ್ಕಿಗಳನ್ನು ಚದುರಿಸಬಹುದಾದರೂ, ಹವಾಮಾನದಲ್ಲಿ ತುಸು ಬದಲಾವಣೆಯಾದರೂ ಈ ಲೇಸರ್‌ಗಳು ಸರಿಯಾಗಿ ಕೆಲಸ ಮಾಡುವುದಿಲ್ಲ. ಇನ್ನು ರೇಡಾರ್ ತಂತ್ರಜ್ಞಾನ ಹಕ್ಕಿಗಳೆಲ್ಲಿದ್ದಾವೆಂದು ಪತ್ತೆ ಹಚ್ಚುತ್ತವೆಯೇ ಹೊರತು, ಓಡಿಸುವುದಿಲ್ಲ. ಅಲ್ಟ್ರಾಸಾನಿಕ್ ಸೌಂಡ್ ಅಂತಾರೆ; ಒಂದು ವಿಶಿಷ್ಟ ಶಬ್ದ ಹೊರಡಿಸಿ ಹಕ್ಕಿಗಳನ್ನು ಬೆದರಿಸುವ ಯಂತ್ರ. ಆದರೆ ಇದರ ಫ್ರೀಕ್ವೆನ್ಸಿ ಸಮದೂಗಿಸುವುದೇ ಬಹಳ ಕಷ್ಟದ ಕೆಲಸ. ಮನುಷ್ಯನಿಗಿಂತ ಹಕ್ಕಿಗಳು ಹೆಚ್ಚಿನ ಶಬ್ದಸಂವೇದೀ ಅನ್ನೋದೇನೋ ನಿಜ ಆದರೆ ಈ ಅಲ್ಟ್ರಾಸಾನಿಕ್ ಶಬ್ದಕ್ಕೆ ಹಕ್ಕಿಗಳು ಹೆದರುತ್ತವೆ ಎಂದು ವೈಜ್ಞಾನಿಕವಾಗಿ ಎಲ್ಲೂ ಪ್ರೂವ್ ಆಗಿಲ್ಲ...

ಅಷ್ಟೇ ಅಲ್ಲ, ಇವತ್ತು ಬಳಸಲ್ಪಡುತ್ತಿರುವ ಹೆಚ್ಚಿನ ವಿಧಾನಗಳು ಪರೋಕ್ಷವಾಗಿ ಪಕ್ಷಿಗಳ ಜೀವಕ್ಕೆ ಹಾನಿ ಮಾಡುವಂಥವು. ನಮ್ಮದು ಹಾಗಲ್ಲ. ಬಹಳೇ ಸೊಫಿಸ್ಟಿಕೇಟೆಡ್ ಟೆಕ್ನಾಲಜಿ ಇದು. ಹಕ್ಕಿಗಳು ತಮ್ಮನ್ನು ಬೇಟೆಯಾಡುವ ಪ್ರಾಣಿಗಳ ಸುಳಿವು ಸಿಕ್ಕೊಡನೇ ಒಂದು ವಿಭಿನ್ನ ಸ್ವರದಲ್ಲಿ ಕೂಗಿ ತಮ್ಮ ಜೊತೆಗಾರರಿಗೆ ಎಚ್ಚರಿಕೆಯ ಸಂದೇಶ ರವಾನಿಸುವುದು ನಿಮಗೆ ಗೊತ್ತಿರಬಹುದು. ಮನುಷ್ಯರಾದ ನಮಗೆ ಹಕ್ಕಿಗಳ ಮಾಮೂಲಿ ಕೂಗು ಹಾಗೂ ಆ ವಿಶಿಷ್ಟ ಕೂಗಿನ ನಡುವಿನ ವ್ಯತ್ಯಾಸ ತಿಳಿಯುವುದಿಲ್ಲ. ಆದರೆ ಹಕ್ಕಿಗಳಿಗೆ ಅದು ಗೊತ್ತಾಗುತ್ತೆ. ಆ ಶಬ್ದದ ಸಂಕೇತ ಕೇಳಿದ ಕೂಡಲೇ ಅವು ತಾವಿರುವ ಜಾಗದಿಂದ ತಪ್ಪಿಸಿಕೊಳ್ಳಲು ಆದಷ್ಟು ದೂರಕ್ಕೆ ಹಾರುತ್ತವೆ. ನಮ್ಮ ಈ ಯಂತ್ರ ಅಂತಹ ವಿಶಿಷ್ಟ ಶಬ್ದವನ್ನು ಹೊಮ್ಮಿಸುವ ಸಾಮರ್ಥ್ಯ ಹೊಂದಿದೆ. ಇದು ಅಪಾಯದ ಸಂದೇಶ ಎಂದುಕೊಳ್ಳುತ್ತ ಹಕ್ಕಿಗಳು ಜಾಗ ಖಾಲಿ ಮಾಡುತ್ತವೆ..."

ದೆಹಲಿಯಿಂದ ಬಂದ ಕನ್ಸಲ್ಟಂಟ್ ಈ ತನ್ನ ಹೊಸ ಯಂತ್ರದ ಪ್ರಾತ್ಯಕ್ಷಿಕೆ ತೋರಿಸುತ್ತಿದ್ದ.

■

ಹಕ್ಕಿಗಳನ್ನು ಓಡಿಸಬೇಕಾದ ಅನಿವಾರ್ಯತೆ ನಮಗೆ ಎದುರಾದದ್ದು, ಬೆಂಗಳೂರಿನ ವಿಮಾನ ನಿಲ್ದಾಣ ಕಾಮಗಾರಿಯ ಕೊನೆಯ ಹಂತದಲ್ಲಿ. ಏರ್‌ಪೋರ್ಟ್ ಉದ್ಘಾಟನೆಗೆ ಇನ್ನೇನು ಆರು ತಿಂಗಳು ಮಾತ್ರ ಉಳಿದಿತ್ತು. ನಾವೆಲ್ಲ ಬ್ಯಾಗೇಜ್ ಹ್ಯಾಂಡಲಿಂಗಿನ ಬೆಲ್ಟುಗಳು ಸರಿಯಾಗಿ ಚಲಿಸುತ್ತಿದೆಯಾ, ಬೋರ್ಡಿಂಗ್ ಬ್ರಿಜ್ಜಿನ ತುದಿಯ ಭಾಗ ಮೆಲುವಾಗಿ ತೆರೆದುಕೊಳ್ಳುತ್ತಿವೆಯಾ ಇತ್ಯಾದಿಗಳನ್ನು ಪರೀಕ್ಷಿಸುವ ಒತ್ತಡದಲ್ಲಿ ಬಿದ್ದಿರುವಾಗ;

"ಈ ಹಕ್ಕಿಗಳ ನಿಯಂತ್ರಣಕ್ಕೆ ಏನು ಮಾಡಿದ್ದೀರಿ?" ಎನ್ನುವ ಪ್ರಶ್ನೆ ಆಪರೇಷನ್ಸ್ ವಿಭಾಗದಿಂದ ತೂರಿ ಬಂದಿತ್ತು.

ನಾವು ಪ್ರಾಜಕ್ಟಿನವರು. ವಿಮಾನ ನಿಲ್ದಾಣವನ್ನು ಕಟ್ಟಿ ಅವರಿಗೆ ಹಸ್ತಾಂತರಿಸಬೇಕು. ಅವರು ಆಪರೇಷನ್ಸ್ ನವರು, ತದನಂತರದ ಏರ್‌ಪೋರ್ಟಿನ ಕಾರ್ಯನಿರ್ವಹಣೆ ಎಲ್ಲವೂ ಅವರದೇ. ಹೀಗಾಗಿ ನಮ್ಮ ಮತ್ತು ಅವರ ತಂಡದ ನಡುವೆ ನಿಯಮಿತ ಮೀಟಿಂಗುಗಳು, ಚರ್ಚೆ ವಾದಗಳು ನಡೆಯುತ್ತಲೇ ಇರುತ್ತವೆ. ನಿಲ್ದಾಣದ ರನ್‌ವೇ ಹಾಗೂ ಸುತ್ತಮುತ್ತಲಿನ ಪ್ರದೇಶದಲ್ಲೆಲ್ಲೂ ಹಕ್ಕಿಗಳ ಹಾರಾಟ ಅಪೂಟೂ ಇರಬಾರದು ಎಂಬುದು ಆಪರೇಷನ್ಸ್ ಟೀಮಿನ ಬೇಡಿಕೆ.

ಹಕ್ಕಿ ಬಾರದಂತೆ ನೋಡಿಕೊಳ್ಳುವುದು ನಮ್ಮ ಕಾರ್ಯವ್ಯಾಪ್ತಿಯಲ್ಲಿ ಬರುವುದಿಲ್ಲವೆಂದೂ, ಅದು ವಿಮಾನ ನಿಲ್ದಾಣದ ಕಾರ್ಯಚಟುವಟಿಕೆ ಆರಂಭವಾದ ನಂತರ ನಿರ್ವಹಿಸಿಕೊಳ್ಳಬೇಕಾದ ಕೆಲಸ ಎಂಬುದು ನನ್ನ ವಾದ. ಇಂಥ ವಿಷಯಗಳೆಲ್ಲ ವಿಮಾನ ನಿಲ್ದಾಣ ಸಂಸ್ಥೆಯಲ್ಲಿ ಟೆಕ್ನಿಕಲ್ ಮ್ಯಾನೇಜರ್ ಆಗಿದ್ದ ನನ್ನ ಬುಡಕ್ಕೇ ಬಂದು ಬೀಳುತ್ತಿತ್ತು.

■

ವಿಮಾನದ ಹಾರಾಟಕ್ಕೆ ಹಕ್ಕಿಗಳಿಂದಾಗುವ ತೊಂದರೆ ಕಡೆಗಣಿಸುವಂಥದ್ದಲ್ಲ. ಸಣ್ಣ ಹಕ್ಕಿಯೇ ಆದರೂ ದೊಡ್ಡ ವಿಮಾನವೊಂದಕ್ಕೆ ಅದು ಭಾರೀ ಹಾನಿ ಮಾಡಬಹುದು. ಪ್ರೊಪೆಲ್ಲರ್ ಫ್ಯಾನುಗಳ ನಡುವೆ ಸಿಕ್ಕಿಹಾಕಿಕೊಳ್ಳಬಹುದು, ಜೆಟ್ ಇಂಜಿನುಗಳನ್ನೇ ಸ್ತಬ್ಧಗೊಳಿಸಬಹುದು, ರೆಕ್ಕೆಗಳಲ್ಲಿ ತೂತು ಕೊರೆಯಬಹುದು. ಕೆಲ ವರ್ಷಗಳ ಹಿಂದೆ ಹಕ್ಕಿಯ ಅಡಚಣೆಯಿಂದಾಗಿ ಅಮೇರಿಕದ ವಿಮಾನವೊಂದು ನಿಯಂತ್ರಣ ತಪ್ಪಿ ಹಡ್ಸನ್ ನದಿಯೊಳಕ್ಕೆ ಬಿದ್ದು ಹಲವರು ಪ್ರಾಣ ಕಳಕೊಂಡದ್ದು ಗೊತ್ತೇ ಇದೆ.

ಏರ್ಪೋರ್ಟಿನ ಅಂಗಳದಲ್ಲಿ ಅಷ್ಟೊಂದು ಹಕ್ಕಿಗಳು ಬರುತ್ತವೆಯೇ? ವಿಮಾನಗಳ ಹಾರಾಟದ ಗದ್ದಲವನ್ನು ಅವು ಸಹಿಸಿಕೊಳ್ಳಬಹುದೇ ಎನ್ನುವ ಪ್ರಶ್ನೆ ಮೂಡುವುದು ಸಹಜ. ಹಾಗೆ ನೋಡಿದರೆ ಹಕ್ಕಿಗಳು ಸ್ವಚ್ಛಂದವಾಗಿ ವಿಹರಿಸಲು ವಿಮಾನ ನಿಲ್ದಾಣದ ಸುತ್ತಮುತ್ತಲಿನ ಜಾಗ ಬಹು ಪ್ರಶಸ್ತವಾದದ್ದು. ವಿಶಾಲ, ಜನಜಂಗುಳಿಯಿಲ್ಲದ ಪರಿಸರ, ಸಾಕಷ್ಟು ಹುಲ್ಲು ಹಾಸು, ಅಲ್ಲಿ ಸಿಗುವ ಆಹಾರ

ಇವೆಲ್ಲ ಹಕ್ಕಿಗಳನ್ನು ಸುಲಭದಲ್ಲಿ ಆಕರ್ಷಿಸುತ್ತವೆ. ಹಾಗೇ ನಿಲ್ದಾಣದ ರನ್‌ವೇ ಸದಾ ಬೆಚ್ಚಗಿರುತ್ತದಾದ್ದರಿಂದ, ತಂಪಿನ ಹವಾಮಾನದಲ್ಲಿ ಹಕ್ಕಿಗಳು ರನ್‌ವೇ ಮೇಲೆ ಕೂರಲು ಬಯಸುತ್ತವೆ. ಬೆಂಗಳೂರಿನಂತ ಊರಿನಲ್ಲಿ, ಅದೂ ಹೊರವಲಯದ ಬಯಲು ಪ್ರದೇಶದಲ್ಲಿ ವರ್ಷದ ಹೆಚ್ಚಿನ ದಿನಗಳು ಚಳಿಯ ವಾತಾವರಣವೇ. ಹೀಗಾಗಿ ಅದು ಹಕ್ಕಿಗಳ ಫೇವರೇಟ್ ತಾಣ ಆಗುವುದರಲ್ಲಿ ವಿಶೇಷವೇನಿಲ್ಲ.

■

ಮುಂದಿನ ಮೀಟಿಂಗಿನಲ್ಲಿ ಆಪರೇಷನ್ಸ್ ಗುಂಪಿನವರು ಪೂರ್ಣ ಸನ್ನದ್ಧರಾಗಿ ಬಂದಿದ್ದರು. ಕಳೆದ ಹತ್ತು ವರ್ಷಗಳಲ್ಲಿ ಪ್ರಪಂಚದ ಯಾವ್ಯಾವ ವಿಮಾನ ನಿಲ್ದಾಣದಲ್ಲಿ ಎಷ್ಟೆಷ್ಟು 'ಬರ್ಡ್ ಸ್ಟ್ರೈಕ್'ಗಳಾಗಿವೆ ಅದರಿಂದ ಎಷ್ಟು ಹಾನಿಯಾಗಿದೆ ಎನ್ನುವ ಡಾಟಾ ಮುಂದಿಟ್ಟರು. ನಾನೂ ತಯಾರಾಗಿದ್ದೆನಾದ್ದರಿಂದ, ಇತರೆ ಏರ್ಪೋರ್ಟುಗಳಲ್ಲೆಲ್ಲ ಹಕ್ಕಿಗಳ ನಿಯಂತ್ರಣಕ್ಕೆ ಯಾವ್ಯಾವ ತಂತ್ರ ಬಳಸುತ್ತಾರೆ ಎನ್ನುವ ಮಾಹಿತಿಯ ಪಟ್ಟಿ ನೀಡಿದೆ. ಬಂದೂಕು ಸಿಡಿಸಿ ಹಕ್ಕಿಗಳನ್ನು ಬೆದರಿಸುವುದು, ಕೆಮಿಕಲ್ ಸಿಂಪಡಿಸಿ ಅವು ಉಸಿರುಗಟ್ಟುವಂತೆ ಮಾಡುವುದು, ಅಷ್ಟೇ ಯಾಕೆ ಕೆಲವುಕಡೆ ನಾಯಿಗಳನ್ನೂ ಸಾಕಿಕೊಂಡಿರುತ್ತಾರೆ ಎಂಬುದಾಗಿ ತಿಳಿಸಿದೆ. ಇವೆಲ್ಲ ಏರ್‌ಪೋರ್ಟ್ ಆರಂಭದ ನಂತರ ಮಾಡಿಕೊಳ್ಳಬೇಕಾದ ವ್ಯವಸ್ಥೆ, ಈ ಹಂತದಲ್ಲಲ್ಲ ಎನ್ನುವುದರ ಬಗ್ಗೆ ಒತ್ತು ನೀಡಿದೆ.

ಇಂಥ ಸಾಕಷ್ಟು ವಿಧಾನಗಳಿವೆ ಎಂಬುದು ನಮಗೆ ಗೊತ್ತು. ಹಕ್ಕಿಗಳ ಸಂತಾನೋತ್ಪತ್ತಿಯನ್ನೇ ಕುಂಠಿತಗೊಳಿಸುವ ಪದ್ಧತಿಯೂ ರೂಢಿಯಲ್ಲಿದೆ. ರಾಸಾಯನಿಕ ಪದಾರ್ಥ ಬೆರೆಸಿದ ಆಹಾರವನ್ನು ಅವು ತಿನ್ನುವಂತೆ ಮಾಡಲಾಗುತ್ತದೆ. ಅದನ್ನು ತಿಂದ ಹಕ್ಕಿಗಳು ಮೊಟ್ಟೆಯನ್ನೇ ಇಡಲಾರವು. ಆದರೆ ಇಂಥವುಗಳನ್ನೆಲ್ಲಾ ನಾವು ನಾಳೆ ನಮ್ಮ ಕಾರ್ಯಾಚರಣೆಯ ಸಂದರ್ಭದಲ್ಲಿ ಅಗತ್ಯ ಬಿದ್ದರೆ ಮಾಡಿಕೊಳ್ಳುತ್ತೇವೆ. ಮೇಲಾಗಿ ಇವೆಲ್ಲ ತುಂಬಾ ಕ್ರೂಡ್ ಮೆಥಡ್ಡುಗಳು. ಆರಂಭದಲ್ಲಿ ಸೂಕ್ತ ಗಮನ ನೀಡದಿದ್ದಾಗ ನಂತರ ಈ ರೀತಿ ಪರದಾಡುವ ಪ್ರಸಂಗ ಎದುರಾಗುತ್ತದೆ. ನಮಗೆ ಅದು ಒಪ್ಪಿತವಿಲ್ಲ. ಈಗೆಲ್ಲ ಎಷ್ಟೊಂದು ತಂತ್ರಜ್ಞಾನ ಬಂದಿದೆ. ನಿರ್ಮಾಣ ಹಂತದಲ್ಲೇ ಹಕ್ಕಿಗಳ ನಿಯಂತ್ರಣಕ್ಕೆ ವ್ಯವಸ್ಥೆಯಾಗಬೇಕು ಎಂಬುದು ಅವರ ಆಗ್ರಹ.

ಇಂತಹ ಪ್ರಸಂಗಗಳಲ್ಲೆಲ್ಲ ಆಪರೇಷನ್ನಿನವರದೇ ಮೇಲುಗೈ ಆಗುವುದು ಸಾಮಾನ್ಯ. ಹಾಗೂ ಪಕ್ಷಿಗಳ ನಿಯಂತ್ರಣ ವಿಧಾನಕ್ಕೆ ಮಾರುಕಟ್ಟೆಯಲ್ಲಿ ಬರವೇನೂ ಇಲ್ಲವಾದ್ದರಿಂದ, ನಾನು ಈ ಜವಾಬ್ದಾರಿ ಹೊರಲೇ ಬೇಕಾಯಿತು.

ಈ ಕಾರಣಕ್ಕೇ ನಾನು, ದೆಹಲಿಯಿಂದ ಪರಿಣಿತ ಕನ್ಸಲ್ಟಂಟ್ ಒಬ್ಬನನ್ನು ಕರೆಸಿದ್ದು ಹಾಗೂ ಆತ ಹಕ್ಕಿಗಳ ಕೂಗಿನ ಶಬ್ದ ಹೊಮ್ಮಿಸುವ ತನ್ನ ಆಧುನಿಕ ಯಂತ್ರದ ಪ್ರಾತ್ಯಕ್ಷಿಕೆ ನೀಡಿದ್ದು.

■

"ನಲವತ್ತು ವಿವಿಧ ಪ್ರಕಾರದ ಹಕ್ಕಿಗಳ ಆಪತ್ಕಾಲೀ ಕೂಗಿನ ಸ್ವರ ಹೊಮ್ಮಿಸುತ್ತದೆ ಇದು. ಹೀಗಾಗಿ ಯಾವುದೇ ಹಕ್ಕಿ ನಿಲ್ದಾಣದ ಅಂಗಳದಲ್ಲಿ ಸುಳಿದಾಡುವ ಭಯವಿಲ್ಲ" ಎಂದ ಆತ, ತನ್ನ ವಿವರಣೆಯನ್ನು ಮುಂದುವರಿಸುತ್ತ.

"ನೀವೇನೋ ಇದರಿಂದ ಪಕ್ಷಿಗಳ ಜೀವಕ್ಕೆ ಹಾನಿಯಿಲ್ಲ ಎನ್ನುತ್ತಿದ್ದೀರಿ. ಆದರೆ ಬೇರೊಂದು ರೀತಿಯ ಸಮಸ್ಯೆ ಕಾಣುತ್ತಿದೆ ನನಗಿಲ್ಲಿ. ಆರಂಭದಲ್ಲಿ ಆಪತ್ತಿನ ಕೂಗಿಗೆ ಪ್ರತಿಕ್ರಿಯಿಸಿ ಅವು ಹಾರಿ ಹೋದರೂ, ಕ್ರಮೇಣ ಹಕ್ಕಿಗಳಿಗೆ ಈ ರೀತಿ ಕೂಗಿನ ನಂತರವೂ ಯಾವುದೇ ಅಪಾಯ ಎದುರಾಗುತ್ತಿಲ್ಲ ಎಂಬುದು ಗೊತ್ತಾಗುವುದಿಲ್ಲವೇ? ಹಾಗೆ ಗೊತ್ತಾದಮೇಲೆ ಅವು ಆ ಶಬ್ದಕ್ಕೆ ಅಂಜಿಯಾವೇ?" ನಾನು ಕೇಳಿದೆ.

"ನೀವು ಹೇಳುವುದು ಕೆಲಮಟ್ಟಿಗೆ ನಿಜ. ಅದನ್ನು ಅಡ್ರೆಸ್ ಮಾಡಲೂ ಕೆಲ ವಿಧಾನಗಳಿವೆ. ಸದ್ಯ ಬಳಕೆಯಲ್ಲಿರುವ ಅತಿ ಪರಿಣಾಮಕಾರಿ ಟೆಕ್ನಾಲಜಿ ಇದು"

"ಟೆಕ್ನಾಲಜಿ ಬಗ್ಗೆ ಹೇಳುತ್ತಿಲ್ಲ. ಹಕ್ಕಿಗಳ ಬಗ್ಗೆ ಯೋಚಿಸುತ್ತಿರುವೆ ನಾನು. ಆಪತ್ತಿನ ಕೂಗಿಗೆ ಅಂಜದಿರುವುದನ್ನು ರೂಢಿಮಾಡಿಸಿದರೆ, ಹಕ್ಕಿಗಳ ಮೂಲ ಪ್ರವೃತ್ತಿಯನ್ನೇ ನಾವು ಬದಲಾಯಿಸಿದಂತಾಗುತ್ತದಲ್ಲವೇ? ಏರ್‌ಪೋರ್ಟಿನಲ್ಲಿ ಬಿಡಿ, ಇದೇ ಹಕ್ಕಿ ಬೇರೊಂದುಕಡೆ ತನ್ನ ಜೊತೆಗಾರ ಹಕ್ಕಿಯ ಆ ಕೂಗಿಗೆ ಸ್ಪಂದಿಸದೇ ಜೀವ ಕಳೆದುಕೊಳ್ಳುವ ಅಪಾಯ ಇದೆಯಲ್ಲವೇ?"

ನನ್ನ ಪ್ರಶ್ನೆಗೆ ಉತ್ತರಿಸುವ ಬದಲು, ಯಾವ್ಯಾವ ಪ್ರಸಿದ್ಧ ಏರ್ಪೋರ್ಟುಗಳಲ್ಲಿ ಈ ಯಂತ್ರ ಬಳಕೆಯಾಗುತ್ತಿದೆ ಎನ್ನುವ ಮಾಹಿತಿ ನೀಡತೊಡಗಿದ ಆತ.

■

ಹಕ್ಕಿಗಳು ಅಂಗಳದೊಳಗೆ ಪ್ರವೇಶಿಸಿದಮೇಲೆ ಅದನ್ನು ಅಲ್ಲಿಂದ ಓಡಿಸುವ ಕೃತ್ಯಕ್ಕಿಂತ, ಅವು ನಿಲ್ದಾಣದ ಆಸುಪಾಸು ಸುಳಿಯದೇ ಇರುವ ಯಾವುದಾದರೂ ಉಪಾಯ ಹುಡುಕುವುದು ಉತ್ತಮ ಎಂದೆನಿಸಿತು ನನಗೆ. ಹಕ್ಕಿಗಳು ಎಲ್ಲಿಂದ ಹಾಗೂ ಯಾಕೆ ಬರುತ್ತವೆ ಎಂಬುದನ್ನು ಪ್ರಥಮವಾಗಿ ಶೋಧಿಸಬೇಕಿತ್ತು. ಅದಕ್ಕಾಗಿ ನನ್ನೊಡನೆ ಕೆಲ ವರ್ಷಗಳಿಂದ ಕೆಲಸ ಮಾಡುತ್ತಿರುವ ಹುಡುಗನೊಬ್ಬನನ್ನು ಗುರುತಿಸಿಕೊಂಡೆ. ಇಂಜಿನಿಯರನಾದರೂ ಆತ ಟೆಕ್ನಿಕಲ್ ವಿಷಯದಲ್ಲಿ ಅಷ್ಟೇನೂ ಪರಿಣಿತನಲ್ಲ, ಆದರೆ ಇಂಥ ಕೆಲಸಗಳನ್ನು ವಹಿಸಿದರೆ ಬಲು ಉತ್ಸಾಹದಿಂದ ಮಾಡುತ್ತಾನೆ (ಟೆಕ್ನಿಕಲ್ ಪರಿಣಿತಿಯುಳ್ಳವರು ಈ ರೀತಿ ಕೆಲಸಗಳೆಡೆ ಆಸಕ್ತಿ ತೋರುವುದು ಕಡಿಮೆ) ಆತನಲ್ಲೊಂದಿಷ್ಟು ಮುಗ್ಧತೆ ಹಾಗೂ ಹುಂಬತನದ ಗುಣಗಳಿವೆಯಾದರೂ, ಅದರಿಂದ ಈ ಕೆಲಸಕ್ಕೆ ತೊಡಕೇನೂ ಇಲ್ಲ ಎನ್ನುವ ಖಾತರಿಯಿತ್ತು ನನಗೆ.

ಒಂದು ವಾರದಲ್ಲಿ ಏರ್ಪೋರ್ಟಿನ ಸುತ್ತಮುತ್ತಲ ಹಳ್ಳಿಯನ್ನೆಲ್ಲ ಸರ್ವೇ ಮಾಡಿ; ಅದರ ಕಂಪೌಂಡಿನ ಆಸುಪಾಸಿನಲ್ಲಿ ಎಷ್ಟು ಮಾಂಸದಂಗಡಿಗಳಿವೆ,

ಫುಡ್ ಫ್ಯಾಕ್ಟರಿ ಎಲ್ಲೆಲ್ಲಿದೆ, ಗದ್ದೆ, ತೋಟ, ಕೆರೆಗಳ ಲೆಕ್ಕವನ್ನೆಲ್ಲ ಒಪ್ಪಿಸಿದ ಹುಡುಗ. ಮಾಂಸದಂಗಡಿಯಿದ್ದಲ್ಲಿ ಪಕ್ಷಿಗಳ ಅಲೆದಾಟ ಹೆಚ್ಚು. ಸರಕಾರದ ವತಿಯಿಂದಲೇ ನೋಟೀಸ್ ಕೊಡಿಸಿ ಅವುಗಳ ಎತ್ತಂಗಡಿ ಮಾಡಿಸಬಹುದು. ಅಂಥ ಅಗತ್ಯ ಬಂದರೆ, ನಾವೇ ನಮ್ಮ ಕಂಪನಿಯ ಖರ್ಚಿನಲ್ಲೇ ಅವರಿಗೊಂದು ಪರ್ಯಾಯ ಅಂಗಡಿಯ ವ್ಯವಸ್ಥೆ ಮಾಡಿಕೊಟ್ಟರಾಯಿತು. ಆದರೆ ಹತ್ತಿರದಲ್ಲೇ ಇರುವ ಬ್ರೆಡ್ಡು ಬಿಸ್ಕತ್ತುಗಳ ತಯಾರಿಕಾ ಕಾರ್ಖಾನೆಯನ್ನು ಹೇಗೆ ಮುಚ್ಚಿಸುವುದು? ಅವು ಸಾಕಷ್ಟು ತ್ಯಾಜ್ಯವನ್ನು ಸಂಸ್ಕರಿಸದೇ ಹೊರಕ್ಕೆ ಬಿಸಾಡುತ್ತಾರೆ ಎನ್ನುವ ಒಂದು ರಿಪೋರ್ಟ್ ತಯಾರಿಸಿ, ಪರಿಸರ ಖಾತೆಗೆ ದೂರು ಕೊಡಬಹುದೇ ಎನ್ನುವ ದುರಾಲೋಚನೆಯೂ ನನ್ನ ತಲೆಯಲ್ಲಿ ಸುಳಿದುಹೋಯಿತು. ಇನ್ನು, ತೋಟ ಗದ್ದೆಗಳ ಬಗ್ಗೆ ನನಗೇನೂ ಸಮಸ್ಯೆಯಿರಲಿಲ್ಲ, ವಿಮಾನ ನಿಲ್ದಾಣ ಆರಂಭವಾದ ಕೆಲವೇ ವರ್ಷಗಳಲ್ಲಿ ಅವುಗಳೆಲ್ಲ ಲೇಔಟುಗಳಾಗಿ ಬದಲಾಗುತ್ತವೆ ಅಂತ ಗೊತ್ತಿತ್ತು. ಕೊನೆಯಲ್ಲಿ ಉಳಿಯುವುದು ಕೆರೆಯೊಂದೇ. ಅದನ್ನ ಏನು ಮಾಡುವುದು?

"ನಗರದ ಹೊರವಲಯದಲ್ಲಿದ್ದುದಕ್ಕೇ ಈ ಎಲ್ಲ ತಾಪತ್ರಯಗಳು. ಸಿಟಿ ಒಳಗೆ ಆಗಿದ್ದರೆ ಹಕ್ಕಿಗಳೇ ಇಲ್ಲ. ನಮಗ್ಯಾವ ಶ್ರಮವನ್ನೂ ನೀಡದೇ ಅವಾಗೇ ಕಣ್ಮರೆಯಾಗಿವೆ. ಹೆಚ್ಚೆಂದರೆ ಕಾಗೆಗಳು, ಬಿಟ್ಟರೆ ಅಲ್ಲಲ್ಲಿ ಪಾರಿವಾಳಗಳು ಸಿಗಬಹುದಷ್ಟೇ. ನಗರದ ನಡುವಿರುವ ಹಳೇ ಏರ್ಪೋರ್ಟಿನವರು ಈ ಸಮಸ್ಯೆಯೇ ಇಲ್ಲದೇ ನೆಮ್ಮದಿಯಾಗಿರಬೇಕು ನೋಡು" ಅಂದೆ ನಾನು.

ಹೌದೌದೆನ್ನುತ್ತ ತಲೆಯಾಡಿಸಿದ ಹುಡುಗ.

■

ಒಂದೆರಡು ದಿನಗಳಾಗಿರಬೇಕು. ನನ್ನ ಈ-ಮೇಲ್‌ಗೆ ಆತ ಒಂದು ಪುಸ್ತಕದ ಪಿ.ಡಿ.ಎಫ್ ಕಳಿಸಿದ. ಹಕ್ಕಿಗಳನ್ನು ದೂರವಿಡುವುದು ಹೇಗೆ ಎಂದು ಇಂಟರ್‌ನೆಟ್ಟಿನಲ್ಲಿ ಹುಡುಕುತ್ತಿದ್ದೆ, ಈ ಪುಸ್ತಕ ಸಿಕ್ಕಿತು. ನಿಮಗೆ ಪುಸ್ತಕ ಓದುವ ಹವ್ಯಾಸ ಇದೆಯಲ್ಲವಾ, ಒಮ್ಮೆ ಕಣ್ಣಾಡಿಸಿ ನೋಡಿ, ಏನಾದರೂ ಉಪಾಯ ಸಿಕ್ಕರೂ ಸಿಗಬಹುದು ಎಂಬುದಾಗಿ ಒಕ್ಕಣಿಕೆ ಬರೆದಿದ್ದ.

ತೆರೆದು ನೋಡಿದರೆ- 'ಹಾರ್ಪರ್ ಲೀ'ಯ 'ಟು ಕಿಲ್ ಅ ಮಾಕಿಂಗ್ ಬರ್ಡ್' ಕಾದಂಬರಿ!

ಆ ಕ್ಷಣಕ್ಕೆ ಒಮ್ಮೆ ನಗು ಉಕ್ಕಿತಾದರೂ, ಆ ಕಾದಂಬರಿಯ ವಸ್ತುವನ್ನು ನೆನೆಸಿಕೊಂಡಾಗ ನನ್ನನ್ನೇ ಅಪಹಾಸ್ಯ ಮಾಡಿದಂತೆನಿಸಿತು. ಆ ಕಾದಂಬರಿಯ ಆಂತರ್ಯ ಹೇಳುವುದೂ ಅದನ್ನೇ ಅಲ್ಲವೇ? ಅಮೇರಿಕದಲ್ಲಿ ಅಂದಿನ ಕಾಲಕ್ಕೆ ಸಮಾಜದಲ್ಲಿ ಬೇರೂರಿದ್ದ ವರ್ಣಭೇದ ಸಮಸ್ಯೆಯ ಸುತ್ತ ಹೆಣೆದುಕೊಂಡಿರುವ

ಕಥೆಯದು. 'ಹಕ್ಕಿಯನ್ನು ಕೊಲ್ಲುವುದು' ಎನ್ನುವುದು ಒಂದು ರೂಪಕವಾಗಿ ಬಳಸಲ್ಪಟ್ಟಿದೆ ಅಲ್ಲಿ. ಅವುಗಳನ್ನು ಕೊಲ್ಲುವುದೆಂದರೆ– ಅಸಹಾಯಕ ದನಿಯೊಂದನ್ನು ದಮನಿಸಿದಂತೆ, ಮುಗ್ಧ ನಿರುಪದ್ರವಿ ಸಮಾಜವೊಂದನ್ನು ನಾಶ ಮಾಡಿದಂತೆ ಎನ್ನುವ ಸಂದೇಶವಿದೆ ಅದರಲ್ಲಿ.

ಹುಡುಗನನ್ನು ಕರೆದು, "ನಿನಗೇನು ಮರುಳಾ? ಹಕ್ಕಿಗಳನ್ನು ಕೊಲ್ಲುವುದು ಹೇಗೆ ಎಂದು ಅಂತರ್ಜಾಲದಲ್ಲಿ ಹುಡುಕಲು ಯಾರು ಹೇಳಿದ್ದು ನಿನಗೆ? ನಮ್ಮ ಅಗತ್ಯವಿರುವುದು, ಹಕ್ಕಿಗಳ ನಿಯಂತ್ರಣವಷ್ಟೇ, ನಾಶವಲ್ಲ. ಅದರಲ್ಲೂ ಈ ಕಾದಂಬರಿಯ ಆಶಯವೇನು ಗೊತ್ತಾ? 'ಇಟ್ಸ್ ಅ ಸಿನ್ ಟು ಕಿಲ್ ಅ ಮಾಕಿಂಗ್ ಬರ್ಡ್' ಅಂತಲೇ ಇದರಲ್ಲಿ ಹೇಳಿರುವುದು. ಇಡೀ ಪ್ರಸಂಗದ ಮಾಕರಿ ಮಾಡುತ್ತೀಯಲ್ಲ ಮಾರಾಯಾ" ಎಂದು ಹುಸಿ ಕೋಪ ತೋರಿದೆ.

ಆತ ಇಂಟರ್ನೆಟ್ಟಿನಿಂದ ಮತ್ತೇನೇನು ಕಂಟೆಂಟುಗಳನ್ನು ಎತ್ತಿಟ್ಟುಕೊಂಡಿದ್ದನೋ. ಅವನ್ನೆಲ್ಲಾ ಒಂದೊಂದೇ ತೆಗೆದುಕೊಟ್ಟಾನೆಂದು ನಾನೇ ಮುಂದುವರಿದು ಹೇಳಿದೆ–

"ನೀನು ಹುಡುಕಹೊರಟರೆ ಮೊದಲು ಸಿಗುವುದು ಆರೇಳು ದಶಕಗಳ ಹಿಂದೆ ಚೀನಾದ ಸರ್ವಾಧಿಕಾರಿ ಮಾವೊ ಮಾಡಿದ ಮಹಾ ಎಡವಟ್ಟಿನ ಕಥೆ. ಗುಬ್ಬಿಗಳು ದವಸ ಧಾನ್ಯಗಳನ್ನು ತಿನ್ನುತ್ತವೆ, ಇದರಿಂದ ದೇಶದ ಆರ್ಥಿಕತೆಗೆ ಪೆಟ್ಟುಬೀಳುತ್ತದೆಂಬ ಕಾರಣಕ್ಕೆ ಆತ ಗುಬ್ಬಿಗಳ ಮಾರಣಹೋಮಕ್ಕೆ ಕರೆ ಕೊಟ್ಟ. ಜನರು ಹುಚ್ಚೆದ್ದು ಗುಬ್ಬಚ್ಚಿಗಳನ್ನು ಕೊಲ್ಲತೊಡಗಿದರು. ಬೀದಿಯಲ್ಲಿ ತಮಟೆ ನಗಾರಿಗಳನ್ನು ಬಾರಿಸುತ್ತ ಹಕ್ಕಿಗಳನ್ನು ಹೆದರಿಸಿದರು. ಅವುಗಳ ಗೂಡು ಕೆಡವಿ, ಮೊಟ್ಟೆಗಳನ್ನು ಒಡೆದರು. ಮೂರುವರ್ಷಗಳ ಅವಧಿಯಲ್ಲಿ ಬಿಲಿಯನ್‌ಗಟ್ಟಲೆ ಗುಬ್ಬಿಗಳನ್ನು ಅವುಗಳ ಕುರುಹಿಲ್ಲದಂತೆ ನಿರ್ನಾಮಗೈದರು.

ನಿಜ ಸಮಸ್ಯೆ ಶುರುವಾದದ್ದು ಅದರ ನಂತರ. ಗುಬ್ಬಿಗಳು ಕೇವಲ ಕಾಳುಕಡಿಯನ್ನು ಮಾತ್ರ ತಿನ್ನುವುದಿಲ್ಲವಲ್ಲ? ಅವು ಹುಳ ಹುಪ್ಪಟೆಗಳನ್ನೂ ತಿನ್ನುತ್ತವೆ. ಗುಬ್ಬಿಗಳ ಅನುಪಸ್ಥಿತಿಯಲ್ಲಿ ಹುಳಹುಪ್ಪಟೆಗಳ ಸಂಖ್ಯೆ ಅಲ್ಲಿ ಯಾವ ರೀತಿಯಲ್ಲಿ ವೃದ್ಧಿಸಿತೆಂದರೆ, ಅವು ದೇಶದಲ್ಲಿಯ ಅಳಿದುಳಿದ ದವಸದ ದಾಸ್ತಾನನ್ನೂ ಬಿಡದೇ ಸಂಪೂರ್ಣ ತಿಂದುಹಾಕಿದವು. ಪರಿಣಾಮವಾಗಿ ದೇಶ ಹಿಂದೆಂದೂ ಕಾಣದ ಭೀಕರ ಕ್ಷಾಮಕ್ಕೆ ತುತ್ತಾಯಿತು. ಎರಡು ವರ್ಷಗಳಿಗೂ ವಿಸ್ತರಿಸಿದ ಈ ಬರಗಾಲದಲ್ಲಿ ಚೀನಾದಲ್ಲಿ ಐದು ಕೋಟಿಗೂ ಅಧಿಕ ಜನ ಸತ್ತಿರಬಹುದೆಂದು ಅಂದಾಜಿಸಲಾಗುತ್ತದೆ. ಆ ಸಂದರ್ಭದಲ್ಲಿ ಜನರೇ ಜನರನ್ನು ಕೊಂದು ತಿಂದ ಘಟನೆಗಳು ನಡೆದಿರುವ ವರದಿಯೂ ಸಿಗುತ್ತದೆ..."

ಇಡೀ ಇತಿಹಾಸವನ್ನು ವಿವರವಾಗಿ ಕೇಳಿ ತಿಳಿದ ಹುಡುಗನೂ ತಲ್ಲಣಿಸಿ ಹೋಗಿದ್ದ.

■

ಹೀಗೊಮ್ಮೆ ನಡುವೆ, ಆತ ಯಾವುದೇ ಮುನ್ಸೂಚನೆಯಿಲ್ಲದೇ ಎರಡು ದಿನ ಆಫೀಸಿಗೆ ಹಾಜರಾಗಲಿಲ್ಲ. ಮೂರನೇ ದಿನ ಬಂದವ ನನ್ನ ಮುಖ ತಪ್ಪಿಸಿ ಓಡಾಡುತ್ತಿದ್ದ. ಕಂಪ್ಯೂಟರಿನ ಎದುರು ನೀರಸ ಮುಖ ಹೊತ್ತು ಕುಳಿತ ಅವನನ್ನು ನಾನೇ ಹೋಗಿ ಮಾತನಾಡಿಸಿದೆ.

"ಸರ್ ಸುಮಾರು ದಿನದಿಂದ ರಾತ್ರಿಯಲ್ಲಿ ಹಕ್ಕಿಗಳ ಸಾವಿನ ಕನಸೇ ಬೀಳುತ್ತಿದೆ. ಒಮ್ಮೆ ಮನೆಯ ಟೆರೇಸಿನ ಮೇಲೆ ಕಾಗೆ ಸತ್ತು ಬಿದ್ದಂತೆ. ಇನ್ನೊಮ್ಮೆ ನನ್ನ ಬೈಕಿಗೆ ಡಿಕ್ಕಿ ಹೊಡೆದು ಪಾರಿವಾಳ ಸತ್ತಂತೆ. ಹೀಗೇ ಏನೇನೋ... ಕನಸಲ್ಲಿ ಹಕ್ಕಿ ಸತ್ತರೆ ಬಹಳ ಅಪಶಕುನ. ಮುಂದೆ ದುರಂತ ಕಾದಿರುವ ಸೂಚನೆ ಅದು ಎಂದು ನನ್ನ ಅಮ್ಮ ಹಾಗೂ ಸಂಬಂಧಿಕರೆಲ್ಲ ಭಯಪಟ್ಟರು. ನಮ್ಮ ಊರಿನಲ್ಲಿ ಒಬ್ಬ ಪುರೋಹಿತರಿದ್ದಾರೆ. ಅವರು ಇಂಥದುಕ್ಕೆಲ್ಲ ಪರಿಹಾರ ನೀಡುತ್ತಾರೆ. ಅಮ್ಮನೊಟ್ಟಿಗೆ ಹೋಗಿ ಪೂಜೆ ಮಾಡಿಸಿ ತಾಯತ ಕಟ್ಟಿಸಿಕೊಂಡು ಬಂದೆ. ಅದಕ್ಕೇ ಎರಡು ದಿನ ರಜೆ ಹಾಕಿದ್ದು" ಅಂದ.

"ಅಯ್ಯೋ ಮೂರ್ಖ, ಹಕ್ಕಿಗಳನ್ನು ಕೊಲ್ಲುವ ಮಾತನ್ನಾದರೂ ಆಡಿದ್ದೇವಾ ನಾವು? ಹಕ್ಕಿಗಳನ್ನ ಇಲ್ಲಿಂದ ಓಡಿಸಬೇಕು ಅಂತಿದೇನೆ; ಸಾಯಿಸು ಅಂತಲ್ಲ. ನಿಯಂತ್ರಣಕ್ಕೂ ಕೊಲ್ಲುವುದಕ್ಕೂ ವ್ಯತ್ಯಾಸವೇ ಇಲ್ಲವಾ? ಅನ್ಎಜುಕೇಟೆಡ್ ರೀತಿಯಲ್ಲಿ ಮಾತಾಡ್ತೀಯಲ್ಲ..." ಗಡುಸಾಗಿಯೇ ಹೇಳಿದೆ ನಾನು. ಅವನ ಮೂಢತನಕ್ಕೆ, ಅದಕ್ಕಿಂತಲೂ ಮಿಗಿಲಾಗಿ, ಇದು ಅವನ ಕೆಲಸದಿಂದ ನುಣುಚಿಕೊಳ್ಳುವ ಪ್ರಯತ್ನ ಎಂಬುದು ಅರಿವಾಗಿ ಕೋಪವೇರಿತ್ತು ನನಗೆ.

"ಓಡಿಸೋದಕ್ಕೂ ಸಾಯಿಸೋದಕ್ಕೂ ಏನು ವ್ಯತ್ಯಾಸ, ಸರ್?"

ಈ ಪ್ರಶ್ನೆ ನಾನು ಅವನಿಂದ ನಿರೀಕ್ಷಿಸಿರಲಿಲ್ಲ. ಬರುತ್ತಿರುವ ಸಿಟ್ಟಿನ ನಡುವೆ ಆ ಕ್ಷಣಕ್ಕೆ ಏನು ಉತ್ತರಿಸುವುದೆಂದೂ ತೋಚಲಿಲ್ಲ. ನನ್ನ ಸಹನೆ ಮೀರುತ್ತಿರುವುದನ್ನು ಗಮನಿಸಿದ ಅವನೇ ಮುಂದುವರಿದು, ತನ್ನ ಪ್ರಶ್ನೆಗೆ ಸ್ಪಷ್ಟೀಕರಣ ನೀಡುವ ಧಾಟಿಯಲ್ಲಿ–

"ಹಾಗಲ್ಲ ಸರ್ ನಾನು ಹೇಳಿದ್ದು. ಜೀವಿಯೊಂದನ್ನು ಅದರ ನೆಲೆ ತಪ್ಪಿಸುವುದಕ್ಕೂ..." ಎಂದು ಏನೋ ಹೇಳಲು ಹೋಗಿ, ನಡುವೆ ತಡವರಿಸಿ, "ನಿಯಂತ್ರಿಸೋದು, ಬೆದರಿಸೋದು, ಕೊಲ್ಲೋದು... ಇವೆಲ್ಲದರ ನಡುವಿನ ವ್ಯತ್ಯಾಸದ ಬಗ್ಗೆಲ್ಲಾ ನಂಗೆ ಏನೂ ಗೊತ್ತಿಲ್ಲಾ ಸರ್. ನಿಮ್ಮಲ್ಲಿ ಒಂದೇ ರಿಕ್ವೆಸ್ಟು, ಈ ಪ್ರಾಜಕ್ಟಿನಿಂದ ದಯವಿಟ್ಟು ನನ್ನನ್ನು ತೆಗೆದುಬಿಡಿ... ಪ್ಲೀಸ್" ಎನ್ನುತ್ತ ದೈನ್ಯದಿಂದ ಕೈ ಮುಗಿದ.

■

ನಿಲ್ದಾಣದ ಉದ್ಘಾಟನೆಯ ದಿನ ಹತ್ತಿರ ಬರುತ್ತಿರುವಂತೆ ಸಾಕಷ್ಟು ಇತರೆ ಕೆಲಸಗಳನ್ನು ಮಾಡಿ ಮುಗಿಸುವ ಒತ್ತಡವೂ ಹೆಚ್ಚಾಗಿತ್ತು. ನಡುನಡುವೆ ಮೇಲಧಿಕಾರಿಗಳಿಂದ "ಈಸ್ ಎವರಿಥಿಂಗ್ ಅಂಡರ್ ಕಂಟ್ರೋಲ್?" ಎನ್ನುವ ಸಂದೇಶ ಬರುತ್ತಿತ್ತು. ಎವರಿಥಿಂಗ್ ಅಂಡರ್ ಕಂಟ್ರೋಲಿನ ಪಟ್ಟಿಯಲ್ಲಿ ನಮ್ಮ ಹತೋಟಿಯಲ್ಲಿಲ್ಲದೇ ಇರುವುದು ಹಕ್ಕಿಗಳ ನಿಯಂತ್ರಣ ಮಾತ್ರ ಎಂಬುದನ್ನು ನೆನೆದು ನನಗೆ ಒಳಗೊಳಗೇ ಆತಂಕವಾಗುತ್ತಿತ್ತು. ಹಲವಾರು ಸಂಶೋಧನಾ ಪೇಪರುಗಳು, ಬೇರೆ ಬೇರೆ ಏರ್ಪೋರ್ಟುಗಳ ವರದಿಗಳು, ಅಂತರ್ಜಾಲದಲ್ಲಿ ಸಿಗುವ ಮಾಹಿತಿ ಇವನ್ನೆಲ್ಲಾ ತಡಕಾಡುತ್ತ, ಪಕ್ಷಿಗಳನ್ನು ತಡೆಯಲು ಯಾವುದಾದರೂ ಪ್ರಾಕೃತಿಕ ವಿಧಾನ ಇದೆಯಾ, ಹಕ್ಕಿಗಳಿಗೆ ಹೆಚ್ಚಿನ ಹಾನಿಯಾಗದಂತ ಆಧುನಿಕ ತಂತ್ರಜ್ಞಾನವೇನಾದರೂ ಸಿಗಬಹುದಾ ಎಂಬುದಾಗಿ ಶೋಧಿಸುತ್ತಿದ್ದೆ ನಾನು.

ಇದೇ ಸಂದರ್ಭದಲ್ಲಿ, ಕಾಕತಾಳೀಯ ಅನ್ನುವಂತೆ– ನನ್ನ ದೂರದ ಸಂಬಂಧಿಕರೊಬ್ಬರು ನನಗೆ ಆಗಾಗ ಫೋನ್ ಮಾಡುತ್ತಿದ್ದರು. ಅವರದು ಐವತ್ತು ದಾಟಿದ ವಯಸ್ಸು. ಸಿರ್ಸಿಯ ಹತ್ತಿರದ ಹಳ್ಳಿಯೊಂದರಲ್ಲಿ ವ್ಯವಸಾಯ ಮಾಡಿಕೊಂಡಿದ್ದಾರೆ. ಕೈಗಾ ಅಣುಸ್ಥಾವರದಿಂದ ಹೊರಡುವ ಹೈವೋಲ್ಟೇಜ್ ವಿದ್ಯುತ್ ಲೈನುಗಳು ಅವರ ಜಾಗದಲ್ಲೇ ಹೋಗುತ್ತಿದ್ದು, ಇರುವ ಅರ್ಧದಷ್ಟು ಜಮೀನು ಒತ್ತುವರಿಯಾಗಿ ಅದಕ್ಕೆ ಪರಿಹಾರ ಕೂಡಾ ದೊರಕಿದೆ. ಅವರ ಸಮಸ್ಯೆ ಇರುವುದು, ಅವರ ಪಾಲಿಗೇ ಇರುವ ಉಳಿದರ್ಧ ಜಾಗದ ಬಗ್ಗೆ. ಆ ಜಾಗದಲ್ಲಿ ಅವರ ಮನೆ ಇದೆ. ಹೈವೋಲ್ಟೇಜ್ ವಿದ್ಯುತ್ತು ಪ್ರವಹಿಸುತ್ತಿರುವ ತಂತಿಗಳ ಆಸುಪಾಸಿನಲ್ಲಿ ವಾಸಿಸುವುದು ಆರೋಗ್ಯಕ್ಕೆ ಹಾನಿಕರ ಎಂಬ ಮಾಹಿತಿ ಅವರಿಗಿದೆ. ಹೀಗಾಗಿ ಇರುವ ಮನೆ ವಾಸಕ್ಕೆ ಯೋಗ್ಯವಾ? ವಿದ್ಯುತ್ ತಂತಿಯಿಂದ ಎಷ್ಟು ದೂರ ಇದ್ದರೆ ತೊಂದರೆಯಿಲ್ಲ, ಎಷ್ಟು ದಿನದವರೆಗೆ ಅಲ್ಲೇ ಉಳಿಯುವ ರಿಸ್ಕ್ ತೆಗೆದುಕೊಳ್ಳಬಹುದು? ಇತ್ಯಾದಿ ಪ್ರಶ್ನೆಗಳ ಮೂಟೆಯೇ ಇದೆ ಅವರಲ್ಲಿ. ನಾನೊಬ್ಬ ಇಂಜಿನಿಯರ್ ಎಂಬ ಕಾರಣಕ್ಕೆ ಆ ಕುರಿತ ಹೆಚ್ಚಿನ ಮಾಹಿತಿಗಾಗಿ ನನ್ನನ್ನು ಸಂಪರ್ಕಿಸಿದ್ದರು. ನನಗೆ ಅದರ ಬಗ್ಗೆ ನಿಖರ ಮಾಹಿತಿ ಇಲ್ಲದ್ದರಿಂದ, ಒಂದಿಷ್ಟು ರಿಸರ್ಚ್ ಮಾಡಿ ತಿಳಿಸುತ್ತೇನೆಂಬುದಾಗಿ ಹೇಳಿದ್ದೆ ನಾನವರಿಗೆ.

ನಾನೇನು ನಿರ್ಣಯ ನೀಡುತ್ತೇನೆಂಬ ಕಾತರ ಅವರಿಗೆ. ನನ್ನದೇ ತಲೆಬಿಸಿಯಲ್ಲಿ ನಾನಿದ್ದೆನಾದ್ದರಿಂದ, ಅವರ ವಿಷಯದ ಬಗ್ಗೆ ಹೆಚ್ಚು ಗಮನ ನೀಡಲಾಗಿರಲಿಲ್ಲ ನನಗೆ.

"ಸ್ವಲ್ಪ ಸಮಯ ಕೊಡಿ ಸರಿಯಾಗಿ ವಿಚಾರಿಸಿ ತಿಳಿಸುವೆ. ಯಾವುದೂ, ನೀವು ಹೇಳುತ್ತಿರುವಷ್ಟು ಹತ್ತಿರದಲ್ಲಿ ವಾಸಿಸುವುದು ಒಳ್ಳೆಯದಲ್ಲ ಎಂದೇ ನನಗೆ ಅನ್ನಿಸುತ್ತದೆ" ಎಂಬುದಾಗಿ ಉತ್ತರಿಸಿದೆ ನಾನು. ಒಮ್ಮೆಲೇ ಭಾವುಕರಾದ ಅವರು,

"ಅಲ್ಲಾ ಮಾರಾಯಾ ಇದೆಂಥ ಅನ್ಯಾಯ ನೋಡು. ನನ್ನರ್ಧ ಜಾಗದಲ್ಲಿ ವಿದ್ಯುತ್

ಲೈನು ಹೋಯಿತು, ನನ್ನ ಜಾಗವೂ ಹೋಯಿತು ಸರಿ. ಈಗ ಅದರ ಪಕ್ಕದಲ್ಲೂ ವಾಸಿಸುವಂತಿಲ್ಲ ಅಂತಾದರೆ ಮಾಡುವುದಾದರೂ ಏನು? ಈ ಜಾಗವೇನೂ ಒತ್ತುವರಿಯಾದುದಲ್ಲ. ನನ್ನ ತಾಬಾ ಇದೆ, ಆದರೆ ಪ್ರಯೋಜನವಿಲ್ಲ. ಇಲ್ಲಿಂದಲೂ ಒಕ್ಕಲೇಳಬೇಕೆಂದರೆ ಗಂಟು ಮೂಟೆ ಕಟ್ಟಿಕೊಂಡು ಎಲ್ಲಿ ಹೋಗಲಿ... ಯಾರದೋ ಬೀದಿಯನ್ನು ಝಗಮಗಿಸಲು ನನ್ನ ಮನೆಯ ದೀಪ ಆರಿಸಬೇಕಾದ ಈ ಪರಿಸ್ಥಿತಿ ಯಾರಿಗೂ ಬೇಡ ಮಾರಾಯ..." ಎನ್ನುತ್ತ ತಮ್ಮ ಅಳಲು ತೋಡಿಕೊಂಡರು.

ಅವರ, 'ಗಂಟು ಮೂಟೆ ಕಟ್ಟಿ ಎಲ್ಲಿ ಹೋಗಲಿ?' ಎನ್ನುವ ಸಾಲು, ನನ್ನನ್ನು ಬಾಲ್ಯದ ನೆನಪೊಂದಕ್ಕೆ ಕರೆದೊಯ್ಯಿತು. ನಾನಾಗ ಹತ್ತೋ-ಹನ್ನೆರಡೋ ವರ್ಷದವನಾಗಿದ್ದೆ. ಘಟನೆಗಳೆಲ್ಲ ನನಗೆ ಅಸ್ಪಷ್ಟವಾಗಿ ತಿಳಿವಿನಲ್ಲಿದೆ. ನಾವು ಆಗ ದಾಂಡೇಲಿಯಲ್ಲಿ ವಾಸವಿದ್ದೆವು. ಅಲ್ಲಿಯ ಸರಕಾರಿ ಶಾಲೆಯಲ್ಲಿ ನನ್ನ ತಂದೆ ಮೇಷ್ಟರಾಗಿದ್ದರು. ಹೀಗೊಂದು ದಿನ, ನಮ್ಮ ಮನೆಯ ತುಂಬ ಮತ್ತಾರದೋ ಮನೆಯ ಸಾಮಾನು ಸರಂಜಾಮುಗಳೆಲ್ಲ ಬಂದು ತುಂಬಿಕೊಂಡವು. ಮೊದಲೇ ಪುಟ್ಟ ಮನೆ ನಮ್ಮದು. ಬೇರೆ ಮನೆಯ ಕಾಟು ಕಪಾಟು ಪಾತ್ರೆ ಪಡಗಗಳೆಲ್ಲ ಸೇರಿಕೊಂಡು, ನಮಗೆ ಕೂರಲೂ ಮಲಗಲೂ ಸಂದಣಿಯಾಗುವಷ್ಟು ಕಿರಿಕಿರಿಯಾಗಿತ್ತು. ಕೆಲ ದಿನಗಳ ನಂತರ ಆ ಬೇರೆ ಮನೆಯ ಕುಟುಂಬ ಕೂಡಾ ನಮ್ಮ ಮನೆಗೆ ಸ್ಥಳಾಂತರಗೊಂಡಿತು. ನನ್ನ ತಂದೆಯ ಸ್ನೇಹಿತರ ಕುಟುಂಬ ಅದು. ಸೂಪಾ ಎನ್ನುವ ಊರಿನವರು, ಕಾಳಿನದಿಗೆ ಕಟ್ಟುವ ಅಣೆಕಟ್ಟಿನಿಂದಾಗಿ ಸೂಪಾ ಊರು ಮುಳುಗುತ್ತದೆ. ಹೀಗಾಗಿ ಅವರು ತಮ್ಮ ಮನೆ ಖಾಲಿ ಮಾಡಿದ್ದಾರೆ, ಬೇರೆಡೆ ಮನೆ ಮಾಡುವವರೆಗೆ ನಮ್ಮ ಮನೆಯಲ್ಲೇ ತಾತ್ಕಾಲಿಕವಾಗಿ ಉಳಿಯುತ್ತಾರೆ ಎಂಬುದಾಗಿ ತಿಳಿದುಬಂತು.

ಅವರೆಷ್ಟು ದಿನ ನಮ್ಮ ಮನೆಯಲ್ಲಿದ್ದರು, ನಂತರ ಎಲ್ಲಿ ಹೋದರು ಎಂಬುದಾವುದೂ ನನಗೆ ನೆನಪಿಲ್ಲ. ಆ ಒಂದು ಘಟನೆ ಮಾತ್ರ ನೆನಪಿದೆ. ಅವರಿಗೆ ನನಗಿಂತ ನಾಲ್ಕೈದು ವರ್ಷ ಕಿರಿಯವನಾದ ಒಬ್ಬ ಮಗನಿದ್ದ. ಕೋಣೆಯಲ್ಲಿ ಪೇರಿಸಿಟ್ಟ ಸಾಮಾನುಗಳ ನಡುವಿನ ಇಕ್ಕಟ್ಟಿನ ಜಾಗದಲ್ಲಿ ನೆಲಕ್ಕೆ ಹಾಸಿಗೆ ಹಾಸಿಕೊಂಡು ನಾನು ಹಾಗೂ ಆ ಹುಡುಗ ಮಲಗಬೇಕಿತ್ತು. ಹೀಗೊಮ್ಮೆ ನಿದ್ದೆಯಲ್ಲಿ ಆತ ಹೊರಳಿ ನನ್ನ ಮೈಮೇಲೆ ಕಾಲು ಹಾಕಿದಾಗ, ವಿಪರೀತ ಕೋಪಗೊಂಡ ನಾನು ಆತನನ್ನು ಜೋರಾಗಿ ಒದ್ದಿದ್ದೆ.

ಅಚಾನಕ್ಕಾಗಿ ನೆನಪಾದ ಆ ನನ್ನ ಕೃತ್ಯ ನೆನೆದು ಹೊಟ್ಟೆ ಕಿವುಚಿದಂತಾಯ್ತು. ಅದರೊಟ್ಟಿಗೇ, 'ಜೀವಿಯೊಂದನ್ನು ಅದರ ನೆಲೆ ತಪ್ಪಿಸುವುದಕ್ಕೂ, ಸಾಯಿಸುವುದಕ್ಕೂ ಏನು ವ್ಯತ್ಯಾಸ?' ಎನ್ನುವ ಹುಡುಗನ ಪ್ರಶ್ನೆಯೂ ಪ್ರತಿಧ್ವನಿಸಿತು. ಆ ಪ್ರಶ್ನೆ ಕೇವಲ ಹಕ್ಕಿಗಳಿಗೆ ಮಾತ್ರ ಸಂಬಂಧಿಸಿದ್ದು ಅನ್ನಿಸಲಿಲ್ಲ ಈ ಬಾರಿ.

■

ಹಕ್ಕಿಗಳೆಂದ ಕೂಡಲೇ ಸಹಜವಾಗಿ ಜ್ಞಾಪಕವಾಗುವುದು ಬೇಂದ್ರೆಯವರ 'ಹಕ್ಕಿ ಹಾರುತಿದೆ ನೋಡಿದಿರಾ' ಕವನ. ಇಡೀ ಬ್ರಹ್ಮಾಂಡವನ್ನೇ ತನ್ನ ತೆಕ್ಕೆಗೆ ತೆಗೆದುಕೊಂಡಿರುವ 'ಕಾಲ'ವನ್ನು ಹಕ್ಕಿಗೆ ಹೋಲಿಸಿ, ಆ ಕಾಲದ ಗತಿ ಹಾಗೂ ಆಯಾಮವನ್ನು ಹಕ್ಕಿಯ ಹಾರುವಿಕೆಯೊಂದಿಗೆ ಸಮೀಕರಿಸುತ್ತ ರಚಿಸಲ್ಪಟ್ಟ ಆ ಕಾವ್ಯದ ಕೆಲವು ಸಾಲುಗಳು ಹೀಗಿವೆ–

ಬೆಳ್ಳಿಯ ಹಳ್ಳಿಯ ಮೇರೆಯ ಮೀರಿ
ತಿಂಗಳಿನೂರಿನ ನೀರನು ಹೀರಿ
ಆಡಲು ಹಾಡಲು ತಾ ಹಾರಾಡಲು
ಮಂಗಳಲೋಕದ ಅಂಗಳಕೇರಿ
ಹಕ್ಕಿ ಹಾರುತಿದೆ ನೋಡಿದಿರಾ?

ಮುಟ್ಟಿದೆ ದಿಙ್ಮಂಡಲಗಳ ಅಂಚ
ಆಚೆಗೆ ಚಾಚಿದೆ ತನ್ನಯ ಚುಂಚ
ಬ್ರಹ್ಮಾಂಡಗಳನು ಒಡೆಯಲು ಎಂದೋ
ಬಲ್ಲರು ಯಾರಾ ಹಾಕಿದ ಹೊಂಚ
ಹಕ್ಕಿ ಹಾರುತಿದೆ ನೋಡಿದಿರಾ?

ಮಾನವನ ವೈಜ್ಞಾನಿಕ ಸಂಶೋಧನೆ ಇಂದು ಆಗಸವನ್ನು ಮೀರಿ ಸಾಗುತ್ತಿದೆ. ಚಂದ್ರನನ್ನು ದಾಟಿ, ಮಂಗಳನ ಅಂಗಳಕ್ಕೂ ಕಾಲಿಕ್ಕಿಯಾಗಿದೆ. ಬ್ರಹ್ಮಾಂಡವನ್ನು ಅರಿಯುತ್ತೇನೆ ಎಂದು ದಾಪುಗಾಲಿಡುತ್ತ ಹೊರಟಿರುವ ಈ ಮಾನವನ ಅನ್ವೇಷಣೆ, ಅದರ ರಹಸ್ಯವನ್ನು ಭೇದಿಸುವಲ್ಲಿ ಸಫಲವಾಗುತ್ತದೆಯೋ ಅಥವಾ ಬ್ರಹ್ಮಾಂಡವನ್ನೇ ಒಡೆದು ಹೋಳು ಮಾಡುತ್ತದೆಯೋ? ಇನ್ನೊಂದೆಡೆ, ಇದೆಲ್ಲದರ ಸೃಷ್ಟಿಕರ್ತನಾದ ಆ ಶಕ್ತಿಯ ಹೊಂಚು ಅದೇನಿದೆಯೋ, ಬಲ್ಲವರಾರು?

ಕಾಲವನ್ನು ಹಕ್ಕಿಗೆ ಹೋಲಿಸುವುದಕ್ಕೂ, ಹಕ್ಕಿಯನ್ನೇ ಕಾಲಕ್ಕೆ ಸಮೀಕರಿಸಿ ನೋಡುವುದಕ್ಕೂ ಅಂಥ ವ್ಯತ್ಯಾಸವೇನೂ ಕಾಣುತ್ತಿಲ್ಲ ನನಗೆ. ಹಾಗೇ, ವಿಮಾನ ನಿಲ್ದಾಣದ ಅಂಗಳದಿಂದ ಹಕ್ಕಿಗಳನ್ನು ಓಡಿಸುವ ಪ್ರಕ್ರಿಯೆ ಕೂಡಾ ವರಕವಿ ಹೇಳಿದ ಮಾನವನ ಅಭಿವೃದ್ಧಿಯ ಪಥದ ಹೆಜ್ಜೆಗಳಲ್ಲೊಂದು ಎನ್ನುವುದರಲ್ಲಿ ಯಾವ ಸಂಶಯವೂ ಇಲ್ಲ.

■

ಆರು ತಿಂಗಳ ನಂತರ–

ಏರ್ಪೋರ್ಟ್ ಸಂಪೂರ್ಣ ತಯಾರಾಗಿ ಮೊದಲ ವಿಮಾನ ರನ್‌ವೇಯಲ್ಲಿ ಇಳಿಯಲು ಸಿದ್ಧವಾಗಿತ್ತು. ಹಲವು ಆಹ್ವಾನಿತ ಗಣ್ಯರ ಜೊತೆ ನಾವೆಲ್ಲ ಗ್ಯಾಲರಿಯಲ್ಲಿ ಕುಳಿತು ಆ ಶುಭಗಳಿಗೆಯ ವೀಕ್ಷಣೆಗೆ ಕಾತರರಾಗಿದ್ದೆವು. ನನಗೊಂತರಾ ಆತಂಕ; ಹಕ್ಕಿಗಳ ನಿಯಂತ್ರಣಕ್ಕೆ ನಾನು ಅಳವಡಿಸಿದ ಯೋಜನೆ ಅದೆಷ್ಟು

ಪರಿಣಾಮಕಾರಿಯಾಗಿದೆಯೋ, ಮೊದಲನೇ ದಿನವೇ ಯಾವುದಾದರೂ ಹಕ್ಕಿ ನಡುವೆ ಸಿಕ್ಕಿ ಆಭಾಸವಾದರೆ ಏನಪ್ಪಾ ಗತಿ ಎಂದು. ಸದ್ಯ ಹಾಗೇನೂ ಆಗಲಿಲ್ಲ. ಬಾನಿನಿಂದಿಳಿದ ವಿಮಾನ ರನ್‌ವೇ ಸ್ಪರ್ಶಿಸುತ್ತಿರುವಂತೆಯೇ, ಎಲ್ಲರದೂ ಪರಸ್ಪರ ಅಪ್ಪುಗೆ ಕೈಕುಲುಕುವಿಕೆಯ ನಡುವೆ ಹರ್ಷೋದ್ಗಾರ ಮುಗಿಲು ಮುಟ್ಟಿತು.

ಮಾರನೇ ದಿನ ಪತ್ರಿಕೆಗಳಲ್ಲಿ– 'ಬೆಂಗಳೂರು ಅಂತಾರಾಷ್ಟ್ರೀಯ ವಿಮಾನ ನಿಲ್ದಾಣ ಉದ್ಘಾಟನೆ; ಬಾನಲ್ಲಿ ಲೋಹದ ಹಕ್ಕಿಗಳ ಹಾರಾಟ' ಎನ್ನುವ ಶೀರ್ಷಿಕೆಯ ಸುದ್ದಿ ಮೊದಲ ಪುಟದಲ್ಲಿ ರಾರಾಜಿಸುತ್ತಿತ್ತು.

ಅಕ್ಟೋಬರ್ 2023

ಮೆಟಾವರ್ಸ್ ಮಾಯಾಜಾಲ

2040 ನೇ ಇಸ್ವಿ– ನಿಮ್ಮ ಮಗಳು ಬಂದು, ಆಸ್ಟ್ರಿಯಾ ದೇಶದ ಹುಡುಗನೊಬ್ಬನನ್ನು ತಾನು ಪ್ರೀತಿಸಿರುವುದಾಗಿಯೂ ಅವನನ್ನೇ ಮದುವೆಯಾಗುವುದಾಗಿಯೂ ತಿಳಿಸುತ್ತಾಳೆ. ಹುಡುಗನ ಬಗ್ಗೆ ವಿಚಾರಿಸಿದಾಗ, ಆತನನ್ನು ತಾನು ಕಿಲಿಮಂಜಾರೋ ಪರ್ವತಾರೋಹಣ ಮಾಡುತ್ತಿರುವಾಗ ಭೇಟಿಯಾಗಿದ್ದೆನೆಂದೂ, ಅಲ್ಲಿಂದಲೇ ಪ್ರೀತಿ ಅಂಕುರವಾಗಿದ್ದೆಂದೂ ಹೇಳುತ್ತಾಳೆ. ನಿಮ್ಮೂರಿನ ಬೆಟ್ಟ ಸರಿಯಾಗಿ ಹತ್ತಿಳಿಯದ ಆಕೆ, ಆಫ್ರಿಕಾದಲ್ಲಿರುವ ಕಿಲಿಮಂಜಾರೋವನ್ನು ಎಂದು ಹತ್ತ ಹೋಗಿದ್ದಳು ಎಂದು ನೀವು ಪ್ರಶ್ನಿಸುವುದಿಲ್ಲ. ನಿಮಗೆ ಗೊತ್ತಿದೆ. ಆಕೆ ಈ ಸಾಹಸ ಮಾಡಿದ್ದು, ಪರದೇಶೀಯನನ್ನು ಭೇಟಿಯಾಗಿದ್ದು ಎಲ್ಲವೂ 'ಮೆಟಾವರ್ಸ್'ನಲ್ಲಿ.

ನಿಮಗೆ ಹಳೆಯ ನೆನಪುಗಳು ಮರುಕಳಿಸುತ್ತವೆ. ಇಪ್ಪತ್ತೈದು ವರ್ಷಗಳ ಹಿಂದೆ ನೀವೂ ನಿಮ್ಮ ಪಾಲಕರೆದುರು ನಿಮ್ಮ ಮದುವೆಯ ಪ್ರಸ್ತಾಪವಿಟ್ಟಿದ್ದಿರಿ. ಫೇಸ್‌ಬುಕ್ಕಿನಲ್ಲಿ ಪರಿಚಿತಳಾದ ಉತ್ತರ ಭಾರತದ ಹುಡುಗಿಯೊಂದಿಗೆ ವಿವಾಹವಾಗುತ್ತೇನೆಂದು ನೀವು ಹೇಳಿದಾಗ, ನಿಮ್ಮ ಅಪ್ಪ ಅಮ್ಮ ಬಲು ಆತಂಕ ಗೊಂಡಿದ್ದರು. ಆಕೆ ಯಾರೋ ಏನೋ ಗೊತ್ತಿಲ್ಲ. ದೂರ ರಾಜ್ಯದ ಅವಳ ಮನೆ ಮನೆತನ ಯಾವುದನ್ನೂ ಖುದ್ದಾಗಿ ನಾವು ಕಂಡಿಲ್ಲ. ಕನಿಷ್ಟ ಎದುರುಬದುರಿನ ಒಡನಾಟವೂ ಇಲ್ಲದ ಸಂಬಂಧ ಹೇಗೆ ಒಪ್ಪಿಕೊಳ್ಳುವುದು ಎಂದು ಚಿಂತಿತರಾದ ಅವರುಗಳಿಗೆ ಕೊಡಲು ಸಮಾಧಾನಕರ ಉತ್ತರಗಳು ನಿಮ್ಮಲ್ಲಿರಲಿಲ್ಲ.

ಆದರೆ ಇವತ್ತು ನಿಮ್ಮ ಮಗಳು ಎಲ್ಲದಕ್ಕೂ ಉತ್ತರ ಕೊಡಬಲ್ಲಳು. ಆಕೆ ಮದುವೆಯಾಗ ಬಯಸುವ ಆ ಹುಡುಗನನ್ನು ಆಕೆ ಭೇಟಿಯಾಗಿರುವುದಷ್ಟೇ ಅಲ್ಲ, ಅವನೊಡನೆ ಸಾಕಷ್ಟು ಸುತ್ತಾಡಿದ್ದಾಳೆ, ಡೇಟಿಂಗ್ ಮಾಡಿದ್ದಾಳೆ. ಅಲ್ಲದೇ ಆತನ ಪಾಲಕರನ್ನು ಆಸ್ಟ್ರಿಯಾದ ಅವರ ಮನೆಯಲ್ಲೇ ಖುದ್ದಾಗಿ ಎದುರು ಕುಳಿತು ಮಾತನಾಡಿಸಿದ್ದಾಳೆ. ಹೀಗೆ ಹತ್ತು ಹಲವು. ಒಂದೇ ವಿಶೇಷವೆಂದರೆ, ಇವೆಲ್ಲವೂ ಜರುಗಿದ್ದು 'ಮೆಟಾವರ್ಸ್'ನಲ್ಲಿ! ಭೂಮಿಯ ಮೇಲಿನ ಭೌತಿಕ ಜಗತ್ತಿನಲ್ಲಲ್ಲ.

ದಶಕಗಳ ಹಿಂದೆ, ನಿಮ್ಮ ಫೇಸ್‌ಬುಕ್ ಸಂಪರ್ಕದ ಸಂಗಾತಿಯನ್ನು ಸಮರ್ಥಿಸಿಕೊಂಡಿದ್ದ ನೀವು ಈಗೇನು ಮಾಡುತ್ತೀರಿ? ನಿಮ್ಮ ಮಗಳ ಹಾಗೂ ಆಕೆಯ

ಆಸ್ಟ್ರಿಯಾ ಗೆಳೆಯನ ನಡುವಿನ ಒಡನಾಟವನ್ನು ಸಿಂಧು ಎಂದು ಒಪ್ಪಿಕೊಳ್ಳುತ್ತೀರಾ ಅಥವಾ ತಿರಸ್ಕರಿಸುತ್ತೀರೋ?

ಈ ಪ್ರಶ್ನೆಗೆ ಉತ್ತರ ಕಂಡುಕೊಳ್ಳುವ ಮೊದಲು, 'ಮೆಟಾವರ್ಸ್' ಎಂಬ ಈ ನಿಜವಲ್ಲದ ನಿಜ ಲೋಕದೊಳಗೊಮ್ಮೆ ಇಣುಕಿ ನೋಡುವುದೊಳಿತು.

ಗ್ರೀಕ್ ಮೂಲದ 'ಮೆಟಾ' ಎನ್ನುವ ಶಬ್ದಕ್ಕೆ ಆಚೆಯ (beyond) ಎನ್ನುವ ಅರ್ಥವಿದೆ. ನಾವಿಂದು ವಾಸಿಸುತ್ತಿರುವ ಬ್ರಹ್ಮಾಂಡವೆಂದು ಕರೆಯಲ್ಪಡುವ ಈ 'ಯುನಿವರ್ಸ್'ನ 'ಆಚೆ'ಗಿನ ವಿಶ್ವವೇ ಮೆಟಾವರ್ಸ್. ನಾವು ಇದುವರೆಗೂ ಮಾತನಾಡಿರುವ ವರ್ಚುಅಲ್ ರಿಯಾಲಿಟಿ, ಮಿಥ್ಯಾಪ್ರಪಂಚ, ಡಿಜಿಟಲ್ ವೇದಿಕೆ ಇತ್ಯಾದಿಗಳ ಮುಂದುವರಿಕೆಯ ಉತ್ತುಂಗದ ಸ್ಥಿತಿಯಿದು. ನಾವಿಂದು ಅಂತರ್ಜಾಲವೆಂಬ 2ಡಿ ವೇದಿಕೆಯಲ್ಲಿ ಓದಿ, ನೋಡಿ, ಕೇಳಬಹುದಾದ ಎಲ್ಲವನ್ನೂ ಈ ಮೆಟಾವರ್ಸ್ ನಮಗೆ 3ಡಿ ರೂಪದಲ್ಲಿ ದೈಹಿಕ ಅನುಭವದ ಮುಖೇನ ದೊರಕಿಸಿಕೊಡಬಲ್ಲದು. ಕಣ್ಣಿಗೊಂದು ದಪ್ಪದ ಡಿಜಿಟಲ್ ಕನ್ನಡಕ, ಕೈಲೊಂದು ರಿಮೋಟ್ ಹಿಡಿದು ನಾವು ಆ ಲೋಕದ ಬೀದಿಗಳಲ್ಲಿ ಓಡಾಡಿದ ಅನುಭವ ಪಡೆಯಬಹುದು.

ಉದಾಹರಣೆಗೆ– ಈಜಿಪ್ಟಿನಲ್ಲಿರುವ ಪಿರಾಮಿಡ್ಡಿನ ಎದುರು ನಿಂತು ನೀವು ಅದರ ಅಗಾಧತೆಯನ್ನು ಅನುಭವಿಸಬೇಕೇ? ಯುರೋಪಿನ ಹಿಮದ ಬಯಲಲ್ಲಿ ಸ್ಕೀಯಿಂಗ್ ಮಾಡಬೇಕೇ? ನ್ಯೂಯಾರ್ಕಿನ ಯಾಂಕೀ ಸ್ಟೇಡಿಯಮ್ಮಿನಲ್ಲಿ ಕುಳಿತು ಬೇಸ್‌ಬಾಲ್ ಪಂದ್ಯ ನೋಡಬೇಕೆ? ಇವನ್ನೆಲ್ಲಾ ನೀವು ಕುಂತಲ್ಲಿಯೇ ಮಾಡಬಹುದು. ಅಷ್ಟೇ ಯಾಕೆ? ಚಂದ್ರ, ಗುರು ಮಂಗಳ ಲೋಕಕ್ಕೂ ಹೋಗಿ ಅನ್ಯ ಗ್ರಹದ ಜೀವಿಗಳನ್ನೂ ಭೇಟಿಯಾಗಬಹುದು. ವಾಲ್‌ಮಾರ್ಟಿನ ಶಾಪಿಂಗ್ ಮಾಲಿನಲ್ಲಿ ಖುದ್ದು ಸಂಚರಿಸಿ ವಸ್ತುಗಳನ್ನು ಕೊಳ್ಳಬಹುದು. ಜಗತ್ತಿನ ಯಾವ್ಯಾವುದೋ ಮೂಲೆಯಲ್ಲಿರುವ ನಿಮ್ಮ ಮಿತ್ರರೆಲ್ಲ ಒಂದೆಡೆ ಸೇರಿ ಚಹಾ ಕೂಟ ಮಾಡಬಹುದು; ಬೇಕಾದ ಸಮಯದಲ್ಲಿ ಬೇಕಾದ ಜಾಗದಲ್ಲಿ... ಹೀಗೆ ಹೇಳುತ್ತ ಹೊರಟರೆ ಪಟ್ಟಿ ಮುಗಿಯುವುದಿಲ್ಲ.

ಅಂತೆಯೇ, 'ಮೆಟಾವರ್ಸ್'ನ ಬಗ್ಗೆ ಇಷ್ಟೇ ಹೇಳಿ ಬಿಟ್ಟರೆ ಅದು ಕುರುಡನೊಬ್ಬ ಆನೆಯನ್ನು ಮುಟ್ಟಿ ಅದರ ಆಕಾರ ಗಾತ್ರ ಊಹಿಸಿದಂತೆ ಆಗುವ ಸಾಧ್ಯತೆಯೇ ಹೆಚ್ಚು. ನಮಗೆ ಎಂಭತ್ತರ ದಶಕದಲ್ಲಿ ಕಂಪ್ಯೂಟರಿನ ಬಗ್ಗೆ, ತೊಂಭತ್ತರ ದಶಕದಲ್ಲಿ ಇಂಟರ್ನೆಟ್ಟಿನ ಬಗ್ಗೆ, ಅದನಂತರದ ವರ್ಷಗಳಲ್ಲಿ ಸ್ಮಾರ್ಟ್ ಫೋನಿನ ಬಗ್ಗೆ ಎಷ್ಟು ಕನಿಷ್ಟ ಮಾಹಿತಿ ಇತ್ತೋ ಅಷ್ಟು ಮಾತ್ರವೇ ವಿಷಯ ಇವತ್ತು ನಮಗೆ ಮೆಟಾವರ್ಸಿನ ಬಗ್ಗೆಯೂ ತಿಳಿದಿರುವುದು. ಆದರೆ ಸ್ಮಾರ್ಟ್ ಫೋನು ಹಾಗೂ ಅಂತರ್ಜಾಲವನ್ನು ಇಂದು ಹೇಗೆ ಬಿಟ್ಟಿರಲಾರೆವೋ ಹಾಗೇ ಮುಂದೊಂದು ದಿನ 'ಮೆಟಾವರ್ಸ್' ನಮ್ಮ ನಿತ್ಯ ಜೀವನದ ಭಾಗವೇ ಆದೀತು ಎಂದರೆ ಅದು ಅತಿಶಯೋಕ್ತಿಯೇನಲ್ಲ.

■

ಇಂತಿಪ್ಪ ಮೆಟಾವರ್ಸಿನ ವಾಣಿಜ್ಯ ಉದ್ದೇಶ, ಆರ್ಥಿಕ ಲೆಕ್ಕಾಚಾರ, ದತ್ತಾಂಶ ಸಂಗ್ರಹದಂತಹ ಬೃಹತ್ ಯೋಜನೆ ಇವುಗಳೆಲ್ಲ ಗೊತ್ತಿದ್ದುದೇ. ನಮ್ಮ ಆಸಕ್ತಿಯಿರುವುದು, ತಮ್ಮ ಈ ಎಲ್ಲ ಯೋಜನೆಗಳ ಕಾರ್ಯಸಿದ್ಧಿಗೋಸ್ಕರ ಅದು ಮನುಷ್ಯನ ಮೇಲೆ ನಡೆಸಬಹುದಾದ ಪ್ರಯೋಗಗಳ ಬಗ್ಗೆ, ಆತನನ್ನು ತನ್ನ ಕಮೋಡಿಟಿಯಾಗಿಸಿಕೊಳ್ಳುವ ಪರಿಯ ಬಗ್ಗೆ.

ವ್ಯಕ್ತಿಯೊಬ್ಬನನ್ನು ಮೆಟಾವರ್ಸಿನಲ್ಲಿ ವಿಲೀನಗೊಳಿಸುವುದೆಂದರೆ ಅವನ ಮೆದುಳು, ನರಗಳನ್ನು ಸಿಮ್ಯುಲೇಟ್ ಮಾಡಿ, ಮೆದುಳಿನ ಪ್ರತ್ಯನುಕರಣೆಯ ಮೂಲಕ, ತಾನು ಜೀವಿಸುತ್ತಿರುವುದೇ ಬೇರೊಂದು ಲೋಕದಲ್ಲಿ ಎಂದು ವಾಸ್ತವವಾಗಿ ಅನ್ನಿಸುವಂತೆ ಮಾಡುವುದು. ಈ ಹಂತದಲ್ಲಿ ಮನುಷ್ಯನ ದೇಹಕ್ಕೂ ಆತನ ಬುದ್ಧಿಗೂ (ಅಥವಾ ಪ್ರಜ್ಞೆ) ಯಾವುದೇ ಸಂಬಂಧವಿಲ್ಲ. ಮನುಷ್ಯನ ದೇಹದ ಪ್ರತಿ ಕ್ರಿಯೆಯೂ ಆತನ ಮೆದುಳಿನ ಸಂದೇಶದ ಮೂಲಕವೇ ನಡೆಯುತ್ತದಷ್ಟೇ. ಅದೇ ಮೆದುಳು ಈ ದೇಹದ ಹಂಗಿಲ್ಲದೇ ಬೇರೆಯದೇ ಅವತಾರ ಎತ್ತಿ ಆ ಅವತಾರವನ್ನೇ ತನ್ನ ದೇಹವೆಂದು ತಿಳಿದು ಅದಕ್ಕೆ ಪೂರಕವಾದ ಯೋಚನೆಯನ್ನು ಮಾಡುವಂತಾದರೆ, ಆ ವ್ಯಕ್ತಿಯನ್ನು ಅನಾಮತ್ತಾಗಿ ಎತ್ತಿ ಬೇರೆಯದೇ ಲೋಕಕ್ಕೆ ಕರೆದೊಯ್ಯಬಹುದಲ್ಲ? ನಮ್ಮ ಭೌತಿಕ ದೇಹವನ್ನು ಇದ್ದಲ್ಲಿಯೇ ಇರಗೊಟ್ಟು, ಮಿಥ್ಯಾ ವಾಸ್ತವ ಲೋಕದಲ್ಲಿ ನಮ್ಮ ಪಂಚೇಂದ್ರಿಯಗಳೂ ಸ್ಪಂದಿಸುತ್ತ ಅದೇ ನಿಜ ಜಗತ್ತು ಅನ್ನಿಸಬಹುದಲ್ಲ!

ಇಂತಹ ಒಂದು ಸ್ಥಿತಿಯ ಮುಖಾಮುಖಿಗೆ ನಾವು ಸಿದ್ಧರಿದ್ದೇವೆಯೇ? ಪ್ರಯೋಗಾಲಯದ ಗೋಡೆಗಳನ್ನು ದಾಟಿ ಅದು ನಮ್ಮೆಲ್ಲರ ಮೇಲೆರಗುವ ಸಾಧ್ಯತೆಗಳೆಷ್ಟು? ಹಾಗಾದಾಗ ಅದು ನಮ್ಮ ಜೀವನದ ಮೇಲೆ ಮಾಡುವ ಪರಿಣಾಮವಾದರೂ ಏನು? ದಿನದ ಅದೆಷ್ಟು ಸಮಯವನ್ನು ನಾವು ಮೆಟಾವರ್ಸಿನಲ್ಲಿ ಕಳೆಯುತ್ತೇವೆ? ಇಂದು ಸದಾಕಾಲ ಗೋಣು ಬಗ್ಗಿಸಿ ಕೈಲಿರುವ ಮೊಬೈಲು ನೋಡುವಂತೆ, ನಾಳೆ ನಾವೆಲ್ಲ ದಪ್ಪ ಕನ್ನಡಕ ಧರಿಸಿ ಶೂನ್ಯದಲ್ಲಿ ದೃಷ್ಟಿ ನೆಟ್ಟು ಕುಳಿತಿರುತ್ತೇವೆಯೇ? ನಮ್ಮದೇ ಹೀಗಾದರೆ ನಮ್ಮ ಮುಂದಿನ ಪೀಳಿಗೆಯ ಪಾಡೆಂತು?... ಹೀಗೆ ಪ್ರಶ್ನೆಗಳ ಗುಚ್ಛವೇ ನಮ್ಮ ಮುಂದಿದೆ.

ಇವುಗಳಲ್ಲಿ ಕೆಲವು ಪ್ರಶ್ನೆಗಳ ಉತ್ತರ ಸುಲಭ. ನಾವಲ್ಲದ ನಮ್ಮನ್ನು ಕಾಣಿಸುವ, ನಮ್ಮಲ್ಲಿ ಹುಸಿ ಹಮ್ಮನ್ನೊಂದು ಹುಟ್ಟುಹಾಕುವ ಫೇಸ್‌ಬುಕ್ಕಿನಂತಾ ತಾಣಕ್ಕೆ ನಾವು ಅಂಟಿಕೊಂಡಿರುವ ಪರಿ ಗೊತ್ತೇ ಇದೆ. ಹಾಗಿರುವಾಗ, ನಮ್ಮ ಕನಸಿನ ಸುಂದರ ಲೋಕವನ್ನೇ ಕಟ್ಟಿಕೊಡಬಲ್ಲ ಮೆಟಾವರ್ಸಿನ ವ್ಯಸನ ನಮಗಂಟದೇ ಇರಲು ಸಾಧ್ಯವೇ? ನಮ್ಮ ದಿನನಿತ್ಯದ ಬವಣೆಗಳಿಂದ ಬಿಡುಗಡೆ ಹೊಂದಲು ಅದೊಂದು ರಹದಾರಿಯಾಗಬಲ್ಲದೇ? ಇವತ್ತು- ಜನನಿಬಿಡ ಬಸ್ಸಿನಲ್ಲಿ ಕುಳಿತಿದ್ದರೂ ಸುತ್ತಲಿನ ಆಗುಹೋಗುಗಳ ಪರಿವೆಯಿಲ್ಲದೇ ಮೊಬೈಲಿನಲ್ಲಿ ಬರುತ್ತಿರುವ ಸಿನಿಮಾದೊಳಗೆ

ಮುಳುಗಿ ಹೋಗಬಲ್ಲ ವ್ಯಕ್ತಿ; ನಾಳೆ– ಅದೇ ಸಿನಿಮಾದಲ್ಲಿ ತಾನೂ ಒಳಗೊಳ್ಳುವ ಅನುಭವದ ಅವಕಾಶ ಸಿಕ್ಕರೆ ಬಿಟ್ಟಾನೆಯೇ?

ಅದೇನೋ ಸರಿ. ಬಸ್ ನಿಲ್ದಾಣದ ಕಿರಿಕಿರಿ, ಜನಜಂಗುಳಿಯ ನಡುವೆ ಭೌತಿಕವಾಗಿ ಕುಳಿತು, ವರ್ಚುಅಲ್ ಲೋಕದ ಅಂಡಮಾನಿನ ಸಮುದ್ರ ತೀರದಲ್ಲಿ ವಿಹರಿಸಬಹುದೇನೋ ನಿಜ. ಆದರೆ ನಿಜ ಲೋಕದಲ್ಲಿ ಓಡುತ್ತಿರುವ ಬಸ್ ಹಿಡಿಯುವಲ್ಲಿ ನಾವು ಸಫಲರಾಗುತ್ತೇವೆಯೇ ಎನ್ನುವುದು ನಿಜವಾದ ಪ್ರಶ್ನೆ. ಮೆಟಾವರ್ಸಿನಲ್ಲೇ ಹೆಚ್ಚಿನ ಸಮಯ ಕಳೆಯುತ್ತ, ಮಿಥ್ಯಾ ವಾಸ್ತವವನ್ನೇ ನಿಜವೆಂದುಕೊಳ್ಳುವ ನಮ್ಮ ಮಕ್ಕಳು ವಾಸ್ತವದಲ್ಲಿ ಎದುರಾಗುವ ಸಮಸ್ಯೆಗಳನ್ನು ಎದುರಿಸಲು ಶಕ್ಯರಾದಾರೇ? ಅಲ್ಲಿ ಬಲಭೀಮನಂತೆ ಸೆಣೆಸಬಲ್ಲ ದೇಹ, ಇಲ್ಲಿ ಒಳಗೊಳಗೇ ಪೊಳ್ಳಾಗಬಹುದೇ?

ಇನ್ನು– ನಿಜ ಲೋಕಕ್ಕಿಂತ ಸುಂದರವೆಂದು ನಾವೆಲ್ಲ ಜೋತು ಬೀಳುವ ಆ ಜಗತ್ತು, ಅದೆಷ್ಟು ಸಮಯ ಸುಂದರವಾಗಿರಲು ಸಾಧ್ಯ? ಅಲ್ಲಿಯ ನದಿ ತೀರವೊಂದರ ಮರದಡಿಯಲ್ಲಿ ತಣ್ಣನೆಯ ಬಿಯರ್ ಹೀರುತ್ತ ಅದೆಷ್ಟು ಸಮಯ ಕುಳಿತಿರಲು ಸಾಧ್ಯ? ಉದ್ಯಾನದಿಂದ ಬಗೆಬಗೆಯ ಹೂವುಗಳನ್ನು ಆರಿಸಿತಂದು ಚಂದದ ಮಾಲೆ ಕಟ್ಟುವ ಆಟವನ್ನು ಪುಟ್ಟ ಮಗುವೊಂದು ಆಯ್ದುಕೊಳ್ಳಬಹುದಷ್ಟೆ. ಅದೇ ಮಗು ತುಸು ಬೆಳೆದರೆ ಅದರ ಆಟದ ಆಯ್ಕೆಗಳೇ ಬದಲಾಗುತ್ತವೆಯಲ್ಲವೇ? ಇನ್ನೊಂದೆಡೆ, ಇಂತಹ ಸಣ್ಣ ಪುಟ್ಟ ಸಂಗತಿಗಳು ನೀಡುವ ಸುಖಕ್ಕೆ ತೃಪ್ತಿ ಹೊಂದುವುದು ಮನುಷ್ಯನ ಜಾಯಮಾನವೇ? ಆತನ ಸುಖವಿರುವುದು ಗೆಲ್ಲುವುದರಲ್ಲಿ. ಇತರರನ್ನು ಹಣಿಯುವುದರಲ್ಲಿ. ಬೇರೆಯವರ ದುಃಖ ನೋಡಿ ಅನುಕಂಪ ಪಡುವುದರಲ್ಲಿ. ಇಂತಹ ಸುಖದ ಹಪಹಪಿಯ ಮನುಷ್ಯ ಮೆಟಾವರ್ಸ್‌ನ್ನು ಅನವರತದ ನೆಮ್ಮದಿಯ ತಾಣವನ್ನಾಗಿ ಇರಗೊಟ್ಟಾನೇ? ಯಾರ ಅವತಾರವನ್ನು ಯಾರೂ ಎತ್ತಬಹುದಾದ, ಯಾರು ಏನು ಬೇಕಾದರೂ ಮಾಡಬಹುದಾದ ಆ ಲೋಕದಲ್ಲಿ ಹಿಂಸೆ, ಕ್ರೌರ್ಯ, ಅಪರಾಧಗಳಿಗೆ ಇರುವ ಲಗಾಮಾದರೂ ಏನು? ಇವತ್ತು ಸೋಶಿಯಲ್ ಮೀಡಿಯಾಗಳಲ್ಲಿ ಆಗುವ ವ್ಯಕ್ತಿ ನಿಂದನೆ, ದ್ವೇಷ ಸಂದೇಶ, ಸುಳ್ಳು ಸುದ್ದಿ, ಸಮೂಹ ಸನ್ನಿಯಂತಹ ವಿಕೃತಿಗಳು ಯಾವುದೇ ಸ್ವಸ್ಥತೆಯ ಮಿತಿಯೊಳಗಿಲ್ಲ. ಇವೆಲ್ಲ ಮೆಟಾವರ್ಸಿನಲ್ಲಿ ಯಾವ ರೂಪ ಪಡೆದು ವಿಜೃಂಭಿಸಬಹುದು? ಅಂತಹ ಸಂದರ್ಭದಲ್ಲಿ ಅಲ್ಲಾಗಬಹುದಾದ ಆಘಾತಕ್ಕೆ ನಿಜ ಜೀವನದಲ್ಲಿ ಮನುಷ್ಯ ಹೇಗೆ ಸ್ಪಂದಿಸಿಯಾನು?

ಅದೇರೀತಿ, ದೇಶವೊಂದರ ಆಡಳಿತ ರಾಜಕಾರಣ ಹಾಗೂ ಮೆಟಾವರ್ಸಿನ ನಡುವೆ ಅನೈತಿಕ ಮೈತ್ರಿಯೊಂದು ಏರ್ಪಟ್ಟರೆ ಏನಾಗಬಹುದು? (ಇದೊಂದು ಅತಿ ಸಂಭವನೀಯ ಸಂಗತಿ). ಸಮುದಾಯಗಳ ನಡುವೆ ವಿಷ ಬೀಜ ಬಿತ್ತುತ್ತಾ ಮನಸ್ಸುಗಳನ್ನು ಒಡೆಯುತ್ತ ತಮ್ಮ ಬೇಳೆ ಬೇಯಿಸಿಕೊಳ್ಳುವ ರಾಜಕೀಯ ಕುತಂತ್ರಕ್ಕೆ ಮೆಟಾವರ್ಸಿಗಿಂತ ಒಳ್ಳೆಯ ವೇದಿಕೆ ಸಿಗಲಾರದು. ನಾವು ಕಲ್ಪಿಸಲೂ ಆಗದ

ರೂಪದಲ್ಲಿ ರಾಜಕೀಯ ಮಹತ್ವಾಕಾಂಕ್ಷಿಗಳಿಗೆ ಹೊಸ ಅವಕಾಶದ ಬಾಗಿಲೊಂದು ತೆರೆಯಬಹುದು. ಇನ್ನೊಂದೆಡೆ, ಅತಿ ದೊಡ್ಡ ಮೆಟಾವರ್ಸಿನ ಮಾಲೀಕತ್ವ ಹೊಂದಿರುವ ಕಂಪನಿಯೊಂದು ಇಡೀ ಸರಕಾರವನ್ನೇ ತನ್ನ ಮುಷ್ಟಿಯಲ್ಲಿ ಇಟ್ಟುಕೊಂಡು ಸರ್ವಶಕ್ತ ಸಾರ್ವಭೌಮನಾಗಿ ಮೆರೆಯಬಹುದು.

■

ಮೆಟಾವರ್ಸಿನ ಸಾಧ್ಯತೆ ಬಾಧ್ಯತೆಗಳ ಕುರಿತು ನನ್ನ ಗೆಳೆಯನೊಬ್ಬನಲ್ಲಿ ಚರ್ಚಿಸುತ್ತಿದ್ದೆ.

"ನಾನು ಸತ್ತರೂ ಸರಿಯೇ, ಈ ವರ್ಚುಅಲ್ ಲೋಕದಲ್ಲಿ ಸಮಯ ಕಳೆಯಲಾರೆ" ಎಂದ ಆತ.

"ಅದೇನೋ ಸರಿ. ಆದರೆ ನಿನ್ನ ಮಗಳಿಗೆ ಹೀಗೇ ಅನ್ನಿಸಬಹುದಾ? ಮನೆಗೆ ಬರುತ್ತಲೇ, ಹೋಮ್‌ವರ್ಕ್ ಮಾಡಿದೆಯಾ ಎಂದು ಕೇಳುವ ಅಪ್ಪನಿಗಿಂತ, ಕೈ ಸನ್ನೆ ಮಾಡಿದೊಡನೆ ಐಸ್ ಕ್ರೀಮ್ ತಂದುಕೊಡುವ 'ಮೆಟಾಲೋಕ'ದ ಅಪ್ಪನೇ ಆಕೆಗೆ ಇಷ್ಟವಾಗಬಹುದಲ್ಲ? ಆ ಅಪ್ಪನೊಡನೆಯೇ ಸಮಯ ವ್ಯಯಿಸಲು ಆಕೆ ಬಯಸಿದರೆ?" ಎನ್ನುವ ನನ್ನ ಪ್ರಶ್ನೆ ಆತನನ್ನು ತಟ್ಟದಿರಲಿಲ್ಲ.

"ಹೌದು ಮಾರಾಯಾ. ಅಪ್ಪ ಕೆಲಸದಿಂದ ಬೇಗ ಮನೆಗೆ ಬರಲಿ ಎಂದು ಮಕ್ಕಳು ಬಯಸುವ ಸ್ಥಿತಿ ಇಂದು ಅಷ್ಟಿಷ್ಟಾದರೂ ಇದೆ. ಇವೆಲ್ಲ ಬಂದಮೇಲೆ ನಮ್ಮ ಕೌಟುಂಬಿಕ ವ್ಯವಸ್ಥೆ, ನಂಬಿಕೆಗಳು ಅದ್ಯಾವ್ಯಾವ ಬದಲಾವಣೆಗಳನ್ನು ಕಾಣುತ್ತದೋ ಎಂಬುದನ್ನು ನೆನೆದು ಆತಂಕವಾಗುತ್ತಿದೆ"

"ಅಷ್ಟೇನೂ ಚಿಂತಿಸಬೇಡ. ಟಿವಿಯಿಂದ ಶುರುಗೊಂಡು, ಮೊಬೈಲು, ಇಂಟರ್‌ನೆಟ್ ಇವೆಲ್ಲ ಹಂತ ಹಂತವಾಗಿ ನಮ್ಮನ್ನು ಅದಕ್ಕೆ ಸಿದ್ಧಗೊಳಿಸುತ್ತಿದೆ. ಒಮ್ಮೆಲೇ ಅದು ನಮ್ಮ ಮೇಲೆ ಬಂದೆರಗುವುದಿಲ್ಲ. ಹಾಗೂ ಆ ಬದಲಾವಣೆಗೆ ನಮ್ಮ ಕೊಡುಗೆಯೂ ಸಾಕಷ್ಟು ಇರಲಿದೆ ಅಲ್ಲವೇ?"

"ನೀನು ಹೇಳುವುದೂ ಸರಿ ಇದೆ. ನನ್ನ ಸಂಬಂಧಿಯೊಬ್ಬರಿದ್ದಾರೆ. ವಯಸ್ಸು ಎಪ್ಪತ್ತರ ಆಸುಪಾಸು. ಅವರ ಒಬ್ಬ ಮಗ ಅಮೇರಿಕಾದಲ್ಲೂ, ಇನ್ನೊಬ್ಬ ಇಲ್ಲೇ ಜೊತೆಯಲ್ಲಿ ಇದ್ದಾನೆ. ಅಮೇರಿಕಾದ ಮಗ ದಿನಾ ಬೆಳಿಗ್ಗೆ ವಿಡಿಯೋ ಕಾಲ್ ಮಾಡಿ ಇವತ್ತು ಶುಗರ್ ಎಷ್ಟಿದೆ ಎಂದು ಕೇಳುತ್ತಾನೆ ಎಂದು ಹೇಳುವಾಗ ಹೆಮ್ಮೆ ಪಡುತ್ತಾರೆ ಅವರು. ಅದೇ, ಮನೆಯಲ್ಲಿರುವ ಮಗ ಹೊರ ಹೋಗುವಾಗ ಕೊಡೆ ಮರೆತೆನೆನ್ನುವ ಸಣ್ಣ ವಿಷಯಕ್ಕೂ ಗದರುತ್ತಾನೆ ಎಂದು ಅಸಮಾಧಾನ ಪಡುತ್ತಾರೆ. ಭೌತಿಕ ಸ್ಪರ್ಶಕ್ಕಿಂತ ವರ್ಚುಅಲ್ ರಿಯಾಲಿಟಿಯ ಮೋಡಿಗೆ ನಾವು ಹೇಗೆ ವಾಲುತ್ತಿದ್ದೇವೆ ಎಂಬುದಕ್ಕೆ ಇದೇ ಸಾಕ್ಷಿ ಸಾಕಲ್ಲ?"

"ಇನ್ನೂ ಒಂದು ಸಂಗತಿ ಯೋಚಿಸಿದ್ದೀಯಾ? ಇವತ್ತಿನ ನಮ್ಮ ಹಲವು ಸಮಸ್ಯೆಗಳು, ಕ್ಷೋಭೆಗೆ ಕಾರಣ, ಕೂಡುಕುಟುಂಬ ಪದ್ಧತಿಯಿಂದ ವಿಮುಖರಾಗಿ ನಾವು ವಿಘಟಿತ ಕುಟುಂಬ ಪದ್ಧತಿಗೆ ಒಡ್ಡಿಕೊಂಡಿರುವುದೇ ಆಗಿದೆ ಎಂಬುದು ನನ್ನ ನಂಬಿಕೆ. ಇನ್ನೂ ಮುಂದುವರಿದು, ನಾವು ವರ್ಚುಅಲ್ ಸಂಬಂಧಗಳನ್ನು ಹೆಚ್ಚೆಚ್ಚು ನೆಚ್ಚತೊಡಗಿದರೆ ಏನಾಗಬಹುದು? ಎಲ್ಲೆಲ್ಲೋ ಇರುವವರನ್ನು ಹತ್ತಿರ ತರುತ್ತೇವೆ ಅನ್ನುತ್ತಾರಲ್ಲ; ಇದು ನಿಜ ಅರ್ಥದಲ್ಲಿ ಕೂಡಿಸುವುದೋ ಅಥವಾ ದೂರ ಮಾಡುವುದೋ?" ಎಂದೆ ನಾನು.

ಆತ ಉತ್ತರಿಸಲಿಲ್ಲ, ಮುಗುಳ್ನಕ್ಕ.

■

'ದತ್ತಾಂಶ ಸಂಗ್ರಹ' ಎನ್ನುವ ಮುಖ್ಯ ಮುದ್ದೆಯನ್ನೊಮ್ಮೆ ಅವಲೋಕಿಸೋಣ. ನಮ್ಮ ಅಸ್ಮಿತೆಯ ಪ್ರತೀಕವಾಗಿರುವ ಬೆರಳಚ್ಚನ್ನೇ ನಾವು ಕಂಡರಿಯದವರಿಗೆ ಒತ್ತೆಯಿಟ್ಟು ಕುಳಿತಿರುವಾಗ, (ಸ್ಮಾರ್ಟ್ ಫೋನ್ ಅನ್-ಲಾಕ್ ಮಾಡಲು ನಾವು ಬೆರಳ ಗೆರೆಯ ಗುರುತು ನೀಡುವುದನ್ನು ನೆನಪಿಸಿಕೊಳ್ಳಿ) 'ಇನ್ನೇನು ಉಳಿದಿದೆ?' ಎಂದು ನಾವು ಕೇಳಬಹುದು. ಆದರೆ ವಿಷಯ ಅಷ್ಟು ಸರಳವಿಲ್ಲ. ಈ ಮೆಟಾವರ್ಸಿನಲ್ಲಿ ವ್ಯಕ್ತಿಯ ಪ್ರತಿ ಸಣ್ಣ ವೈಯಕ್ತಿಕ ವಿವರಗಳೂ ನಿಖರವಾಗಿ ದಾಖಲಾಗುತ್ತದೆ ಎನ್ನುವ ಸಂಗತಿ ಗೊತ್ತಿರದ್ದೇನಲ್ಲ. ಪ್ರತಿ ವ್ಯಕ್ತಿಗೂ ಒಂದು ಖಾಸಗಿತನವಿರುತ್ತದೆ. ಅವನದೇ ಆದ ಕೆಲವು ಗೌಪ್ಯ ಸಂಗತಿಗಳಿರುತ್ತವೆ. ಅತಿ ಹತ್ತಿರದವರಲ್ಲಿ ಮಾತ್ರ ಹಂಚಿಕೊಳ್ಳಬಹುದಾದ ಭಾವನೆಗಳು, ನಾಲ್ಕು ಗೋಡೆಗಳ ಮಧ್ಯೆ ಮಾತ್ರ ತೆರೆದುಕೊಳ್ಳಬಹುದಾದ ಕಾಮನೆಗಳು, ನಮಗೇ ಗೊತ್ತಿರದ ಅದೆಷ್ಟೊ ಮನೋವಾಂಛೆಗಳು ಯಾವುದೋ ಕಾರ್ಪೋರೇಟ್ ಕಂಪನಿಯ ಮಾಲೀಕನ ಸ್ವತ್ತಾಗುವುದು ಅದೆಷ್ಟು ಸಮಂಜಸ?

ಆದರೆ ವಿಚಿತ್ರ ನೋಡಿ. ಗಂಡ ಹೆಂಡತಿಯ ನಡುವಿನ ಜಗಳ ಪಕ್ಕದ ಮನೆಗೆ ಗೊತ್ತಾಗಬಾರದು ಎಂದು ಬಯಸುವ ಜನ, ತಮ್ಮೆಲ್ಲಾ ಖಾಸಗಿ ಸಂಗತಿಗಳೂ ಮತ್ಯಾರದೋ ಸ್ವತ್ತಾಗುತ್ತಿರುವುದರ ಬಗ್ಗೆ ತಲೆಯನ್ನೇ ಕೆಡಿಸಿಕೊಳ್ಳುವುದಿಲ್ಲ. 'ಪಕ್ಕದ ಮನೆಯವನಿಗೆ ಮಾತ್ರ ಗೊತ್ತಾಗಬಾರದು, ಯಾವುದೋ ಮೂಲೆಯಲ್ಲಿರುವ ಅಪರಿಚಿತನಿಗೆ ತಿಳಿದರೆ ಏನು ನಷ್ಟ?' ಎನ್ನುವ ಧೋರಣೆಯೂ ಇದ್ದಿರಬಹುದಿಲ್ಲಿ. ಆದರೆ ಹೀಗೆ ಸಂಗ್ರವಾದ ದತ್ತಾಂಶ ಒಬ್ಬ ವ್ಯಾಪಾರಿಯ ಕೈಗೆ, ಅಪರಾಧಿ, ಆತಂಕವಾದಿ ಅಥವಾ ಸರ್ವಾಧಿಕಾರಿ... ಹೀಗೆ ಯಾರ ಕೈಗೆ ಸಿಕ್ಕರೂ ಅದು ಕೊನೆಯಲ್ಲಿ ಬಂದೆರಗುವುದು ಜನಸಾಮಾನ್ಯನ ಬುಡಕ್ಕೇ ಎಂಬ ಸತ್ಯವನ್ನು ನಾವು ಕಡೆಗಣಿಸಕೂಡದು.

'ಭವಿಷ್ಯದಲ್ಲಿ, ಸೂಪರ್ ಹ್ಯೂಮನ್ ಎಂದು ಕರೆಯಬಹುದಾದ ಕೃತಕ ಬುದ್ಧಿಮತ್ತೆ ಪ್ರೇರಿತ ಯಂತ್ರಗಳು ಭೂಮಿಯ ಮೇಲೆ ಮೇಲುಗೈ ಸಾಧಿಸುತ್ತವೆ. ಮನುಷ್ಯ ತನ್ನ

ಅಸ್ತಿತ್ವಕ್ಕಾಗಿ ಅವುಗಳೊಡನೆ ಸೆಣೆಸುವುದು ಅನಿವಾರ್ಯವಾಗುತ್ತದೆ' ಎಂಬುದಾಗಿ ಇಸ್ರೇಲೀ ಲೇಖಕ ಯುವಲ್ ಹರಾರಿ ಹೇಳುತ್ತಾನೆ. ಅದನ್ನು ಸಾಬೀತು ಪಡಿಸುವಲ್ಲಿ ಮೆಟಾವರ್ಸ್ ಒಂದು ಪ್ರಮುಖ ಹೆಜ್ಜೆಯಾಗಬಹುದು. ನಾವು ಹೆಚ್ಚೆಚ್ಚು ಹೊತ್ತು ಮೆಟಾಲೋಕದಲ್ಲಿ ಕಳೆದಷ್ಟೂ, ಯಂತ್ರಗಳಿಗೆ ಹೆಚ್ಚೆಚ್ಚು ಅಧೀನರಾಗುತ್ತೇವೆ ಎಂದೇ ನನಗೆ ಅನ್ನಿಸುತ್ತದೆ.

■

ಭಾರತೀಯ ಅಧ್ಯಾತ್ಮ ಚಿಂತನೆಗಳು ಈ ಸಂದರ್ಭದಲ್ಲಿ ನೆನಪಾದರೆ ಅದು ಕಾಕತಾಳೀಯವೇನೂ ಅಲ್ಲ. ದೇಹ ನಶ್ವರ, ಆತ್ಮಕ್ಕೆ ಸಾವಿಲ್ಲ, ಅದು ದೇಹದಿಂದ ದೇಹಕ್ಕೆ ವರ್ಗಾವಣೆಯಾಗುವಂಥದ್ದು. ಆತ್ಮಕ್ಕೆ ದೇಹದ ಹಂಗಿಲ್ಲ ಎಂಬುದು ನಮ್ಮ ಯಾವತ್ತಿನ ನಂಬಿಕೆ. ಪಾರಮಾರ್ಥಿಕ ಹಿನ್ನೆಲೆಯೊಂದಿಲ್ಲ ಎನ್ನುವುದನ್ನು ಬಿಟ್ಟರೆ, ಮೆಟಾವರ್ಸಿನ ಸಿದ್ಧಾಂತ ಕೂಡಾ ಹೆಚ್ಚು ಕಡಿಮೆ ಇದೇ ಆಗಿದೆಯಲ್ಲವೇ? ಮನುಷ್ಯನ ದೇಹವನ್ನು ಅದರ ಪ್ರಜ್ಞೆಯಿಂದ ಬೇರ್ಪಡಿಸುವುದು. ಎರಡೂ ಒಟ್ಟಿಗೇ ಇದ್ದರೂ ಅವೆರಡಕ್ಕೂ ಒಂದು ಪ್ರತ್ಯೇಕತೆಯನ್ನು ದಕ್ಕಿಸಿಕೊಡುವುದು.

ಮನುಷ್ಯ ಹುಟ್ಟಿದಮೇಲೆ ಸದಾಕಾಲ ಖುಷಿಯಿಂದ ಬಾಳಿದರೆ ಅದೇ ಆ ಜನ್ಮದ ಸಾರ್ಥಕತೆ ಎಂದಾದಮೇಲೆ, ಕೃತಕವಾಗಿ ಸಿಮ್ಯುಲೇಟ್ ಗೊಂಡ ಮೆದುಳಿನಿಂದಲೇ ಅದು ಸಿದ್ಧಿಸಿದರೆ ತೊಂದರೆಯೇನು? ಮನಸು ಮತ್ತು ಮೆದುಳು ಸಂಪೂರ್ಣ ಆನಂದತುಲಿತವಾಗಿರುವಾಗ, ದೇಹಕ್ಕೆ ಏನಾದರೇನಂತೆ? ಇಲ್ಲಿ ರಮಣ ಮಹರ್ಷಿಗಳ ಕೊನೆಗಾಲದ ದೃಷ್ಟಾಂತವನ್ನೊಮ್ಮೆ ನೆನೆಸಿಕೊಳ್ಳೋಣ. ಕ್ಯಾನ್ಸರ್ ಪೀಡಿತರಾಗಿದ್ದ ಅವರು ಅದರಿಂದಾಗಿ ಯಾವುದೇ ನೋವನ್ನೂ ಅನುಭವಿಸಲಿಲ್ಲ. ರೋಗವಾಗಿರುವುದು ದೇಹಕ್ಕೆ, ಆತ್ಮಕ್ಕಲ್ಲ, ಹೀಗಾಗಿ ದೇಹದ ನೋವು ನನ್ನ ಆತ್ಮದ ಅನುಭವಕ್ಕೆ ಬರುವುದಿಲ್ಲ ಎಂದು ಬಲವಾಗಿ ನಂಬಿದ್ದ ಅವರಿಗೆ ರೋಗದ ಬಾಧೆ ಕಿಂಚಿತ್ತೂ ತಾಕಲೇ ಇಲ್ಲ ಎಂಬುದು ಪ್ರತೀತಿ. ಅದೇ ರೀತಿ ರಾಮಕೃಷ್ಣ ಪರಮಹಂಸರು ಅನುಷ್ಠಾನಿಸುತ್ತಿದ್ದ 'ಸಮಾಧಿ ಸ್ಥಿತಿ' ಕೂಡಾ ಈ ದೇಹ ಹಾಗೂ ಆತ್ಮಗಳ ನಡುವಿನ ನಿರ್ಲಿಪ್ತತೆಗೆ ಸಂಬಂಧಿಸಿದ್ದೇ ಆಗಿದೆ.

ಹೀಗಿರುವಾಗ, ಮನುಷ್ಯನ ದೇಹ ಹಾಗೂ ಪ್ರಜ್ಞೆಯನ್ನು ಪ್ರತ್ಯೇಕಿಸಬಲ್ಲ 'ಮೆಟಾವರ್ಸ್' ಎಂಬುದು ಮನುಕುಲಕ್ಕೆ ದೊರಕಿದ ಅತಿ ದೊಡ್ಡ ವರವಾಗಬಹುದೇ? ಜೀವನ ಜಂಜಾಟದಿಂದ ಸಂಪೂರ್ಣ ವಿಮುಖರಾಗಿ ಬದುಕಿ, ಕೊನೆಯಲ್ಲಿ ದೇಹ ಪೀಡನೆಯಿಲ್ಲದೇ ಇಹಲೋಕ ತ್ಯಜಿಸುವ ಅನನ್ಯ ಅವಕಾಶಕ್ಕೆ ನಾಂದಿ ಹಾಡೀತೇ ಈ ಮೆಟಾವರ್ಸ್?

ಈ ಪ್ರಶ್ನೆಯ ಜಿಜ್ಞಾಸೆಗೆ ಜಾರುವ ಮುನ್ನ, ಕೆಲವು ಲಾಭ ನಷ್ಟಗಳ ಲೆಕ್ಕಾಚಾರ ಗಮನಿಸೋಣ. ವ್ಯಕ್ತಿಯೊಬ್ಬ ದಿನವಿಡೀ ಮೆಟಾವರ್ಸಿನಲ್ಲಿ ಕಾಲಹರಣ ಮಾಡಿದರೆ

ಮೆಟಾವರ್ಸಿನ ಮಾಲೀಕನಿಗೆ ಆಗುವ ಲಾಭವಾದರೂ ಏನು? 'ವ್ಯಕ್ತಿ'ಯೊಬ್ಬನನ್ನು 'ಗ್ರಾಹಕ'ನನ್ನಾಗಿ ಪರಿವರ್ತಿಸದಿದ್ದರೆ ಆತ ಮೆಟಾವರ್ಸಿನಂತ ಡಿಜಿಟಲ್ ಭೂಮಿಕೆ ಸೃಷ್ಟಿಸಿ ಕುಳಿತಿರುವುದಾದರೂ ಏಕೆ? ಮನುಕುಲಕ್ಕೆ ಶಾಂತಿ ನೆಮ್ಮದಿ ಕರುಣಿಸಲು ಬಂದ ದೇವದೂತನೇ ಆತ? ಸಂಪತ್ತಿನ ವೃದ್ಧಿಯೇ ಏಕಮೇವ ಉದ್ದೇಶವಾಗಿರುವಾಗ, ಆತ ಮೆಟಾವರ್ಸನ್ನು ಜನ ಸುಖಾಸುಮ್ಮನೆ ಅನುಭೋಗಿಸಿಕೊಂಡಿರಲು ಬಿಟ್ಟುಬಿಡುತ್ತಾನೆ ಎಂದು ನಂಬುವುದು ಮೂರ್ಖತನವಾದೀತು. ಅಲ್ಲಿ ವಹಿವಾಟು ನಡೆಯಬೇಕು. ಅಲ್ಲಿಯ ಹಣ ಇಲ್ಲಿಗೂ, ಇಲ್ಲಿಯ ಹಣ ಅಲ್ಲಿಗೂ ವರ್ಗಾವಣೆಯಾಗಬೇಕು. ಪ್ರತಿ ಕ್ಷಣಕ್ಕೂ ಹೊಸ ಸಂಪತ್ತು ಉತ್ಪತ್ತಿಯಾಗುತ್ತಲೇ ಇರಬೇಕು. ಅದಕ್ಕಾಗಿ ಮೆಟಾವರ್ಸಿನ ಪ್ರತಿ ಗ್ರಾಹಕನೂ ದುಡಿಯಲೇ ಬೇಕು, ಅದಕ್ಕೆ ಆತನ ಒರಿಜಿನಲ್ ದೇಹವೇ ಬೇಕು. ಹೀಗಾಗಿ ಭೌತಿಕ ದೇಹದ ಹಂಗಿಲ್ಲದೇ ಭ್ರಮಿತ ಲೋಕದಲ್ಲೇ ಜೀವನ ಕಳೆಯುತ್ತೇವೆ ಎಂಬುದು ಅಸಾಧ್ಯದ ಸಂಗತಿ.

ಇವೆಲ್ಲವುದರ ನಡುವೆ, ಈ ಒಂದು ಸಾಧ್ಯತೆಯನ್ನು ನಾವು ಕಡೆಗಣಿಸುವಂತಿಲ್ಲ. ಮನುಷ್ಯನ ಕೊನೆಯ ಕ್ಷಣಗಳನ್ನು ಯಾತನಾರಹಿತವಾಗಿ ಮಾಡುತ್ತೇವೆ ಎನ್ನುವ ಪ್ರಲೋಭನೆ ಒಡ್ಡಿ, ಅದಕ್ಕೆ ಕೋಟ್ಯಂತರ ರೂಪಾಯಿಗಳ ಬೆಲೆ ಇಡಬಹುದು ಮೆಟಾವರ್ಸ್. ಹಾಗಾದರೆ ನೋವಿಲ್ಲದ ಸಾವು ಕೂಡಾ ಈ ಜಗದಲ್ಲಿ ಶ್ರೀಮಂತನ ಹಕ್ಕೇ ಆಯಿತಲ್ಲವೇ?

■

ಇನ್ನೂ ಹೇಳುತ್ತಾ ಹೋದರೆ, ಇವೆಲ್ಲ ಅತಿರೇಕದ ಚಿಂತನೆ ಅನ್ನಿಸಬಹುದು. ನಾವಿಂದು ಡಿಜಿಟಲ್ ಲೋಕ ಹಾಗೂ ಅಂತರ್ಜಾಲದ ಜುಗಲ್‌ಬಂದಿಗೆ ತಲೆದೂಗಿಯಾಗಿದೆ. ಅಲ್ಲಿಯ ಹೊಸ ಸಂಶೋಧನೆಯ ಲಬ್ಧತೆಯನ್ನೆಲ್ಲ ತಿಳಿದೋ ತಿಳಿಯದೆಯೋ ಒಪ್ಪಿ, ಅಪ್ಪಿಕೊಂಡಾಗಿದೆ. ಹೀಗಿರುವಾಗ ಮೆಟಾವರ್ಸಿನ ಒಳಿತು ಕೆಡಕುಗಳನ್ನು ತಕ್ಕಡಿಯಲ್ಲಿ ತೂಗುವುದೇ ಅಸಂಬದ್ಧವೆನಿಸಬಹುದು. ಮೇಲಾಗಿ, ತೂಗುವ ತಕ್ಕಡಿಯೇ ಡಿಜಿಟಲ್ ಆಗಿರುವಾಗ ನಮ್ಮ ತುಲನೆಯ ಸತ್ಯಸತ್ಯತೆಯನ್ನು ಪರಾಮರ್ಶಿಸಲು ತಕ್ಕ ಮಾನದಂಡವಾದರೂ ಯಾವುದು?

ಬುಲೆಟ್ ಟ್ರೇನಿನಲ್ಲಿ ಕುಳಿತು ಚಕ್ಕಡಿಗಾಡಿಯ ಲಾಭದ ಬಗ್ಗೆ ಮಾತನಾಡುವುದು ಹಾಸ್ಯಾಸ್ಪದ ಅನ್ನಿಸುವ ಕಾಲವಿದು. ಗಾಡಿಯ ಚಕ್ರ ಉರುಳುವುದ ನಿಲ್ಲಿಸಬಲ್ಲವರಾರು? ಮನುಕುಲದ ಕುಸಿತ ಹೀಗೇ ಎಂದು ಬರೆದಿದ್ದರೆ ಬದಲಾಯಿಸುವರಾರು? ಬರುವುದನ್ನು ಎದುರಿಸೋಣ, ಮೆಟಾವರ್ಸಿನಲ್ಲಿ ಬೇಗ ಭೇಟಿಯಾಗೋಣ.

ಜನವರಿ 2022

ಓದಿ ಓದಿ ಮರುಳಾಗಿ!

ಛಂದ ಪುಸ್ತಕ ಬಹುಮಾನ

ಹೊಸ ಕತೆಗಾರರನ್ನು ಗುರುತಿಸುವ ಸಲುವಾಗಿ ನಮ್ಮ ಪ್ರಕಾಶನ ಸಂಸ್ಥೆಯು ಕಳೆದ ಹದಿಮೂರು ವರ್ಷಗಳಿಂದ ಕತೆಗಳ ಹಸ್ತಪ್ರತಿ ಸ್ಪರ್ಧೆಯನ್ನು ನಡೆಸುತ್ತಾ ಬಂದಿದೆ. ಈವರೆಗೆ ಒಂದೂ ಕಥಾಸಂಕಲನವನ್ನು ಪ್ರಕಟಿಸದವರು ಈ ಸ್ಪರ್ಧೆಯಲ್ಲಿ ಭಾಗವಹಿಸಬಹುದು. ಇತರ ಪ್ರಕಾರಗಳಲ್ಲಿ ಒಂದೆರಡು ಪುಸ್ತಕಗಳನ್ನು ಪ್ರಕಟ ಮಾಡಿದವರೂ ಇದರಲ್ಲಿ ಭಾಗವಹಿಸುವ ಅವಕಾಶವಿರುತ್ತದೆ. ಮೊದಲ ಸುತ್ತಿನ ಆಯ್ಕೆಯನ್ನು ಪ್ರಕಾಶನದ ಸದಸ್ಯರು ಮಾಡಿ, ಕೊನೆಯ ಆಯ್ಕೆಗಾಗಿ ಸುಮಾರು ಹತ್ತು ಹಸ್ತಪ್ರತಿಗಳನ್ನು ನಾಡಿನ ಹಿರಿಯ ಸಾಹಿತಿಗಳಿಗೆ ಒಪ್ಪಿಸುತ್ತಾರೆ. ಆಯ್ಕೆಯಾದ ಹಸ್ತಪ್ರತಿಯನ್ನು ಪುಸ್ತಕ ರೂಪದಲ್ಲಿ ಪ್ರಕಟಿಸಿ, ಪ್ರಶಸ್ತಿ ಪತ್ರ, ಫಲಕ ಹಾಗೂ ಮೂವತ್ತು ಸಾವಿರ ರೂಪಾಯಿ ಬಹುಮಾನವನ್ನು ನೀಡಲಾಗುತ್ತದೆ. ಈವರೆಗೂ ಈ ಪ್ರಶಸ್ತಿಯಲ್ಲಿ ಬಹುಮಾನ ಪಡೆದವರ ವಿವರಗಳ ಪಟ್ಟಿಯನ್ನು ಮುಂದಿನ ಪುಟದಲ್ಲಿ ನೀಡಿದ್ದೇವೆ.

ಇವರಲ್ಲಿ ಮೌನೇಶ ಬಡಿಗೇರ, ಶಾಂತಿ ಕೆ ಅಪ್ಪಣ್ಣ, ಪದ್ಮನಾಭ ಭಟ್ ಶೇವ್ಕಾರ ಮತ್ತು ಸ್ವಾಮಿ ಪೊನ್ನಾಚಿ ಅವರಿಗೆ ಕೇಂದ್ರ ಸಾಹಿತ್ಯ ಅಕಾಡೆಮಿಯ ಯುವ ಪುರಸ್ಕಾರ ದೊರೆತಿದೆ. ವಿನಯಾ, ಶಾಂತಿ ಕೆ ಅಪ್ಪಣ್ಣ ಮತ್ತು ಪದ್ಮನಾಭ ಭಟ್ ಶೇವ್ಕಾರರ ಪುಸ್ತಕಗಳಿಗೆ ಕರ್ನಾಟಕ ಸಾಹಿತ್ಯ ಅಕಾಡೆಮಿಯ ಪುಸ್ತಕ ಬಹುಮಾನ ಅಥವಾ ದತ್ತಿ ಬಹುಮಾನಗಳು ಸಂದಿವೆ. ಇನ್ನೂ ಹಲವಾರು ನಾಡಿನ ಪ್ರಮುಖ ಪ್ರಶಸ್ತಿ ಮತ್ತು ಬಹುಮಾನಗಳೂ ಈ ಕೃತಿಗಳಿಗೆ ಲಭ್ಯವಾಗಿವೆ.

ನೀವು ಈ ಸ್ಪರ್ಧೆಯಲ್ಲಿ ಭಾಗವಹಿಸಬೇಕೆ? ಹಾಗಿದ್ದರೆ ನಮ್ಮ ಮುಂದಿನ ವರ್ಷದ ಸ್ಪರ್ಧೆಯ ಆಹ್ವಾನವನ್ನು ಖ್ಯಾತ ಕನ್ನಡ ನಿಯತಕಾಲಿಕಗಳಲ್ಲಿ ಅಥವಾ ಸಾಮಾಜಿಕ ಜಾಲತಾಣಗಳಲ್ಲಿ ನಿರೀಕ್ಷಿಸಿರಿ. ಹೆಚ್ಚಿನ ವಿವರಗಳಿಗೆ 98444 22782 ಗೆ ಸಂದೇಶ ಕಳುಹಿಸಿರಿ.

ಓದಿ ಓದಿ ಮರುಳಾಗಿ!

ಛಂದ ಪುಸ್ತಕ ಬಹುಮಾನ ಪಡೆದ ಕೃತಿಗಳು

ಕತೆಗಾರರು	ಕಥಾಸಂಕಲನ	ತೀರ್ಪುಗಾರರು
ಸುನಂದಾ ಕಡಮೆ	ಪುಟ್ಟ ಪಾದದ ಗುರುತು	ಅಶೋಕ ಹೆಗಡೆ/ ಸುಮಂಗಲಾ
ಅಲಕ ತೀರ್ಥಹಳ್ಳಿ	ಈ ಕತೆಗಳ ಸಹವಾಸವೇ ಸಾಕು	ಕೇಶವ ಮಳಗಿ/ ಸುಮಂಗಲಾ
ಲೋಕೇಶ ಅಗಸನಕಟ್ಟೆ	ಹಟ್ಟಿಯೆಂಬ ಭೂಮಿಯ ತುಣುಕು	ಬೊಳುವಾರು
ವಿನಯಾ	ಊರ ಒಳಗಣ ಬಯಲು	ನೇಮಿಚಂದ್ರ
ಸಂದೀಪ ನಾಯಕ	ಗೋಡೆಗೆ ಬರೆದ ನವಿಲು	ಅಮರೇಶ ನುಗಡೋಣಿ
ಕಣಾದ ರಾಘವ	ಮೊದಲ ಮಳೆಯ ಮಣ್ಣು	ಕೆ. ಸತ್ಯನಾರಾಯಣ
ಬಸವಣ್ಣೆಪ್ಪಾ ಕಂಬಾರ	ಆಟಿಕೆ	ಕುಂ. ವೀರಭದ್ರಪ್ಪ
ಮೌನೇಶ ಬಡಿಗೇರ	ಮಾಯಾಕೋಲಾಹಲ	ಓ.ಎಲ್.ಎನ್. ಸ್ವಾಮಿ
ಪದ್ಮನಾಭ ಭಟ್	ಕೇಪಿನ ಡಬ್ಬಿ	ಎಂ. ಎಸ್. ಆಶಾದೇವಿ
ಶಾಂತಿ ಕೆ ಅಪ್ಪಣ್ಣ	ಮನಸು ಅಭಿಸಾರಿಕೆ	ಎಚ್.ಎಸ್.ಆರ್
ದಯಾನಂದ	ದೇವರು ಕಚ್ಚಿದ ಸೇಬು	ನಾ. ಡಿಸೋಜಾ
ಸ್ವಾಮಿ ಪೊನ್ನಾಚಿ	ಧೂಪದ ಮಕ್ಕಳು	ಎಂ. ಎಸ್. ಶ್ರೀರಾಮ್
ಶಶಿ ತರೀಕೆರೆ	ಡುಮಿಂಗ	ಲಲಿತಾ ಸಿದ್ಧಬಸವಯ್ಯ
ಛಾಯಾ ಭಟ್	ಬಯಲರಸಿ ಹೊರಟವಳು	ತಾರಿಣಿ ಶುಭದಾಯಿನಿ
ಕಾವ್ಯಾ ಕಡಮೆ	ಮಾಕೋನ ಏಕಾಂತ	ಟಿ.ಪಿ. ಅಶೋಕ

ಛಂದ ಪುಸ್ತಕ ಬಹುಮಾನ

ಪುಟ್ಟ ಪಾದದ ಗುರುತು - ಸುನಂದಾ ಪ್ರಕಾಶ ಕಡಮೆ - ₹ 120
ಈ ಕತೆಗಳ ಸಹವಾಸವೇ ಸಾಕು - ಅಲಕ ತೀರ್ಥಹಳ್ಳಿ - ₹ 60
ಹಟ್ಟಿಯೆಂಬ ಭೂಮಿಯ ತುಣುಕು - ಲೋಕೇಶ ಅಗಸನಕಟ್ಟೆ - ₹ 180
ಗೋಡೆಗೆ ಬರೆದ ನವಿಲು - ಸಂದೀಪ ನಾಯಕ - ₹ 60
ಮೊದಲ ಮಳೆಯ ಮಣ್ಣು - ಕಣಾದ ರಾಘವ - ₹ 140
ಆಟಿಕೆ - ಬಸವಣ್ಣೆಪ್ಪಾ ಕಂಬಾರ - ₹ 100
ಮಾಯಾಕೋಲಾಹಲ - ಮೌನೇಶ ಬಡಿಗೇರ - ₹ 165
ಕೇಪಿನ ಡಬ್ಬಿ - ಪದ್ಮನಾಭ ಭಟ್, ಶೇವ್ಕಾರ - ₹ 150
ಮನಸು ಅಭಿಸಾರಿಕೆ - ಶಾಂತಿ ಕೆ ಅಪ್ಪಣ್ಣ - ₹ 230
ದೇವರು ಕಚ್ಚಿದ ಸೇಬು - ದಯಾನಂದ - ₹ 140
ಧೂಪದ ಮಕ್ಕಳು - ಸ್ವಾಮಿ ಪೊನ್ನಾಚಿ - ₹ 130
ಡುಮಿಂಗ - ಶಶಿ ತರೀಕೆರೆ - ₹ 130
ಬಯಲರಸಿ ಹೊರಟವಳು - ಛಾಯಾ ಭಟ್ - ₹ 120
ಮಾಕೋನ ಏಕಾಂತ - ಕಾವ್ಯಾ ಕಡಮೆ - ₹ 130

ಕಥಾಸಂಕಲನ

ಶಕುಂತಳಾ - ಗುರುಪ್ರಸಾದ್ ಕಾಗಿನೆಲೆ - ₹ 80
ಜುಮುರು ಮಳೆ - ಸುಮಂಗಲಾ - ₹ 220
ಶಾಲಭಂಜಿಕೆ - ಡಾ. ಕೆ. ಎನ್. ಗಣೇಶಯ್ಯ - ₹ 180 (7ನೇ ಮುದ್ರಣ)
ಕಾರಂತಜ್ಜನಿಗೊAದು ಪತ್ರ - ಸಚ್ಚಿದಾನಂದ ಹೆಗಡೆÀ - ₹ 150
ಹಕೂನ ಮಟಾಟ - ನಾಗರಾಜ ವಸ್ತಾರೆ - ₹ 80
ಕಾಲಿಟ್ಟಲ್ಲಿ ಕಾಲುದಾರಿ - ಸುಮಂಗಲಾ - ₹ 80
ಹುಲಿರಾಯ - ಕೀರ್ತಿರಾಜ್ - ₹ 80
ನಿರವಯವ - ನಾಗರಾಜ ವಸ್ತಾರೆ - ₹ 125
ಹನ್ನೊಂದನೇ ಅಡ್ಡರಸ್ತೆ - ಸುಮಂಗಲಾ - ₹ 170
ಗಾಳಿಗೆ ಮೆತ್ತಿದ ಬಣ್ಣ - ಕರ್ಕಿ ಕೃಷ್ಣಮೂರ್ತಿ - ₹ 120
ಕನ್ನಡಿ ಹರಳು - ಪದ್ಮನಾಭ ಭಟ್, ಶೇವ್ಕಾರ - ₹ 130
ಒಂದು ಚಿಟಿಕೆ ಮಣ್ಣು - ಲಕ್ಷ÷್ಮಣ ಬಾದಾಮಿ - ₹ 130
ಬಂಡಲ್ ಕತೆಗಳು - ಎಸ್ ಸುರೇಂದ್ರನಾಥ್ - ₹ 160
ದೇವರ ರಜಾ - ಗುರುಪ್ರಸಾದ್ ಕಾಗಿನೆಲೆ - ₹ 150
ಕಟ್ಟು ಕತೆಗಳು - ಎಸ್ ಸುರೇಂದ್ರನಾಥ್ - ₹ 210
ಮಡಿಲು (ನೀಳ್ಗತೆ) - ನಾಗರಾಜ ವಸ್ತಾರೆ - ₹ 15
ತಿರಾಮಿಸು - ಶಶಿ ತರೀಕೆರೆ - ₹ 210

ಪ್ರಬಂಧ

ಪೂರ್ವ ಪಶ್ಚಿಮ - ಎಂ. ಆರ್. ದತ್ತಾತ್ರಿ - ₹ 80
ರಾಗಿಮುದ್ದೆ - ರಘುನಾಥ ಚ. ಹ. - ₹ 120
ಕುಟ್ಟವಲಕ್ಕಿ / ಗೊಜ್ಜವಲಕ್ಕಿ - ಪ್ರಶಾಂತ ಆಡೂರ - ₹ 170 / ₹ 170
ಕಿಲಿಮಂಜಾರೋ - ಪ್ರಶಾಂತ್ ಬೀಚಿ - ₹ 80
ಮಿಸಳ್ ಭಾಜಿ - ಭಾರತಿ ಬಿ ವಿ - ₹ 190
ನೀ ಮಾಯೆಯೊಳಗೋ... - ವಿಕ್ರಮ ಹತ್ವಾರ - ₹ 120
ಸಾವೆಂಬ ಲಹರಿ - ಗುರುಪ್ರಸಾದ ಕಾಗಿನೆಲೆ - ₹ 140
ವೈದ್ಯ, ಮತ್ತೊಬ್ಬ - ಗುರುಪ್ರಸಾದ ಕಾಗಿನೆಲೆ - ₹ 120
ಅಪ್ಪನ ರ್‍ಯಾಲೀಸ್ ಸೈಕಲ್ - ದರ್ಶನ್ ಜಯಣ್ಣ - ₹ 110
ಇಮೋಜಿ ಭಾಷೆ - ಕರ್ಕಿ ಕೃಷ್ಣಮೂರ್ತಿ - ₹ 150

ಅನುವಾದ

ದಿ ಚಾಯ್ಸ್ - ಈಡಿತ್ ಎವಾ ಎಗರ್ (ಜಯಶ್ರೀ ಭಟ್) - ₹ 280
ದೇಹವೇ ದೇಶ - ಗರಿಮಾ ಶ್ರೀವಾಸ್ತವ (ವಿಕ್ರಮ ವಿಸಾಜಿ) - ₹ 250
ಪರ್ಸೆಪೊಲಿಸ್- ಮಾರ್ಜಾನ್ ಸತ್ರಪಿ (ಪ್ರೀತಿ ನಾಗರಾಜ) - ₹ 395
ಗಾಳಿ ಪಳಗಿಸಿದ ಬಾಲಕ - ವಿಲಿಯಂ ಕಾಂಕ್ವಾAಬಾ (ಕರುಣಾ ಬಿ ಎಸ್) - ₹ 180
ಅಮೋಸ್ ಫಾರ್ಚೂನ್ - ಎಲಿಝಬೆತ್ ಯೇಟ್ಸ್ (ಜಯಶ್ರೀ ಭಟ್) - ₹ 110
ನವ ಜೀವಗಳು - ವಿಲಿಯಂ ಡಾಲ್ರಿಂಪಲ್ (ನವೀನ ಗಂಗೋತ್ರಿ) - ₹ 250
ಮೈಕೆಲ್ ಕೆ - ಜೆ.ಎಂ. ಕುಟ್‌ಸೀ (ಸುನಿಲ್ ರಾವ್) - ₹ 170
ಲೇರಿಯೊಂಕ - ಹೆನ್ರಿ ಆರ್. ಓಲೆ ಕುಲೆಟ್ (ಪ್ರಶಾಂತ ಬೀಚಿ) - ₹ 140
ಅರೆಶತಮಾನದ ಮೌನ - ಯಾನ್ ರಫ್-ಓ'ಹರ್ನ್ (ಅರುಣ್) - ₹ 310
ಪರ್ವತದಲ್ಲಿ ಪವಾಡ - ನ್ಯಾಂಡೊ ಪರಾಡೊ (ಸಂಯುಕ್ತಾ ಪುಲಿಗಲ್) - ₹ 340
ಚಂದಿರ ಬೇಕೆಂದವನು - ಮಿಮಿ ಬೇರ್ಡ್ (ಪ್ರಜ್ಞಾ ಶಾಸ್ತ್ರಿ) - ₹ 180
ಬಂಡೂಲ - ವಿಕಿ ಕಾನ್‌ಸ್ಟಂಟೀನ್ ಕ್ರುಕ್ (ರಾಜ್ಯಶ್ರೀ ಕುಳಮರ್ವ) - ₹ 425
ರೆಬೆಲ್ ಸುಲ್ತಾನರು - ಮನು ಎಸ್ ಪಿಳ್ಳೈ (ಸಂಯುಕ್ತಾ ಪುಲಿಗಲ್) - ₹ 420
ಫಾಲೋಯಿಂಗ್ ಫಿಶ್ - ಸಮಂತ್ ಸುಬ್ರಮಣಿಯನ್ (ಸಹನಾ ಹೆಗಡೆ) - ₹ 280
ಜಗವ ಚುಂಬಿಸು - ಸುಬ್ರೊತೋ ಬಾಗ್ಚಿ (ವಂದನಾ ಪಿ ಸಿ) - ₹ 240
ಪರ್ದಾ ಅಂಡ್ ಪಾಲಿಗಮಿ - ಇಕ್ಬಾಲುನ್ನೀಸಾ ಹುಸೇನ್ (ದಾದಾಪೀರ್) - ₹ 380
ವಾಡಿವಾಸಲ್ - ಚಿ. ಸು. ಚೆಲ್ಲಪ್ಪ (ಸತ್ಯಕಿ) - ₹ 70
ನಾಲ್ಕನೇ ಎಕರೆ - ಶ್ರೀರಮಣ (ಅಜಯ್ ವರ್ಮಾ ಅಲ್ಲೂರಿ) - ₹ 100
ಮಾವೋನ ಕೊನೆಯ ನರ್ತಕ - ಲೀ ಶ್ವಿನ್‌ಶಿಂಗ್ (ಜಯಶ್ರೀ ಭಟ್) - ₹ 340
ಕೋಬಾಲ್ಟ್ ಬ್ಲೂ - ಸಚಿನ್ ಕುಂಡಲ್‌ಕರ್ (ಸಪ್ನಾ ಕಟ್ಟಿ) - ₹ 150
ವಿದ್ಯಾವಂತ ವೇಶ್ಯೆಯ ಆತ್ಮಕಥೆ - ಮಾನದಾ ದೇವಿ (ನಾಗ ಹುಬ್ಳಿ) - ₹ 240

ದಿ ಲೈಟ್‌ಹೌಸ್ ಫ್ಯಾಮಿಲಿ - ಫಿರಾತ್ ಸುನೇಲ್ (ಮಾಧುರಿ ಕುಲಕರ್ಣೀ) - ₹ 230

ವಸುಧೇಂದ್ರ

ಮನೀಷೆ - ಕತೆಗಳು - ₹ 120 (8ನೇ ಮುದ್ರಣ)
ಯುಗಾದಿ - ಕತೆಗಳು - ₹ 190 (9ನೇ ಮುದ್ರಣ)
ಚೇಳು - ಕತೆಗಳು - ₹ 120 (8ನೇ ಮುದ್ರಣ)
ಹಂಪಿ ಎಕ್ಸ್‌ಪ್ರೆಸ್ - ಕತೆಗಳು - ₹ 195 (9ನೇ ಮುದ್ರಣ)
ಮೋಹನಸ್ವಾಮಿ - ಕತೆಗಳು - ₹ 270 (7ನೇ ಮುದ್ರಣ)
ವಿಷಮ ಭಿನ್ನರಾಶಿ - ಕತೆಗಳು - ₹ 280 (4ನೇ ಮುದ್ರಣ)
ಕೋತಿಗಳು - ಪ್ರಬಂಧ - ₹ 120 (8ನೇ ಮುದ್ರಣ)
ನಮ್ಮಮ್ಮ ಅಂದ್ರೆ ನಂಗಿಷ್ಟ - ಪ್ರಬಂಧ - ₹ 75 (25ನೇ ಮುದ್ರಣ)
ರಕ್ಷಕ ಅನಾಥ - ಪ್ರಬಂಧ - ₹ 110 (5ನೇ ಮುದ್ರಣ)
ವರ್ಣಮಯ - ಪ್ರಬಂಧ - ₹ 225 (6ನೇ ಮುದ್ರಣ)
ಐದು ಪೈಸೆ ವರದಕ್ಷಿಣೆ - ಪ್ರಬಂಧ - ₹ 280 (5ನೇ ಮುದ್ರಣ)
ಹರಿಚಿತ್ತ ಸತ್ಯ - ಕಾದಂಬರಿ - ₹ 200 (6ನೇ ಮುದ್ರಣ)
ತೇಜೋ-ತುಂಗಭದ್ರಾ - ಕಾದಂಬರಿ - ಉತ್ತಮ/ಸಾದಾ (₹ 500/₹ 450) (15ನೇ ಮುದ್ರಣ)
ಮಿಥುನ - ಶ್ರೀರಮಣರ ಕತೆಗಳು - ₹ 135 (8ನೇ ಮುದ್ರಣ)
ಎವರೆಸ್ಟ್ - ಜಾನ್ ಕ್ರಾಕೌರ್ - ₹ 420 (4ನೇ ಮುದ್ರಣ)

ಕಾದಂಬರಿ

ಎನ್ನ ಭವದ ಕೇಡು - ಎಸ್ ಸುರೇಂದ್ರನಾಥ್ - ₹ 75
ನ್ಯಾಸ - ಹರೀಶ ಹಾಗಲವಾಡಿ - ₹ 250
ಗುಣ - ಗುರುಪ್ರಸಾದ್ ಕಾಗಿನೆಲೆ - ₹ 150
ದ್ವೀಪವ ಬಯಸಿ - ಎಂ. ಆರ್. ದತ್ತಾತ್ರಿ - ₹ 320
ತಾರಾಬಾಯಿಯ ಪತ್ರ - ದತ್ತಾತ್ರಿ ಎಂ ಆರ್ - ₹ 160
ಅಗೆದಷ್ಟೂ ನಕ್ಷತ್ರ - ಸುಮಂಗಲಾ - ₹ 230
ಪ್ರಿಯೇ ಚಾರುಶೀಲೆ - ನಾಗರಾಜ ವಸ್ತಾರೆ - ₹ 380
ಋಷ್ಯಶೃಂಗ - ಹರೀಶ ಹಾಗಲವಾಡಿ - ₹ 125
ಅಂತು - ಪ್ರಕಾಶ ನಾಯಕ್ - ₹ 200
ಚುಕ್ಕಿ ಬೆಳಕಿನ ಜಾಡು - ಕರ್ಕಿ ಕೃಷ್ಣಮೂರ್ತಿ - ₹ 200
ದೀಪವಿರದ ದಾರಿಯಲ್ಲಿ - ಸುಶಾಂತ್ ಕೋಟ್ಯಾನ್ - ₹ 160
ದಾರಿ - ಕುಸುಮಾ ಆಯರಹಳ್ಳಿ - ₹ 395
ಬರೀ ಎರಡು ರೆಕ್ಕೆ - ಸುನಂದಾ ಪ್ರಕಾಶ ಕಡಮೆ - ₹ 260

ಕವಿತೆ

ಮದ್ಯಸಾರ - ಅಪಾರ - ₹ 90
ಪೂರ್ಣನ ಗರಿಗಳು - ಪೂರ್ಣಪ್ರಜ್ಞ - ₹ 70
ಹಲೋ ಹಲೋ ಚಂದಮಾಮ - ರಾಧೇಶ ತೋಳ್ಪಾಡಿ - ₹ 50

ಪದಚರಿತೆ

ಸರಿಗನ್ನಡಂ ಗೆಲ್ಗೆ - ಅಪಾರ - ₹ 390

www.ingramcontent.com/pod-product-compliance
Lightning Source LLC
LaVergne TN
LVHW090423051026
849518LV00006B/2410